सकाळ प्रकाशन

स्त्री अहिल्या

पुण्यश्लोक अहिल्याबाई होळकर यांचा भावपूर्ण जीवनपट

मंजुश्री नंदकुमार गोखले

लेखिका व संतसाहित्याच्या अभ्यासक

मंजुश्री गोखले यांना महाविद्यालयीन अध्यापनाचा दीर्घ अनुभव आहे. पुणे, सांगली, कोल्हापूर आकाशवाणी केंद्रांवरून त्यांच्या कवितांचे व भाषणांचे प्रसारण झाले आहे. पुणे विद्यापीठासह उर्वरित महाराष्ट्रात, तसेच गुजरात, कर्नाटक, मध्य प्रदेश या राज्यांतील अनेक शहरांत संतसाहित्यासह विविध विषयांवर त्यांनी व्याख्याने केली आहेत. अनेक दर्जेदार वृत्तपत्रांतून त्यांनी ज्वलंत विषयांवर अभ्यासपूर्ण लेख प्रसिद्ध केले आहेत. कथा, एकांकिका, नाटके, कादंबरी, प्रवासवर्णने, अनुवाद, कविता, बालसाहित्य असे विविधांगी सकस लेखन त्यांनी केले आहे. आत्तापर्यंत त्यांची एकूण ४५ पुस्तके प्रकाशित झाली आहेत. एका नामवंत मासिकाच्या संपादिका म्हणून त्या कार्यरत आहेत.

राष्ट्रपती प्रतिभाताई पाटील वाचनवेध पुरस्कार, 'तुका म्हणे' पुरस्कार, मुंबई मराठी साहित्य संघातर्फे सर्वोत्कृष्ट बाल साहित्याचा प्रथम पुरस्कार, मराठी बालकुमार साहित्य सभा, पुणे यांच्यातर्फे उत्कृष्ट बाल साहित्य पुरस्कार, दक्षिण महाराष्ट्र साहित्य सभा पुरस्कार, कोल्हापूर अशा अनेक सन्मान्य पुरस्कारांनी त्यांचे साहित्य गौरवले गेले आहे.

D9900217

सकस वाचनानुभव देणारी आमची अन्य पुस्तके

ज्ञानसूर्याचे आकाश... संत निवृत्तिनाथ

मंजुश्री गोखले

ज्येष्ठ पुत्र, ज्येष्ठ बंधू, गुरू अशा विविध भूमिका कोवळ्या वयातही समर्थपणे निभावणाऱ्या निवृत्तिनाथांच्या व्यक्तिमत्त्वाचा भावपूर्ण वेध

भक्तशिरोमणि नामदेव महाराज कृत श्री ज्ञानदेव चरित्र : आदि, तीर्थावळी, समाधी

डॉ. सदानंद मोरे

संत ज्ञानेश्वरांचे संत नामदेवांनी लिहिलेल्या पहिल्या विश्वासार्ह चरित्रावर विवेचनात्मक भाष्य

नाथ संप्रदायाचा इतिहास व परंपरा

डॉ. वा. ल. मंजूळ

महाराष्ट्राच्या सांस्कृतिक आणि भाषिक इतिहासावर लक्षणीय प्रभाव असलेल्या नाथ संप्रदायाचा उगम, नवनाथांचे चरित्र आणि पूरक संदर्भ

भारतीय कला आणि संस्कृती

प्रा. भूषण देशमुख, निखिल दाते

भारतातील वैविध्यपूर्ण व प्रदीर्घ कला-संस्कृतीचा घेतलेला वेध

महाराष्ट्राची कला आणि संस्कृती

प्रा. भूषण देशमुख, निखिल दाते

महाराष्ट्राच्या संपन्न कलावारशाची आणि सांस्कृतिक वैभवाची ओळख

आधुनिक दृष्टिकोनातून लोकमान्य टिळक यांचे गीतारहस्य

अरुण तिवारी

लोकमान्य टिळक यांनी लिहिलेल्या गीतारहस्य या ग्रंथाचा आजच्या दृष्टिकोनातून घेतलेला वेध

महात्मा ज्योतिराव फुले यांचे वैचारिक चरित्र

डॉ. सदानंद मोरे

महात्मा फुले यांच्या सामाजिक, राजकीय विचारांचे महत्त्व स्पष्ट करणारे पुस्तक

स्त्री अहिल्या

पुण्यश्लोक अहिल्याबाई होळकर यांचा भावपूर्ण जीवनपट

मंजुश्री गोखले

सकाळ प्रकाशन

सकाळ प्रकाशन

Stree Ahilya

© Manjushri Gokhale

स्त्री अहिल्या

© मंजुश्री गोखले

'मंजुश्री', प्लॉट नं. ५५, राजेंद्रनगर, कोल्हापूर, ✆ ९८५००६०८३८

© All rights reserved.
No part of this publication may be reproduced or transmitted in any form or by any means, electronically or mechanically, including photocopying, recording, broadcasting, podcasting of any information storage or retrieval system without prior permission in writing form the writer or in accordance with the provisions of the Copy Right Act (1956) (as amended). Any person who does any unauthorised act in relation to this publication may be liable to criminal prosecution and civil claims for damages.

सकाळ मीडिया प्रा. लि.,
५९५, बुधवार पेठ, पुणे - ४११ ००२
०२०-२४४० ५६७८/८८८८८ ४९०५०
www.sakalmediagroup.com | sakalpublications.com
sakalprakashan@esakal.com

प्रथम आवृत्ती : एप्रिल २०२१

The views expressed in this book are those of the Authors and do not necessarily reflect the views of the Publishers.

ISBN : 978-93-89834-53-6

संपादन : ऐश्वर्या कुमठेकर

मुखपृष्ठ : मधुमिता शिंदे

अक्षरजुळणी : उमा लोवलेकर

मांडणी : यशोधन लोवलेकर

ही कादंबरी लिहिताना जिला मी आत्यंतिक त्रास दिला,
ती माझी मैत्रीण आणि लेखिका कमल हर्डीकर हिला...

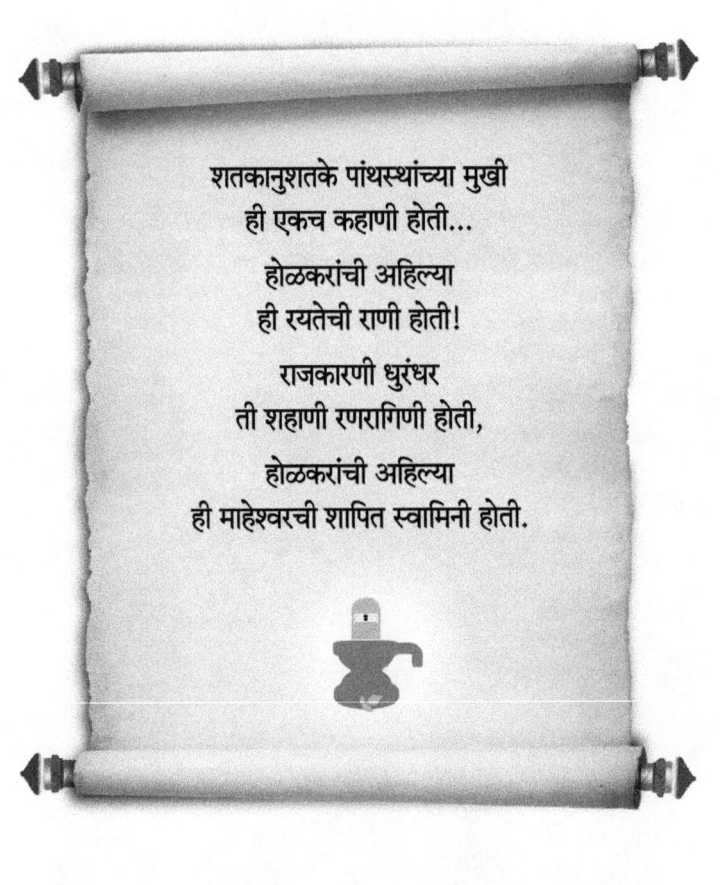

शतकानुशतके पांथस्थांच्या मुखी
ही एकच कहाणी होती...

होळकरांची अहिल्या
ही रयतेची राणी होती!

राजकारणी धुरंधर
ती शहाणी रणरागिणी होती,

होळकरांची अहिल्या
ही माहेश्वरची शापित स्वामिनी होती.

मनोगत

'अहिल्याबाई होळकर यांच्यावर कादंबरी लिहाल का?' अशी 'सकाळ'कडून विचारणा झाली. आनंदाच्या भरात मी 'हो' म्हटलं खरं, पण प्रत्यक्षात लिहिताना मी गडबडून गेले. एक तर आत्तापर्यंत संतांच्या जीवनावर किंवा सामाजिक विषयावर कादंबऱ्या लिहिल्या आहेत. संतांवर कादंबऱ्या लिहिताना मनातला विभूतिभाव जपत, त्यांचं माहीत असलेलं जीवन, त्या अनुषंगानं लिहिलेले, रंगवलेले प्रसंग आणि त्यांतून उभा राहिलेला त्यांच्या जीवनाचा आलेख असं त्या कादंबऱ्यांचं स्वरूप असायचं आणि आहे. संतांचं संतपण सांगणारा एखादा भावस्पर्शी प्रसंग लिहिला तर तो खरंच घडलाय का असं विचारणाऱ्याला घडला नसेल कशावरून असं परस्पर उत्तर मिळायची शक्यता होती. पण अहिल्याबाईंवर लिहिताना भक्कम ऐतिहासिक पुरावे अस्तित्वात होते आणि आहेत. शिवाय, मला अहिल्याबाई लिहायच्या होत्या त्या इतिहासाच्या शिलेदार म्हणून नव्हे, तर एक स्त्री म्हणून. एवढ्या वैभवशाली आयुष्यात दुर्दैवानं ज्यांची पाठ सोडली नाही अशा अहिल्याबाई मला लिहायच्या होत्या. नियतीच्या शापात जळणाऱ्या, तरीही लोककल्याणाचाच विचार करणाऱ्या अहिल्याबाई, नात्यांच्या विस्कटलेल्या गोफात गुरफटून गुदमरणाऱ्या अहिल्याबाईंची भावनिक, मानसिक आंदोलनं मला रेखाटायची होती. जवळच्या माणसांच्या मृत्यूंनी त्यांच्या मनावर उमटलेला प्रत्येक ओरखडा मला शब्दबद्ध करायचा होता. अर्थात, हे लिहिताना इतिहास टाळता येणारच नव्हता; कारण अहिल्याबाईंनी इतिहासावर उठवलेली मोहोर तितकीच ठाशीव होती. तरीही ही कादंबरी ऐतिहासिक कादंबरी न होता, अहिल्याबाईंचं एक स्त्री असणं अधोरेखित करणारी व्हावी, असा माझा मानस होता.

मराठ्यांच्या राज्याचे बिनीचे सरदार मल्हारराव होळकर यांच्या सूनबाई, होळकर यांच्या वैभवशाली जहागिरीची, नव्हे त्यांच्या साम्राज्याच्या अनभिषिक्त स्वामिनी अहिल्याबाई खंबीर राहून जहागिरीचा कारभार उत्तमरीत्या करू शकल्या; पण दुःखांचे आघातावर होणारे आघात हा नियतीचा शाप नाही टाळू शकल्या! अहिल्याबाईंचा असा विचार आजपर्यंत कोणी केला नसावा; कारण 'पुण्यश्लोक' अहिल्याबाई यांचं राजकीयधुरंधर असणं आणि त्यांचं लोककल्याणाचं कार्य हे आसेतुहिमाचल असणं एवढंच आतापर्यंतच्या अहिल्याबाईंवरच्या प्रत्येक पुस्तकात रेखांकित केलं गेलं आणि त्याचबरोबर रेखांकित केला गेला तो पेशव्यांचा इतिहास. या दोन्ही गोष्टींना न डावलता, अहिल्याबाईंचा स्त्री म्हणून विचार करणं माझ्या मनाला अधिक भावलं. आणि पेशव्यांचा

इतिहास व अहिल्याबाईंचं लोककल्याणाचं काम यांना सोबत घेऊन अहिल्याबाईंचं एक 'स्त्री' असणं मी अधोरेखित केलं. त्यांचं कर्तृत्व, दातृत्व, याचबरोबर पणाला लागलेलं त्यांचं मातृत्व... त्यांचं धोरणी असणं, राजकारणधुरंधर असणं, याचबरोबर त्यांचं दुर्दैवी पत्नी असणं, लोकमान्य असणं, वैभवशाली असणं, याचबरोबर त्यांचा भावनिक पदरही फाटका असणं. अहिल्याबाईंची अशी अनेक परस्परविरोधी मानसिक आंदोलनं रेखाटताना, शब्दांकित करताना माझ्या मनातही भावनांच्या अनेक लाटा उचंबळत होत्या आणि प्रत्येक लाट अहिल्याबाईंबद्दलची नवी भावना घेऊन मनावर आदळत होती. अहिल्याबाईंचं चरित्र आणि आभाळाएवढं कर्तृत्व अभ्यासत असताना त्यांच्या मनातल्या अथांग वेदनेनं माझ्या मनाचा ठाव घेतला. कोवळ्या वयापासून उतारवयापर्यंत दु:खाची परिसीमा भोगलेल्या अहिल्याबाई मोठेपणाचं कवच बाजूला सारून स्त्री अहिल्या म्हणून, सखी अहिल्या म्हणून माझ्यासमोर उभ्या राहिल्या! म्हणूनच त्यांच्याबद्दल संपूर्ण आदरभाव बाळगूनसुद्धा कादंबरीत 'अहिल्या' हेच संबोधन मला योग्य वाटलं, अधिक जवळचं, अधिक आपुलकीचं वाटलं.

ऐतिहासिक व्यक्तिरेखा शब्दांत मांडताना इतिहास वेगळा करता येतच नाही; पण तरीही 'स्त्री' म्हणून अहिल्याबाई शब्दबद्ध करताना इतिहासाला मी थोडंसं बाजूला ठेवलं आणि एक व्यक्ती, एक स्त्री अशा विचारातून मी अहिल्या उलगडली आहे. अर्थात अपरिहार्य असा जरुरीपुरता इतिहास जो अहिल्येच्या व्यक्तिमत्त्वाशी खूपच निगडित होता, तो ओघानं आलाच आहे. 'सकाळ प्रकाशना'कडून ही वेगळ्या दृष्टिकोनातून लिहिलेली कादंबरी प्रकाशित होत आहे याचा विशेष आनंद आहे.

अहिल्याबाई होळकर यांचा संपूर्ण इतिहास अत्यंत अभ्यासपूर्वक मांडणाऱ्या विनयाताई खडपेकर लिखित चरित्रात्मक पुस्तकातून मिळालेल्या अत्यंत उपयुक्त माहितीशिवाय ही कादंबरी लिहिणं केवळ अशक्य होतं. मी विनयाताई यांच्या या अभ्यासाला सलाम करते. माझी ज्येष्ठ मैत्रीण कमलताई, जिनं ही कादंबरी लिहून होईपर्यंत माझ्या शंका-कुशंका, प्रश्नं यांचा त्रास सोसला, मला तिच्या ऋणातच राहायला आवडेल. माझा मित्र आणि इतिहाससंशोधक गुरुप्रसाद कानिटकर यानं मला केलेलं मार्गदर्शनही अनमोल. मी त्याची आभारी आहे. या कादंबरीचं मुखपृष्ठ रेखाटणाऱ्या मधुमिता शिंदे, अक्षरजुळणी व मांडणी करणारे उमा व यशोधन लोवलेकर आणि या कादंबरीला पूर्णत्वाकडे नेणाऱ्या असंख्य अज्ञात हातांचे मी आभार मानते. माझ्या या वेगळ्या कादंबरीला माझे वाचक उदंड प्रतिसाद देतील हा विश्वास व्यक्त करते. धन्यवाद.

मंजुश्री गोखले

१

सरलेली दुपार, अंधारलेली. काळ्या ढगांनी सूर्याला झाकोळून टाकलेलं. उदासलेला सूर्य काळवंडलेला. भोवतालचं वातावरणही तसंच काळवंडलेलं. सगळीकडे सुन्न सन्नाटा. जीवघेणी शांतता. त्या शांततेला छेदणारा मधूनच एखादा हुंदका. काळीज चिरत जाणारा. तो थांबला की पुन्हा भयाण शांतता. खरोखरीच भयाण, भीती वाटावी अशी. एरवी माणसांना आवाज नकोसे वाटतात; पण आज ही भयाण शांतताच नकोशी वाटत होती. आज आवाजाची सोबत असावी असं वाटत होतं. कसला का असेना, पण आवाज हवा होता. कोणाचा का असेना, पण आवाज हवा होता. तोंडात पदराचा बोळा कोंबून आपला आवाज अडवणाऱ्या, गळ्यातून बाहेर पडणारा हुंदका थांबवू पाहणाऱ्या अहिल्येला तरी तसंच वाटत होतं. तिच्या तोंडून आवाज... नव्हे, टाहो फुटू पाहत होता; पण त्याला बाहेर पडायला मज्जाव होता. अहिल्येनं आवाज जणू गोठवला होता. तिचे डोळेही थिजल्यासारखे झाले होते आणि थिजल्या डोळ्यांनी ती समोर बघत होती. समोर पांढऱ्या वस्त्रात लपेटून खंडेरावांचं - अहिल्येच्या पतीचं कलेवर ठेवलं होतं. ते वस्त्र नावालाच पांढरं राहिलं होतं. खंडेरावांच्या रक्तानं भिजून ते लाल झालं होतं. त्या वस्त्रानं खंडेरावांचा चेहरा कोणाला दिसणार नाही अशा पद्धतीनं झाकलेला होता. फक्त पोशाखावरून कळत होतं की हेच खंडेराव आहेत म्हणून. त्यांचं ते छिन्न झालेलं शरीर, शरीर म्हणण्यापेक्षा त्याच्या छातीच्या वरचा भाग, तोफेचा गोळा लागून छिन्नविच्छिन्न झाला होता. एकटक, भिजल्या नजरेनं अहिल्या बघत होती. तिच्या डोळ्यांतून अश्रूही वाहत नव्हते. तिच्या प्रशस्त राहुटीत तिच्या भोवती जमलेल्या स्त्रिया तिनं रडावं म्हणून खंडेरावांचं वर्णन करत होत्या. बोलता बोलता गळा काढून रडत होत्या. पण अहिल्या मात्र जणू दगडाची झाली होती. ना तिचे डोळे वाहत होते, ना हुंदका अनावर होत होता. ना अंग थरथरत होतं, ना ओठ कापत होते. एखादी दगडी मूर्ती असावी, तशी अहिल्या बसली होती.

राजस्थानमधल्या भरतपूर जिल्ह्यात कुंभेरी किल्ल्याजवळ जाट विरुद्ध पेशवे (मराठा) असं लढाईला तोंड लागलं होतं. सूरजमल जाट कुंभेरी किल्ल्याच्या आत सैन्य घेऊन तयार होता. खंडेराव सैन्य घेऊन कुंभेरी किल्ल्याला वेढा देऊन बसले होते. त्या दिवशी वेढ्याची आणि शस्त्रास्त्रांच्या व्यूहनीतीची पाहणी करत असताना अचानक तोफेतून गोळा उडाला आणि खंडेरावांच्या मानेवर जाऊन लागला. खंडेराव तिथल्या तिथं गतप्राण झाले. पेशव्यांचा आणि होळकरांचा कुटुंबकबिला कुंभेरीपासून तीस मैलांवर असणाऱ्या डीग इथं होता. कुंभेरीत घडलेली ही भयंकर घटना स्वारानं डीगला येऊन सांगितली आणि एकच हलकल्लोळ माजला. सगळा स्त्रीवर्ग आणि दासदासी अहिल्येच्या राहुटीकडे धावल्या. अहिल्या आपला नऊ वर्षांचा मुलगा मालेराव आणि पाच वर्षांची मुलगी मुक्ताई यांना गोष्ट सांगत बसली होती. त्यात ती इतकी रंगून गेली होती, की बाहेर गलका उठला आहे हे तिला लवकर समजलंच नाही आणि समजलं तेव्हा तिला वाटलं की कोणीतरी सरदार जखमी झाला असेल. हे या तळावर रोजचंच होतं. शिवाय आज अजून युद्धाला सुरुवात झाली नव्हती. एवढ्यात तो गलका तिच्याच राहुटीच्या दाराशी आला. ती लगबगीनं बाहेर आली. तोच त्या गलक्यातून एक उच्च स्वर ऐकू आला, ''बाईसाहेब, तुमचं कुंकू पुसलं! खंडेराव तोफेचा गोळा लागून कामी आले!'' ते शब्द ऐकताक्षणी अहिल्येची जणू सगळी गात्रं गोठली. सगळ्या संवेदना गोठल्या. ती मट्कन खाली बसली. तिचे पती, तिचं सौभाग्य, मल्हाररावांचा एकमेव वारस खंडेराव मृत्यू पावले होते. तिचं कुंकू पुसलं गेलं होतं. वयाच्या अवघ्या एकोणतिसाव्या वर्षी अहिल्या विधवा झाली होती. नऊ वर्षांच्या मालेरावच्या डोक्यावरचं पित्याचं छत्र हरपलं होतं. तिचं आणि खंडेरावांचं अवघं एकोणीस वर्षांचं सहजीवन आज एका क्षणात संपलं होतं. वर्ष होतं १७५४, तारीख होती १७ मार्च. संवेदना गोठलेली, गात्रं बधिर झालेली अहिल्या शुद्धी-बेशुद्धीच्या सीमेवर होती. मधूनच तिला तो गलका ऐकू येत होता, तर मधूनच सगळं शांत होत होतं.

तिथं जमलेल्या सगळ्या स्त्रिया अहिल्येभोवती जमल्या होत्या. त्या अहिल्येला हाका मारत होत्या. गदागदा हलवत होत्या. तिच्या चेहऱ्यावर पाणी मारत होत्या. मधूनच सावध झालेली अहिल्या त्यांना प्रतिसाद देत होती. मधूनच 'अंऽऽ अं' असा हुंकार देत होती, तर मधूनच पुन्हा डोळे मिटून, मान टाकून बसून राहत होती. अथक प्रयत्नांनंतर अहिल्या पूर्ण सावध झाली. अगदी पूर्ण. पूर्णपणे भानावर आली ती. समोर धाय मोकलून रडणाऱ्या बायकांना बघून तिला प्रखर वास्तवाची जाणीव झाली. त्या रडणाऱ्या स्त्रीवर्गाकडं एक कटाक्ष टाकून ती निग्रहानं उठली.

त्या बायकांच्या घोळक्यातून वाट काढत ती राहुटीच्या पडद्यातून वाकून राहुटीबाहेर आली. इकडेतिकडे नजर टाकून तिनं पाहिलं. समोर एक स्वार उभा होता. अहिल्येला समोर बघून त्यानं मुजरा केला आणि तिच्यासमोर खाली मान घालून, हात बांधून उभा राहिला. अहिल्येनं पदर सावरला. डोळ्यांत जमा होणार पाणी निग्रहानं मागं सारून तिनं कठोर आवाजात त्या स्वाराला विचारलं, "हे सगळं कसं झालं?" तिच्या आवाजानं बावरलेला तो स्वार चाचरत म्हणाला, "जी! सरदारसाहेब युद्धशस्त्रांची पाहणी करत होते. तोफा भरून तयार ठेवल्यात की नाही याची चाचपणी करत होते. अचानक तोफेचा गोळा उडाला. तो सरदारसाहेबांच्या मानेवर जाऊन आदळला आणि ते खाली कोसळले." अहिल्येनं आपला ओठ दातांखाली दाबला. क्षणभर श्वास घेऊन तिनं स्वाराला आज्ञा केली, "ठीक आहे. जा आणि सेनापतींना मी लगोलग बोलावलंय म्हणून सांग." तिला मुजरा करून स्वार तातडीनं मागं फिरला. अहिल्या क्षणभर तिथं थांबली. आजूबाजूला नजर टाकली. सगळ्या छावणीत नुसता हाहाकार माजला होता. माणसं इकडून तिकडे सैरावैरा धावत होती. काय घडलंय हे त्यातल्या काही जणांनाच माहिती होतं. समोर एक हत्यारबंद सैनिक होता. अहिल्येनं त्याला हाक मारली. तिच्या हाकेसरशी तो धावत आला. मुजरा करून, हात बांधून उभा राहिला. अहिल्येनं त्याला नाव विचारलं. "बुधाजी," त्यानं सांगितलं. "हे बघा, बुधाजी, घटना भयंकर घडली आहे. पण हे सगळे जण सैरावैरा धावताहेत त्यांना थांबवा. इथं सगळ्यांचा कुटुंबकबिला आहे. बायका-मुलं आहेत. हा गोंधळ ताबडतोब थांबवा. नाहीतर मुलं-लेकरं घाबरून जातील. जा आधी!" बुधाजी मुजरा करून ताबडतोब पाठी फिरला. त्यानं ओरडून सगळ्यांना शांत केलं. होत असलेली ती पळापळ थांबवली. आवार शांत झालं. अहिल्येनं सुस्कारा टाकला.

तिच्या राहुटीत रडत बसलेल्या बायका अहिल्येकडं बघत होत्या. खंडेरावाच्या मृत्यूची बातमी ऐकून आणि त्याचं कलेवर बघून बेशुद्ध झालेली हीच का ती, असा त्यांना प्रश्न पडला होता. आपल्या पतीचं छिन्नविच्छिन्न झालेलं शरीर बघून बेशुद्ध पडलेली अहिल्या शुद्धीवर आली आणि वास्तवाची जाण आल्यावर तिच्यातल्या पत्नीवर तिच्या जबाबदाऱ्यांनी मात केली. अख्खा तळ सैरभैर झाला होता. त्याला सावरणारा, हुकूम देणाराच तिथं छिन्नविच्छिन्न होऊन पडला होता. ३०-३५ मैलांवर शत्रूचं ठाणं होतं. तळावर सगळ्या सरदार-मानकऱ्यांचा कुटुंबकबिला होता. स्वार अगदीच मोजके होते. बाजारबुणगे आणि सेवकच जास्त होते. सावध होताच ही सगळी परिस्थिती अहिल्येच्या लक्षात आली आणि एक नजर पतीच्या कलेवराकडं टाकून ती उठून उभी राहिली. परिस्थितीचा अंदाज घेऊन

तिनं भराभर आदेश दिले. सगळा गोंधळ थांबवला. सगळी परिस्थिती आटोक्यात आणली. घडलेल्या भयंकर घटनेचा अर्थ आणि परिणाम यांची भयानकता लक्षात येण्याआधीच अहिल्येतली सरदारीण जागी झाली होती. नाहीतरी खंडेराव युद्धाच्या ठिकाणी निघाले, की तळावरची सगळी जबाबदारी अहिल्येवरच असायची. तिला अशी जबाबदारी पार पाडण्याचा चांगलाच सराव होता आणि आत्ताही तिचं मन थाऱ्यावर नसलं, तरी या जबाबदारीवरचं लक्ष जराही विचलित झालं नव्हतं. एखादा वारकरी मनानं अस्वस्थ असला, तरी सरावानं त्याचा टाळाचा ठेका चुकत नाही. अहिल्येचंही तसंच झालं होतं.

परिस्थिती सगळी आटोक्यात आली आणि अहिल्येनं सुस्कारा टाकला. या तळावरची परिस्थिती तर आटोक्यात आली होती; पण अजून बरीच कामं बाकी होती आणि तीही तातडीनं करावी लागणार होती. अहिल्या सेनापतींची वाट बघत होती आणि ते आलेच. तिला मुजरा करून म्हणाले, ''हुकूम, बाईसाहेब!'' अहिल्या मागे वळली. सेनापतींला म्हणाली, ''कुंभेरीला तातडीनं स्वार पाठवा. सुभेदार तिथं आहेत. त्यांना ही वस्तू द्या आणि घडलेल्या घटनेची खबर द्या. आणि हो! या घटनेची खबरबात शत्रूच्या गोटापर्यंत जाणार नाही याची खबरदारी घ्या.'' अहिल्येची सावध दृष्टी, तिचं याही परिस्थितीतलं जबाबदारीचं वागणं, स्वत:ला सावरून पहिल्यांदा तळावरच्या लोकांची सुरक्षितता बघणं, हे सगळं पाहून सेनापती स्तिमित झाले. तोच अहिल्येचे पुढचे शब्द त्यांनी ऐकले आणि त्यांच्या अंगावर सर्रकन काटा आला. अहिल्येचे पुढचे शब्द होते, ''सेनापती, सतीची वस्त्रं आणवा.'' ते शब्द ऐकले आणि आपल्या कानात कोणीतरी उकळतं तेल ओतलंय असं सेनापतींना झालं. त्यांनी नजर उचलून एकदाच अहिल्येकडं पाहिलं. पण तिच्या चेहऱ्यावरचा करारी भाव, डोळ्यांतला तो निश्चय बघितल्यावर पुढं काही सांगायची किंवा विचारायची त्याची हिंमत झाली नाही. मुजरा करून ते वळले. तसे धावतच घोड्यावर स्वार झाले आणि त्यांनी घोडा कुंभेरीच्या दिशेनं वळवला.

कुंभेरीपासून थोड्या अंतरावर पेशव्यांचे बिनीचे सरदार मल्हारराव होळकर यांनी आपला तळ टाकला होता. कुंभेरी किल्ल्याभोवती असलेल्या खंडेरावांच्या तळावर जे घडलं, ते इतकं निमिषमात्रात घडलं होतं, की त्या तळावरही ती घटना सगळ्यांना कळेपर्यंत खंडेरावांचं कलेवर डीगला आणलं गेलं होतं. सेनापती मल्हाररावांच्या समोर जाऊन उभे राहिले. मल्हारराव गौतमाबाईंशी बोलत बसले होते. विषय अर्थातच युद्धाचा होता. सेनापतींनी बाहेरून हाक दिली आणि दारावरल्या सैनिकानं कनातीच्या आत जाऊन वर्दी दिली. डीगहून स्वत: सेनापती आले आहेत

म्हटल्यावर मल्हाररावांनी त्यांना तातडीनं आत घेऊन यायला सांगितलं. सेनापती आत आले. मुजरा करून त्यांनी कमरेच्या दुशेल्यात ठेवलेली, अहिल्येनं त्यांच्याजवळ दिलेली ती वस्तू काढून मल्हाररावांच्या हातात दिली. तो कुंकवाचा करंडा होता. तो हातात घेऊन त्यावर नजर जाताच मल्हारराव चरकले. त्यांच्या अंगाला थरथर सुटली. त्यांना आठवलं, खंडेरावांच्या लग्नानंतर अहिल्येच्या गृहप्रवेशाचे वेळी मल्हाररावांनी गौतमाबाईंसोबत हा सोन्याचा कुंकवाचा करंडा अहिल्येच्या हातात दिला होता आणि सांगितलं होतं, "सूनबाई, माझ्या लेकाच्या नावाचं हे कुंकू लावून तुमास्नी सून करून आनलंय. त्याला जिवापाड जपा." आज तोच करंडा अहिल्येनं सेनापतींकरवी परत पाठवला होता. मल्हाररावांनी स्वतःला सावरलं. डोळ्यांतून बाहेर पडू पाहणारं पाणी निग्रहानं अडवत मल्हाररावांनी नजर उचलून सेनापतींकडं पाहिलं. त्यांना नजरेनंच 'खरं काय?' असं विचारलं. त्यांनी खाली मान घालत 'होय' अशी मान हलवली. मल्हाररावांनी कुजबुजत्या स्वरात 'कसं काय?' विचारलं. सेनापतींनीही हळू आवाजात 'तोफेचा गोळा उडून' असं सांगितलं. मल्हाररावांनी राहुटीच्या बांबूचा आधार घेतला. सेनापतींनी त्यांना सावरलं. 'मेणा बोलवा!' असं सांगून मल्हारराव आत गेले. गौतमाबाईंसमोर कसं तरी स्वतःला सावरत त्यांनी त्यांना सांगितलं, "आपल्याला डीगला जायचं हाय! सूनबाईंचा सांगावा आलाय! चला बिगीनं!" मल्हाररावांनी फेटा उचलला. पुन्हा खाली ठेवला. गौतमाबाईंकडं नजर जाताच पुन्हा उचलला आणि तो हातात धरून ते राहुटीबाहेर आले. मेणा तयार होता. गौतमाबाई मेण्यात बसल्या. भोई निघाले. मल्हाररावांनी घोड्यावर मांड टाकली आणि सेनापतीला मेण्यासोबत राहायला सांगून त्यांनी घोड्याचा लगाम खेचला. मानेवर थोपटून त्यांनी घोड्याला गती दिली. घोडा वाऱ्याच्या वेगानं निघाला.

अर्ध्या तासातच ते डीगच्या तळावर पोहोचले. तळावर स्मशानशांतता होती. धावत्या घोड्यावरूनच खाली उडी टाकून उतरून मल्हारराव अहिल्येच्या राहुटीत गेले. कनातीचा पडदा उचलून ते आत गेले आणि जागच्या जागी सुन्न होऊन उभे राहिले. आत सगळ्या स्त्रिया होत्या. त्या विखरून गोल करून बसल्या होत्या. पांढऱ्या वस्त्रात झाकलेलं खंडेरावांचं कलेवर मध्येच ठेवलं होतं. ते जवळपास सगळं रक्तानं भिजलं होतं. एका कडेला अहिल्या बसली होती. बाकीच्या स्त्रिया हुंदके देत होत्या. ऊर बडवून घेत होत्या. पण अहिल्या मात्र सुन्न होऊन बसली होती. तिचे डोळे कोरडे होते. नजर स्थिर होती. चेहऱ्यावर मात्र प्रचंड वेदना होती. कदाचित दुःख आवरण्याची पराकाष्ठा त्यातून दिसत होती. खंडेरावांचा मृत्यू झाल्यावर तळावर माजलेला गोंधळ तशाही परिस्थितीत अहिल्येनं कसा सावरला

होता हे सेनापतींनी मल्हाररावांना सांगितलं होतं. अहिल्येला जाणिवेचं भान किती होतं याचंच ते द्योतक होतं. तशाही परिस्थितीत भान ठेवून वागण्याऱ्या आपल्या सुनेचं मल्हाररावांना कौतुक वाटलं.

मल्हाररावांच्या पाठोपाठ गौतमाबाई आल्या. राहुटीतलं समोरचं दृश्य बघून त्यांनी हंबरडा फोडला आणि त्या तिथेच कोसळल्या. मल्हाररावांनी त्यांना पडता पडता धरलं; पण गौतमाबाईंना बघून त्या राहुटीत पुन्हा हलकल्लोळ माजला. अहिल्येच्या स्थिर डोळ्यांतून नुसतंच पाणी वाहायला लागलं. तिची दोन्ही लेकरं - मालेराव आणि मुक्ताई तिला बिलगून बसली होती. अहिल्येनं दोन्ही हातांनी मुलांना घट्ट धरलं होतं. जणू ती आपल्या मनाला त्यांचा आधार शोधत होती. मल्हाररावांना ते दृश्य बघवेना. थरथरत्या शरीरानं ते तिथून बाहेर आले आणि बाजूला उभे राहून आपल्या डोळ्यांतून वाहणारं पाणी न पुसता तसेच उभे राहिले. काही वेळ गेला आणि सेनापती जवळ आले. मुजरा करून हळू आवाजात म्हणाला, ''सुभेदार, एक सांगायचं होतं!'' भिजल्या डोळ्यांनी मल्हाररावांनी त्याच्याकडं पाहिलं. त्यांच्या नजरेतला आदेश ओळखून, खाली मान घालून तो म्हणाला, ''सुभेदार, बाईसाहेबांनी सतीची वस्त्रं आणायला सांगितली आहेत.'' सेनापतीचं बोलणं ऐकून मल्हाररावांच्या काळजाचं पाणी पाणी झालं. काही न बोलता त्यांनी मान फिरवली.

दिवस सरला. डीगच्या तळापासून थोड्या अंतरावर चिता रचली गेली. मल्हारराव आणि गौतमाबाई अहिल्येच्या राहुटीत बसले होते. अहिल्या त्या दोघांसमोर उभी होती. बाजूला तबकात सतीची वस्त्रं ठेवली होती. गौतमाबाई राहून राहून डोळ्याला पदर लावत होत्या. मल्हारराव आता काहीसे सावरले होते, तरीही त्यांचं मन स्थिर होत नव्हतं. अहिल्येनं सती जाण्याची इच्छा बोलून दाखवल्यापासून ते जास्तच गोंधळले होते. ''मामंजी, मला यांच्यासोबत जाऊ द्या. ते गेले; आता माझ्या जीवनाला काहीच अर्थ नाही. मी तरी जगून काय करू? यांची पत्नी म्हणून मला यांच्यासोबत गेलं पाहिजे.'' हुंदका आवरत अहिल्या बोलत होती. तिचं बोलणं ऐकून गौतमाबाईंनी मोठा हुंदका दिला. काही क्षण कुणीच काही बोललं नाही. क्षणभर विचार करून मल्हाररावांनी बोलायला सुरुवात केली. ''सूनबाई, तू म्हणतीस ते एका परीनं दुरुस्त हाय. पण पोरी, तुझ्या जगण्याला अर्थ नाही असं का म्हणतीस? अगं, तुझ्या पदरात दोन लेकरं हायत. त्यांचा इचार कर. अगं, सुभेदाराचा वारस, मालेराव हा तुझा लेक हाय. त्याला मोठा करायचा हाय. मुक्ताईचं लगीन करायचं हाय. ती तुझीच जबाबदारी हाय. ती टाकून तू सती जानार व्हय? पोरी, आता माझं वय होत आलं. मी किती दीस हा पसारा सांभाळनार. आता खंडेराव तर गेला. आता

हा जहागिरीचा पसारा तुलाच सांभाळायचा हाय. तू गेलीस तर आम्हाला आणि त्या लेकरांना कोण हाय?'' मल्हारराव अहिल्येची समजूत काढत होते. पण अहिल्या ऐकायला तयार नव्हती. तिच्या मनात काहीतरी खदखदत होतं. शेवटी ती म्हणाली, ''मामंजी, मी त्यांची पहिली पत्नी. मीच सती जायला पाहिजे त्यांच्याबरोबर. त्यांच्या इतर दोन बायका आणि त्यांच्या नाटकशाळासुद्धा सती जातायत. मग मी का नाही? पत्नीचा मान मला आहे, मग सतीचा का नाही?'' अहिल्येनं विचारलंच. या तिच्या प्रश्नांवरून मल्हाररावांना तिच्या मनातली अस्वस्थता उमजली. ''सूनबाई! अगं, सतीपनाचा मान हा आजच्या दिवसापुरताच हाय! पन ही जहागिरी सांभाळण्याचा जिम्मा आनि तो मिळणारा मान हा अख्खा जिंदगीभर हाय. सूनबाई, तू खंडेरावांसोबत सती गेलीस, तर तिथं काय तुला त्यांच्यासंगत संसार करता येनार न्हाई. पन तू मागं राहिलीस, तर त्यांच्या आठवणी तुझ्यासोबत राहतील.'' मल्हाररावांचा एकेक शब्द अहिल्येचं मनोधैर्य ढासळवत होता. ''पण, मामंजी, त्यांच्याशिवाय मी कशी जगू? कुणासाठी जगू?'' अहिल्येनं पुन्हा काकुळतीनं विचारलं. तिचं खंडेरावांवरचं प्रेम तिच्या स्वरातून व्यक्त होत होतं. मल्हारराव जागचे उठले. अहिल्येच्या जवळ गेले. तिच्या खांद्यावर हात ठेवून म्हणाले, ''पोरी, अगं, तुझ्या पदरात दोन लेकरं हायत. त्यांच्यासाठी तरी तुला जगलंच पाहिजे. सगळं मिळंल या जगात, पर पोरी, आई मिळत नाही. त्यांच्यावरचं आईचं छत्र घालवण्याचा तुला काय अधिकार? आता त्यांच्यासाठीच तुला जगायला हवं. ऐक माझं! ऐक या म्हाताऱ्याचं!'' मल्हारराव अगदी मायेनं तिची समजूत घालत होते.

अहिल्येची मन:स्थिती द्विधा होत होती. एकीकडं मल्हारराव सांगतात ते तिला पटत होतं, तर एकीकडं आपल्या प्रिय पतीचा विरह तिला सहन होत नव्हता. खंडेरावांचं तिच्यावर आणि तिचं खंडेरावांवर मनापासून प्रेम होतं. खंडेरावांची अजून दोन लग्नं झालेली असली किंवा ते त्यांच्या नाटकशाळांकडं, अंगवस्त्रांकडं जात असले, तरी त्यांच्या मनात अहिल्येविषयी प्रेम होतं. आदर होता, सन्मान होता. आणि जेव्हा जेव्हा त्या दोघांची भेट व्हायची, तेव्हा तेव्हा अहिल्येला हे जाणवायचं. म्हणूनच तिचं खंडेरावांवर प्रेम होतं. तरीही एकीकडं मल्हारराव सांगतायत तेही तिला पटत होतं. तिची दोन्ही मुलं अजून लहान होती. मालेराव नऊ वर्षांचे, तर मुक्ताई पाच वर्षांची. त्यांना आईची गरज होती. तिच्या मनातली ती चलबिचल तिच्या डोळ्यांत उमटली. मल्हाररावांनी ती वाचली. तिच्या डोक्यावर हात ठेवून ते म्हणाले, ''पोरी, इचार कसला करतीस? इचार करण्यात फार येळ घालवू नगंस. खंडेरावांचा आत्मा देह चितेवर चढण्याची वाट बघत असंल. त्यांस्नी खोळंबून ठेवू

नगंस. तुझी लेकरं केविलवाणी झाली हायत. त्यांच्याकडं बघ, मन घट्ट कर आनि त्या दोघांना कुशीत घेऊन खंडेरावांस्नी निरोप दे.'' अहिल्येनं मल्हाररावांकडं नजर उचलून पाहिलं. तिच्या नजरेला नजर मिळताच मल्हाररावांच्या अंगावर सर्रकन काटा आला. काय सांगत होती ती नजर!

प्रिय पतीचा विरह, त्याच्या मृत्यूचं काळीज पिळवटून टाकणारं दु:ख, मुलांच्यात अडकलेलं मन, तरीही पतीसोबत सहगमन करण्याची तीव्र इच्छा, त्याची पूर्तता केल्यावर मिळणारं समाधान, पण त्याच बरोबर लेकरांच्या वियोगाचं दु:ख, त्यांच्या पोरकेपणाचा सल, त्यांच्या भवितव्याची चिंता, सासू-सासऱ्यांच्या वृद्धपणाची काळजी, त्यांच्या सेवेबद्दलची जाणीव, जहागिरीची जबाबदारी, मुक्ताई मुलगी असल्यानं तिची वाटत असलेली अतोनात काळजी, अशा अनंत भावना ती नजर बोलत होती. तिच्या नजरेतल्या त्या भावना वाचून आता मात्र मल्हारराव जणू गलितगात्र झाले. तिच्या मस्तकावरचा हात काढून त्यांनी हात जोडले. डोळे मिटून देवाकडं मनोमन शक्ती मागितली आणि तसेच हात जोडून अहिल्येला म्हणाले, ''पोरी, एवढं ऐक माझं. सती जाऊ नगंस. तुला आण हाय तुझ्या या लेकरांची, या म्हाताऱ्याची. पोरी, तुला शेवटचं सांगतो. तू सती गेलीस तर हा मल्हारराव होळकर संपून जाईल. पोरी, या म्हाताऱ्याचं ऐक जरा. मी तुला वडलांच्या जागी हाय. पोरी, तू माझं ऐकलंस तर माझी सून अहिल्या मेली आणि माझा मुलगा खंडेराव जिवंत हाय असं मी समजंन! ऐक माझं!'' बोलता बोलता मल्हाररावांचा आवाज कापायला लागला. त्यांची ती गलितगात्र अवस्था अहिल्येच्या लक्षात आली. ती खाडकन भानावर आली. आपण सतीचं पुण्य मिळवण्याचा विचार करून आपल्या एकट्याचाच विचार करत होतो हे तिच्या लक्षात आलं. आपली दोन लेकरं आणि आपले सासू-सासरे यांना आपल्याशिवाय कोणी नाही याची जीवघेणी जाणीव तिला झाली आणि तिनं विचार बदलला. मल्हाररावांचे जोडलेले हात आपल्या हातात धरून ती भरल्या आवाजात म्हणाली, ''मामंजी, तुम्ही आता दु:ख करू नका. तुमची सून मेली आणि तुमचा मुलगा हा तुमच्यासमोर आहे. हे तुमचे शब्द आता मी खरे करून दाखवेन. मी नाही जात सती!'' अहिल्येचे शब्द कानावर पडले आणि मल्हाररावांची डोळे पुन्हा भरून आले. गौतमाबाई जागच्या उठल्या आणि त्यांनी रडत रडत अहिल्येला मिठी मारली.

त्यानंतर पुढच्या घटना वेगाने घडल्या. सूर्य मावळत होता. रिकाम्या गवताळ मैदानावर मोठी पसरट चिता रचली होती. खंडेरावांचं शव त्यावर ठेवण्यासाठी आणलं गेलं. त्यांच्या इतर दोन बायका आणि उपस्त्रिया चितेवर मांडी घालून

बसल्या. त्यांनी सतीची वस्त्रं चढवली होती. लोक सतीमातांचा जयजयकार करत होते. तो जयजयकारही अहिल्येच्या मनावर एक कायमचा ओरखडा उमटवून गेला. त्यांच्या जवळ खंडेरावांचं शव ठेवण्यात आलं. अहिल्येनं आपले सौभाग्यालंकार उतरवून खंडेरावांच्या शरीरावर ठेवले. त्या अलंकारांसोबत डोळ्यातल्या अश्रूंची माळही तिनं त्यांच्या शरीरावर वाहिली. खंडेरावांचा चेहरा छिन्नविच्छिन्न झालेला असल्यामुळं झाकलेलाच होता. मनात असलेली त्यांची छबी आठवत, मुक्ताईला घेऊन अहिल्या बाजूला झाली. मालेरावांना सोबत घेऊन मल्हाररावांनी चितेला अग्नी दिला. बारा शरीरं पोटात घेऊन आगीच्या ज्वाळा आकाशात झेपावल्या. आणि त्याचबरोबर अहिल्येचं सौभाग्यसुद्धा. आकाशात झेपावणाऱ्या त्या केशरी ज्वाळांकडे एक टक बघत असलेल्या अहिल्येला त्यात दिसली लहान, धिटुकली अहिल्या. चौंढी गावच्या माणकोजी शिंदे या पाटलांची मुलगी. अहिल्या. धीट पण धिटुकली. सातआठ वर्षांची परकरी पोर अहिल्या.

२

धिटुकली अहिल्या. असेल चारपाच वर्षांची. मातीची सुगडी बनवण्यात इतकी गुंतली होती, की त्या नादात आपल्या केसांत, झग्यावर, हाताच्या पार कोपरापर्यंत चिखल लागलाय याचं तिला भान नव्हतं. विहिरीच्या शेजारी बसून सकाळपासून ती या कामात दंग होती. चूल, बोळकी, खुर्ची, पतंग हे करून झालं होतं. आता मोठी सुगडं करायची राहिली होती. ती त्यात एवढी दंग होती, की आईनं तीनचार हाका मारल्या तरी तिला ऐकायला आल्या नाहीत. शेवटी आई तिला शोधत तिथं आली. अहिल्येचा अवतार बघून तिनं कपाळावर हात मारून घेतला. ''अरं माझ्या कर्मा! अगं पोरी, काय गं ह्ये? समदी चिखलानं माखलीयास जनू! अगं बघ, बघ! तुझ्या केसात बी चिखल हाय! उठ आता, पुरं झालं तुझं मातीत खेळणं! चल, आधी आंघोळ घालते तुला. चल, चल उठ!'' असं म्हणत आईनं अहिल्येला दंडाला धरून उभी केली. अहिल्या उभी राहिली आणि झग्याच्या घेरातनं हीऽऽ माती खाली पडली. आईनं पुन्हा कपाळावर हात मारला. ''अगं अहिल्ये, काय गं ह्ये? अगं, वटीत समदी माती भरलीय? अगं, त्या झग्याचं काय व्हईल? वटीत कशापाई माती घिऊन बसली व्हतीस बाई?'' तिचा झगा झटकत आईनं प्रश्न केला.

''अगं आई, माती आपल्याला वटीत घेती असं तूच म्हणतीस? मग म्हणून मी मातीला वटीत घेतलं. तिला बरं वाटावं म्हणून!'' अहिल्येनं स्पष्टीकरण दिलं तशी आईच्या चेहऱ्यावर हसू उमटलं. ''आता काय म्हनावं या पोरीला!'' असं पुटपुटत ती अहिल्येला घेऊन घरात गेली.

बीड परगण्यातलं चौंढी गाव. सीणा आणि हरणा या दोन नद्यांच्या संगमावर वसलेलं. त्यामुळे समृद्ध असलेलं. सीणेश्वराचं देखणं मंदिर आणि चौंडा देवीचं सुबक मंदिर असलेलं. चौंढी गाव. इथले पाटील म्हणजे माणकोजी शिंदे. गावची पाटीलकी त्यांच्याकडे. त्यांचं मूळ गाव चौंढीपासून जवळच असलेलं अहमदनगर परगण्यातलं पाथर्डी. तिथं त्यांची शेतीवाडी, गाई-गुरं, शेळ्या-मेंढ्या. पण ते गावचे

पाटील असल्यानं त्यांचा मुक्काम चौंढीतच असे. तिथंही त्यांचं घर, थोडी जमीन होती. जित्राबं होतीच. गावात चौंडा देवीचं सुबक मंदिर होतं. त्या देवीवर माणकोजींच्या पत्नी - सुशीलाबाईंची फार श्रद्धा. इथं राहायला आल्यावर त्यांनी देवीला नवस केला, "तुझ्यासारखं लेकरू पोटाला येऊ दे! तुझा आशीर्वाद असू दे!" आणि बोलाफुलाला गाठ तशी ही अहिल्या जन्माला आली. सावळ्या रंगाची, लुकलुकत्या, काळ्या करवंदी डोळ्यांची, गोबऱ्या गालांची आणि काळंभोर, केसांचं भरपूर जावळ असलेली ही पोर सुशीलाबाईंच्या पोटी आली. तिचं घर जणू आनंदानं गजबजून गेलं. अहिल्या एवढी गोड आणि खट्याळ होती, की गल्लीतल्या बायकांच्यात अहमहमिका लागायची तिला घेऊन फिरण्याची. अहिल्या तर अशी खट्याळ, की शेजारच्या बायका आलेल्या ती बरोबर ओळखायची आणि त्यांनी आपल्याला उचलून घ्यावं, फिरायला न्यावं, हिंडवून आणावं म्हणून त्यांच्याकडं बघून गोड हसायची. बायकांनी उचलून घेतलं की छान फिरून यायची. सुशीलाबाईंच्या वाट्याला ती कमीच यायची आणि जेवढी यायची, त्यात सुशीलाबाई मग तिचे लाड करून आपली हौस भागवून घ्यायच्या. अहिल्या मोठी झाली. सगळ्या घरभर पळायला लागली. शेतात जायला लागली. आणि जशी ती शेतात जायला लागली, तसं तिला तिथंच राहायला आवडायला लागलं. वाऱ्यावर डुलणारं ते हिरवंगार शेत, त्या खोल, गहिऱ्या विहिरी, त्यातलं थंडगार, गोड पाणी. आता अहिल्येला दुसरं काही नकोसंच वाटायला लागलं. त्यातच तिला आताशा नाद लागला होता चूल-बोळकी बनवायचा. आज ती त्यातच दंग होती. आईनं चिखलानं माखलेल्या अहिल्येला उचललं आणि सरळ विहिरीच्या कठड्यावर बसवलं. रहाटानं पाणी ओढून बदाबदा तिच्यावर ओतलं. तिच्या अंगभर लागलेला चिखल काढला. दुसरा झगा घातला आणि तिला घरात घेऊन गेली. खरं तर हे अहिल्येला अजिबात आवडलं नव्हतं. किती छान बोळकी बनवली होती तिनं. आईनं उगाच तिथनं उठवून आणलं होतं. 'ते काही नाही; आता उद्या ते अर्धवट राहिलेलं काम पूर्ण करायचंच. आई काही म्हणू दे!' अहिल्येनं मनाशी निश्चय केला आणि विशेष म्हणजे अहिल्येला तशी संधी मिळालीही. दुसऱ्या दिवशी घरी बरेच पाहुणे आले आणि सारजाला मदतीला घेऊन आई स्वयंपाकाच्या तयारीला लागली. अहिल्येला जणू रान मोकळं झालं.

आईचा डोळा चुकवून तिनं तडक मळा गाठला. काल गोळा करून ठेवलेली माती वाऱ्यानं पसरली होती. ती पुन्हा एकत्र गोळा केली. रहाटाचं डेचकं काढून ते अर्धंमुर्धं भरलेलं डेचकं घेऊन ती आपल्या बैठकीच्या जागी आली. थोडं थोडं पाणी घालून तिनं माती मळायला घेतली. तिनं ढीगभर माती मळून ठेवली.

आता तिला तिच्या मनासारखं सगळं बनवता येणार होतं. भूक लागायचा प्रश्नच नव्हता. या उद्योगात तर तिला तहान-भूक लागणारच नव्हती तशी आणि आज पाहुणे आलेत, पुरणपोळीचा बेत आहे, जेवायला उशीर होणार म्हणून आईनं तिला चांगले वाडगाभर दूधपोहे दिले होते. त्यामुळं भुकेचा प्रश्न नव्हता. आता अहिल्येनं आपल्या कामगिरीत आणि कारागिरीत लक्ष घातलं. आणि तिच्या हातून एकेक वस्तू आकार धारण करायला लागली. अहिल्येचा हात इतका सुबक होता, की त्या त्या वस्तूंच्या आकारातसुद्धा सुबकता होती. कुठंही ओबडधोबडपणा नव्हता. अहिल्येच्या हातात जशी सुबकता होती, तशीच विचारांत निश्चिंतता होती. ठामपणा होता. सुसूत्रबद्धता होती. त्यामुळे त्या मातीतून तिनं एखादी वस्तू बनवायला घेतली, की तीच वस्तू बनत असे आणि तिचा जसा आकार असेल, तसाच आकार येत असे. विहिरीच्या पाठीमागं गोलाकार झाडं होती. चांगली मोठी मोठी, मुद्दाम लावून वाढवलेली. त्याच्या मध्यभागी चांगलं सहा खणांचं पटांगण तयार केलेलं होतं. शेतातल्या गडी माणसांना गोल करून जेवायला बसता यावं म्हणून. त्या पटांगणावर सगळीकडून त्या झाडांची गर्द सावली पडत असे. अहिल्या तिथंच बसली होती. आणि एकेक वस्तू बनवून ती त्या पटांगणात मांडत होती. सकाळी दूधपोहे खाऊन आल्यापासून आता मध्यान्ह टळून गेली तरी अहिल्या इथंच होती.

पाहुण्यांची जेवणं झाली. सुशीलाबाईंनी सारजाला अहिल्येला बोलवायला सांगितलं. सारजानं अहिल्येला सगळीकडं शोधलं. शेवटी ती सुशीलाबाईंना सांगायला आली, की अहिल्या कुठेच दिसत नाही. सुशीलाबाई म्हणाल्या, ''मला ठावं हाय ती कुटं असणार ते? चल माझ्यासंगट!'' त्या आणि सारजा निघाल्या, तर ते पाहुणेही सोबत निघाले. सगळे जण मळ्यात आले. तो हिरवागार मळा बघून पाहुणे आनंदित झाले. चालत चालत सगळी विहिरीजवळ आली. विहिरीच्या पाठीमागं त्या झाडांची गर्द सावली पडली होती. पाहुणे सुशीलाबाईंसोबत त्या ठिकाणी आले आणि सगळ्यांचे डोळे विस्फारले गेले. त्या गर्द सावली असलेल्या पटांगणात अहिल्या बसली होती. अक्षरशः मातीनं माखलेली. पण याहीपेक्षा सगळ्यांचे डोळे विस्फारण्याचं कारण वेगळंच होतं. त्यांच्या समोर इवलेइवले आकार धारण करून एक अख्खं गाव वसलं होतं. त्यात तटबंदी असलेले बुरूज होते. त्या बुरुजांना लागून एक महाल होता. त्याच्या आसपास लहानलहान राहुट्या होत्या. त्या राहुट्यांच्या बाहेर महालावर गस्त घालणारे सैनिक होते. अगदी त्यांच्या हातात भालेसुद्धा होते. एका बाजूला छोटीछोटी झोपडीवजा घरं होती. त्या घरांच्या शेजारीच बाजार होता. तिथं भाजी विकायला बसलेले स्त्री-पुरुष होते. एका बाजूला एक मंदिर होतं. मंदिराच्या

जवळ एक नदीसुद्धा होती. त्या नदीला पायऱ्या असणारा सुंदर घाट होता. नदीच्या पलीकडं शेत होतं. शेतात राबणारा शेतकरी होता. शेतात चक्क विहीरसुद्धा होती. त्या चार अंकणाच्या सावलीत एक सुबक, सुंदर, टुमदार गाव वसलं होतं. आणि ही सगळी कारागिरी अहिल्येची होती. तिच्या अंगभूत कल्पनाशक्तीची, स्वाभाविक कौशल्याची, अभिजात विचारधारेची ही कमाल होती. ही कमालीची अभिव्यक्ती होती. पाचसहा वर्षांची चिमुरडी अहिल्या. आज पाहुणे येणार म्हणून आईनं खणाचं परकर-पोलकं आज तिला घातलं होतं. दाट केसांची वेणी घालून तीवर गजरा माळला होता. पण आत्ता या सगळ्या साजावर मातीचा साज चढला होता. अहिल्या नखशिखान्त मातीनं माखली होती. तिच्या सर्वांगावर जणू मातीचा लेपच चढला होता. ते बघून सुशीलाबाईंनी कपाळावर हात मारून घेतला. पण पाहुण्यांनी मात्र अहिल्येच्या कारागिरीचं कौतुक केलं. सुशीलेच्या सांगण्यावरून सारजा पुढे झाली, तिनं अहिल्येला मातीतून उठवलं. पाहुणे समोर असल्यानं अहिल्या समजूतदारपणानं उठली आणि सारजाबरोबर घरी गेली.

पाहुणे गेल्यावर रात्री सुशीलाबाईंनी दिवसभराची हकीगत माणकोजींना सांगितली. त्यातच अहिल्येचा दिवसभराचा उद्योगही सांगितला. माणकोजींच्या कानावर ते आलंच होतं. त्यांचा शेतगडी शिवाच्या आग्रहावरून ते बघूनही आले होते. अहिल्येच्या बुद्धीचं त्यांनाही कौतुक वाटलं होतं; पण सुशीलाबाईंचं म्हणणंही बरोबर होतं. शेवटी पोरीची जात होती. अहिल्या तशी धाडसी होती, कामसू होती. जबाबदार होती. कुठलंही काम अंगावर घेतलं, की ते पूर्ण केल्याशिवाय ती राहत नसे. तलवार चालवणं, धनुष्यबाण मारणं, घोडेस्वारी करणं याचे प्राथमिक धडेही तिनं गिरवले होते. पण आता अहिल्या सहा वर्षांची होती. एखाद्या वर्षात तिचं लग्न करावं लागणार होतं. त्या दृष्टीनं, सासरी गेल्यावर कसं कसं वागलं पाहिजे याचे धडे तिला आत्ताच द्यावे लागणार होते. आता हे हुंदडणं कमी व्हायला हवं होतं. सुशीलाबाईंचं हे म्हणणं माणकोजींना पटलं. त्यांनी सुशीलाबाईंना आश्वस्त केलं की, मी अहिल्येला समजावून सांगतो. बाप-लेकीचं फारच गूळपीठ होतं. धनी तिला नक्की समजावून सांगतील याचा तिला विश्वास होता. माणकोजी मात्र रात्रभर विचार करत होते. अहिल्या जशी शहाणी आणि समजूतदार होती, तशीच हट्टीही होती. एखादी गोष्ट तिनं मनाशी ठरवली, तर ती झालीच पाहिजे असा तिचा अट्टाहास असायचा. एखादी गोष्ट तिला हवी असली, तर ती मिळाल्याशिवाय ती शांत बसायची नाही. माणकोजींना आठवत होतं, तिनं घोडेस्वारी शिकण्याचा हट्ट धरला होता. सगळ्यांनी लाख समजूत घातली. सुशीलाबाईंनी 'पडशील, लागेल,

हातपाय मोडतील' अशी भीतीही घातली; पण अहिल्या डगमगली नाही. तिनं आपला हट्ट सोडला नाही. शेवटी शिवाला सांगून माणकोजींनी तिला घोड्यावर बसायला शिकवलंच आणि अहिल्याही अशी हुशार, की तीसुद्धा चार दिवसांत शिकली. त्यामुळं सगळ्यांनाच गप्प बसावं लागलं. माणकोजींना हे सगळं आठवलं आणि अहिल्येला वेगळ्या पद्धतीनं समजवायला लागेल हे त्यांच्या लक्षात आलं. आणि त्यांना दुसऱ्या दिवशीच तशी संधी मिळाली.

दुसऱ्या दिवशी सकाळी शेतगडी शिवा सांगत आला की, 'चौंडा देवीच्या मंदिराची देखभाल करणारा बंडा गुरव आजारी पडलाय आणि त्याचा मुलगा येऊन त्याला अहमदनगरला घेऊन गेलाय. तेव्हा आता मंदिराची देखभाल कोण करणार हा प्रश्न आहे.' माणकोजींनी ते ऐकलं आणि त्यांना वाटलं, की देवीनंच आपली हाक ऐकली. त्यांनी बघितलं, अहिल्या तिथंच होती. तिच्याकडं न बघता शिवाकडं बघून माणकोजी म्हणाले, "अरं देवा! शिवा, हा नसता घोर लागला की रं आता! आता ह्ये काम कोन करनार? लयीच जबाबदारीचं काम हाय ह्ये! त्यासाठी तसंच मानूस पायजेल. बंडा गुरव व्हता. लयी वर्सं तोच बघत हुता. पन आता तो बी थकला रं! आता कोनीतरी शाना मानूस बघाय पायजेल. अरं, देवाचं काम हाय बाबा त्ये. बघू या कोन मिळतंय का ह्ये जबाबदारीचं काम अंगावर घ्यायला?" असं म्हणत माणकोजी उठले. अहिल्या एका बाजूला उभी राहून माणकोजींचं हे बोलणं ऐकत होती. ती पुढं आली आणि माणकोजींना म्हणाली, "बाबा, मी करू ह्ये काम?" माणकोजींना हेच हवं होतं; पण ते अहिल्येचा स्वभाव जाणून होते. ते लगेच 'हो' म्हणाले नाहीत. ते उलट म्हणाले, "अगं पोरी, तुला जमंल का? लईच जिकिरीचं आणि जबाबदारीचं काम हाय. समदं मंदिर झाडायचं, लोटायचं, पुसायचं, सारवायचं, देवीचा गाभारा अगदी नीट स्वच्छ करायचा. मंदिराच्या मागच्या बाजूला बगिचा आहे. त्याला पाणी घालायचं. फुलं तोडायची. देवीची बैजवार पूजा करायची. आरती करायची. निवेद दाखवायचा, प्रसाद वाटायचा. सांजच्या पारी शमादानं पुसायची, लावायची, तेल-वाती बघायच्या. संध्याकाळची आरती, प्रार्थना समदं करायचं. आनि हो! सकाळच्या पारी दीस उजडायच्या आदुगर मंदिर उघडायचं. आनी रातच्याला चांद उगवला, की बंद करायचं. ह्ये समदं तुला जमंल का?" माणकोजींनी असं विचारलं आणि अहिल्येनं तितक्याच तडफदारपणे उत्तरं दिलं, "व्हय! न जमाया काय झालं? आनि शिवादादा हायच की माझ्या मदतीला. व्हय ना, शिवादादा?" अहिल्येनं असं विचारलं, की ना शिवाला नाही म्हणता आलं, ना माणकोजींना. आणि ठरलं, की चौंडेश्वरी देवीच्या मंदिराची सगळी जबाबदारी अहिल्येवर सोपवायची.

माणकोजींनी घडलेली घटना सुशीलाबाईंना सांगितली आणि सुशीलाबाईंनी आनंदाचा, समाधानाचा निःश्वास टाकला. मुलीच्या जातीला यावी लागणारी सगळीच कामं मंदिराच्या जबाबदारीच्या अखत्यारीत येत होती आणि अहिल्येनं ती जबाबदारी स्वतःहून अंगावर घेतली होती. आता ते सगळं ती मनापासून करणार होती. त्यासाठी मन लावून शिकणार होती. आता तिला काहीच शिकवावं लागणार नव्हतं. चौंडेश्वरी देवीच्याच मनात हे आलं असावं. म्हणूनच हे आपसूक घडलं होतं. आता तिचं ते मातीत खेळणंही कमी, कमी म्हणण्यापेक्षा बंदच होणार होतं. तिचं लग्न ठरेपर्यंत या कामात ती निपुण होणार होती. आता तिच्या लग्नाचं बिनघोरपणे बघता येणार होतं. या एका घटनेनं माणकोजी आणि सुशीलाबाई यांच्या मनांवरचं केवढं तरी दडपण कमी झालं होतं. सुशीलाबाईंनी मनोमन देवीचे आभार मानले. डोळे मिटून हात जोडले. श्रद्धेनं देवीचे आभार मानणाऱ्या सुशीलाबाईंना हे कुठं माहीत होतं, की अहिल्येच्या ललाटरेषेचा देवीनं रेखलेला हा पहिला बिंदू होता आणि याच मंदिरात तिच्या ललाटीची रेषा आखली जाणार होती; जी ललाटीची रेषा अवघा महाराष्ट्रच नव्हे, तर अवघा हिंदुस्थान उजळून टाकणार होती. स्त्रीचरित्राचा एक आदर्श, नेतृत्वाची एक आधारशीला, कर्तृत्वाचा एक दीपस्तंभ ठरणार होती.

आपल्या बाबांना शब्द दिल्याप्रमाणं अहिल्येनं आपला शब्द पाळला. चौंडेश्वरी (चौंडकी) देवीच्या मंदिराची जबाबदारी तिनं शिरावर घेतली आणि नेटानं ती कामाला लागली. सुरुवातीला काही दिवस तिला पहाटे जाग यायची नाही. ती रोज रात्री आईला पहाटे उठवण्याबद्दल सांगून निजायची. सुशीलाबाई तिला पहाटे उठवायच्या. उठल्याबरोबर अहिल्या आपलं आवरून, दूध पिऊन मंदिरात जायची. आधी मंदिरातली शमादानं, पणत्या लावायची. अजून बाहेर उजाडलेलं नसायचं. त्या शमादानांच्या उजेडात ती सगळं मंदिर स्वच्छ झाडून घ्यायची. मग मंदिराच्या पाठीमागं असलेल्या विहिरीतून पाणी काढून गाभारा धुवून घ्यायची. सभामंडप पुसून घ्यायची. मग पुन्हा मंदिराच्या पाठीमागच्या बगिच्यातून फुलं काढायची. त्या फुलांच्या माळा, हार बनवून गाभारा सजवायची. विहिरीवरून पाणी आणून देवीला स्नान घालून तिला छानसं वस्त्र नेसवायची. मग तिची सुंदर पूजा बांधायची. अहिल्येनं देवीची पूजा केल्यावर देवीचा चेहरा प्रसन्नतेनं खुलायचा. एवढं होईपर्यंत उजाडायचं. हळूहळू मंदिरात लोक यायला लागायचे. मग अहिल्या साखरफुटाण्याचा प्रसाद सगळ्यांना वाटायची. कधी गूळखोबरं असायचं. प्रसाद वाटता वाटता दुपार व्हायची. मध्यान्हीला मग सुशीलाबाई महानैवेद्य घेऊन यायच्या. नैवेद्य दाखवून मग अहिल्या आरती करायची. दुपार कलली की तिचं सकाळचं काम संपायचं.

अहिल्येनं स्वतःला या कामात जणू झोकून दिलं. अहिल्येनं मंदिराची जबाबदारी घेतली आणि मंदिराचं जणू रूपच पालटलं. पालटलं म्हणण्यापेक्षा अहिल्येनं ते पालटवलं. मंदिरामागे असलेल्या बागेचीसुद्धा निगराणी व्हायला लागली. झाडांना रोजच्या रोज पाणी मिळायला लागलं आणि झाडं फुलांनी भरून गेली. फुलं भरपूर निघायला लागली, तसा गाभाराही जास्त नटायला लागला. देवीची मूर्ती आणि देऊळ अधिक देखणं, अधिक सुंदर दिसायला लागलं. अहिल्येच्या अंगभूत कर्तृत्वाची ही पहिली झलक होती.

असं बरेच दिवस चाललं. अहिल्येनं आता सीणेश्वराच्या मंदिराचीसुद्धा जबाबदारी घेतली. चौंढी गावाच्या बाहेरून वाहणाऱ्या सीणा आणि हरणा या दोन नद्यांच्या संगमावरचं सीणेश्वराचं मंदिर. मंदिरात सुबक अशी पिंड. पिंडीभोवती शेषनाग. चौंडा देवीच्या मंदिरापासून थोड्याच अंतरावर हे सीणेश्वराचं मंदिर. समोर दोन नद्यांचा संगम. छोटासा घाट. बाजूला विस्तीर्ण शेती. सीणेश्वराच्या आणि चौंडेश्वरीच्या कृपेनं सगळी समृद्धी. आता अहिल्येचा दिवस जणू उगवायचा मंदिरात आणि मावळायचाही मंदिरातच. दोन्ही देवतांचं आणि मंदिराचं इतकं सगळं मनापासून करणाऱ्या अहिल्येला स्वतःला तरी कुठं माहीत होतं, की या तपश्चर्येचं केवढं तरी मोठं फळ तिला मिळणार आहे ते. आपण मंदिरांची जबाबदारी घेतली आहे तर ती नीट पार पाडायची, एवढंच तिला कळत होतं. उमजत होतं, समजत होतं. आणि तेवढं ती अत्यंत नीटनेटकेपणानं करीत होती. आवडीनं करत होती. सुशीलाबाई रोज मध्यान्हीला दोन्ही देवतांसाठी नैवेद्य घेऊन यायच्या. नैवेद्य देवापुढं ठेवून रोज हात जोडून प्रार्थना करायच्या. रोज देवाला विनवायच्या, ''देवा, माझ्या अहिल्येला सुखी कर! पुण्याईचं दान तिच्या पदरात पडू दी. तिचं घर सोन्या-मोत्यांनी भरलेलं असू दे.'' अशी रोज प्रार्थना करूनच सुशीलाबाई घरी जायच्या.

• • •

उन्हाळ्याचे दिवस होते. मध्यान्ह टळून गेली होती. अहिल्या नेहमीप्रमाणं विहिरीतलं पाणी काढून मंदिराच्या बगिच्याला घालत होती. उन्हाची वेळ असल्यानं झाडंसुद्धा पाण्यासाठी आसुसलेली असायची. त्यांच्यावर पाणी पडलं की आनंदानं डोलायची. अहिल्येला ते बघायला फार आवडायचं. तिला वाटायचं, आपण पाणी घातलं की झाडं आनंदानं डोलतात. मंदिराच्या सभोवती मोठमोठे वृक्ष होते. त्यांची छानशी सावली बगिच्यांवर पडायची. त्यामुळं बगिच्याला भर दुपारच्या उन्हात पाणी घालताना अहिल्येला अजिबात उन्हाचा त्रास व्हायचा नाही. त्या दाट झाडीपलीकडे रस्ता होता. तो चौंढीवरून पुढे अहमदनगरला जायचा. त्या रस्त्यावर बरीच वर्दळ

असायची. उन्हाळ्याच्या दिवसात दुपारी उन्हानं कावलेले वाटसरू त्या झाडांखाली बसून विश्रांती घ्यायचे. मंदिराच्या पाठीमागची ती फुलांनी डवरलेली बाग त्यांच्या नजरेला सुखावून जायची.

आजही त्या रस्त्यावरून वाटसरू आले होते. पण आज त्या रस्त्यावर वर्दळ फार होती. घोडे, घोडेस्वार, पायी चालणारे, हातात भाला आणि तलवारी घेतलेले सैनिक असे सगळे त्या रस्त्यावरून आले. टळटळीत उन्हानं ते कासावीस झाले होते. त्यांच्या दलप्रमुखांनी त्या गर्द झाडीत विश्रांती घेण्याचा आदेश दिला, तसे सगळे निवांतले. झाडाखाली घोडे बांधून तिथंच शेजारी त्यांनी बसकण मारली. त्या सगळ्या पथकाचं नेतृत्व एक तरुण करत होता. सैन्याला झाडाच्या सावलीत थांबायला सांगून तो तरुण बगिच्यात आला. त्यानं एकदा सगळीकडं नजर टाकली. फुलांनी डवरलेला बगिचा, स्वच्छ, सुंदर परिसर, सुबक देखणं मंदिर. सगळं बघून त्याला बरं वाटलं. 'हुजूर, हिकडं या असं! हितं लयी साजरी जागा हाय! या असं इकडं!' असं म्हणत त्यानं कुणाला तरी साद घातली. त्याच्या हाकेसरशी एक अत्यंत देखणा, पोरसवदा तरुण तिथं आला. त्यानं एकदा सगळीकडं नजर फिरवली. त्याचा चेहरा प्रसन्न झाला. "आहाहा! मल्हारराव, खरंच इथं सुंदर परिसर आहे हो! आणि बगिचा बघा कसा अगदी बहरलाय. एवढ्या उन्हाळ्यातही त्या झाडांना पानागणिक फूल आहे; म्हणजे कोणीतरी छान, जाणीवपूर्वक निगराणी ठेवतंय. आणि झाडांची सावली तरी किती गर्द आणि केवढ्या प्रशस्त जागेत पसरली आहे!" त्यावर मान डोलावत मल्हारराव म्हणाले, "राऊ, हितं बघा! हितं मंदिरबी दिसतंया. म्हंजी नक्की आत कुणीतरी असंल. निदान गुरव तरी असंल. चला, आपन मंदिरात जाऊ. म्हंजी पानी मिळंल. चला!" असं म्हणत ते त्या दुसऱ्या पोरसवदा तरुणाला, ज्याला ते राऊ म्हणत होते, त्याला घेऊन मंदिरात आले. बगिच्याला पाणी घालण्यासाठी अहिल्या विहिरीचं पाणी काढत होती. तिला बघताच मल्हाररावांनी तिला हाक मारली, "पोरीऽ, एऽ पोरी! एऽऽ बाळ! वाईच पानी देतीस का? आम्ही लयी लांबनं, उन्हातनं आलोय."

अहिल्येनं काही न बोलता होकारार्थी मान डोलावली. रहाटाचा दोर खाली सोडून तिनं कळशी विहिरीत सोडली. रहाटाचे दांडे खेचून तिनं पाण्यानं भरलेली कळशी वर काढली. कळशीला बांधलेला दोर सोडून, कळशी घेऊन दोघे बसले होते तिथं ती आली. आता ती आपल्याला पाणी देणार असं वाटून त्या मल्हाररावांनी हात पुढं केला, तोच अहिल्येनं ती कळशी बाजूच्या झाडात ओतली. 'अगं पोरी!' असं म्हणत मल्हारराव काही बोलणार, तोच 'दमा हं! दुसरी कळशी भरून आणते.

त्या कळशीत कायतरी पडलं होतं!' असं म्हणत अहिल्या कळशी घेऊन पुन्हा विहिरीजवळ आली. दोराचा सरक फास कळशीच्या गळ्याला लावून तिनं कळशी पुन्हा विहिरीत सोडली. पुन्हा भरून घेऊन आली आणि पुन्हा ती भरलेली कळशी तिनं झाडात रिकामी केली. अहिल्या पहिली कळशी भरून घेऊन आली, तेव्हा आता ती आपल्याला पाणी देईल आणि आपल्या घशाची कोरड संपेल म्हणून दोघे जण आसूसून, सरसावून बसले. पण अहिल्येनं त्यात काहीतरी पडलंय म्हणत ती कळशी झाडात ओतली. दुसरी कळशी तिनं भरून आणली तीही कळशी तिनं झाडात ओतली. मग मात्र त्या मल्हाररावांना राग आला. ''ए पोरी! काय चेष्टा चालवलीयास काय आमची? मगाधरनं पानी देशील म्हणून बसून राहिलोय, तर तू आपली कळशी भरून आणतीयास आनि झाडालाच वततीयास? काय चाललंय ह्ये? तुला ठावं न्हायी का आमी कोन हाय ते?'' मल्हाररावांनी जरा दरडावून विचारलं. तोवर अहिल्येची तिसरी कळशी भरून झाली होती. ती कळशी घेऊन ती या दोघांजवळ आली. कळशी जमिनीवर ठेवून म्हणाली, ''जरा दमा हं! मी आलेच. मी येईस्तोवर पानी पिऊ नका!'' असं म्हणत ती धावत मंदिरात गेली. येताना तिच्या हातात एक गडू होता. दुसऱ्या हातात एक ताटली होती. ती 'पाणी पिऊ नका' असं का म्हणाली याचा विचार हे दोघं करत होते, तेवढ्यात अहिल्या धावत आलीसुद्धा. धावत येऊन ती त्या दोघांच्या समोर येऊन उभी राहिली. झाडाला टेकून बसलेल्या त्या राऊसमोर हातातली ताटली ठेवून, कळशीतलं पाणी गडूत ओतून तेही तिनं त्याच्यासमोर ठेवलं आणि म्हणाली, ''तुमी कुनीबी असा. पर असं उन्हातनं आल्या आल्या लगीच पानी पिऊ नये. त्यातनं घोड्यावरनं आल्या आल्या तर कधीच पिऊ नये. घोडेस्वारीत आपल्या पोटातली समदी आतडी हलतात. त्यानला स्थिर व्हायला येळ पायजे का नगं? आनी तसंच पानी पिलं, तर मग पोटात दुखतंय. म्हणून मघाशी मी भरून आणलेल्या दोन कळशा ओतल्या. तेवढा येळ गेला ना? आता या ताटलीतला गूळ तोंडात टाका आनि वरून पानी प्या. देवाचा प्रसाद हाय तो. गूळ खाऊन पानी प्यायलं की पानी बाधत नाही. आणि हा तर प्रसादाचा गूळ आहे. घ्या!'' आपल्या मघाच्या करणीचं अहिल्येनं असं बैजवार स्पष्टीकरण दिलं.

राऊ आणि मल्हारराव, दोघांनी गुळाचे खडे तोंडात टाकले, वर पाणी प्यायले. विहिरीचं ते थंडगार पाणी पिऊन त्यांची तल्खी शांत झाली. अहिल्येनं केलेल्या स्पष्टीकरणाचंही त्यांना कौतुक वाटलं. ''कुनाची गं पोर तू?'' मल्हाररावांनी विचारलं. आपल्या कल्लेबाज मिशांमध्ये अडकलेले पाण्याचे थेंब पालथ्या हातानं पुसत ते अहिल्येकडं कौतुकानं पाहत होते.

“माझी... माझी पोर हाय ती!” गावात मल्हारराव होळकर आणि बाजीराव पेशवे आल्याची आणि ते सीणेश्वराच्या मंदिरात बसल्याची माहिती मिळाल्यानं माणकोजी धावत आले आणि धापा टाकत बोलले. “माझी पोर हाय ती. अहिल्या! तिचं काय चुकलं का? लेकरू समजून माफी करा!” हात जोडून माणकोजी म्हणाले. आधी आल्या आल्या त्यांनी बाजीराव पेशव्यांना मुजरा केला. “मी माणकोजी शिंदे, गावचा पाटील!” माणकोजींनी आपली ओळख करून दिली. “माणकोजी, आम्ही इथं दोन दिवस मुक्काम करावा म्हणतो. तशी व्यवस्था करा. मल्हारराव, सैन्याला सांगा, राहुट्या उभ्या करा म्हणावं. काही लागलं तर माणकोजींची मदत घ्या.” बाजीराव पेशव्यांनी सांगितलं. “जी!” म्हणत मल्हारराव उठले. “चला, माणकोजी, आपन सैनिकांना सांगून येऊ.” माणकोजी त्यांच्यासोबत निघाले. हळूच म्हणाला, “शिरमंत आनि आपन या गरिबाघरी जेवाल काय? सैनिकांच्या जेवनाची व्यवस्था करतो. शिधा द्यायला सांगतो. पन आपन दोघं...!”

“बरं बरं, माणकोजी! आम्ही श्रीमंतांना घेऊन येऊ तुमच्या घरी जेवायला. तसा निरोप द्या मंडळीना.” मल्हाररावांनी होकार दिला म्हटल्यावर माणकोजींना आनंद झाला. त्यांनी मागं वळून हाक मारली, “अहिल्याऽऽ, ए अहिल्याऽऽ!” बाबांची हाक ऐकून अहिल्या धावत आली. “काय बाबा?” तिनं विचारलं. “हे बघ, पोरी. घरी जाऊन आईला सांग, की शिरमंत आणि मल्हारराव आपल्या घरी जेवणार आहेत. पुरणपोळी करा म्हणावं!” “आणि येळवणीची आमटी पण!” मध्येच अहिल्या म्हणाली. माणकोजी हसले. “हो गं पोरी! येळवणीची आमटी पण! जा आईला सांगून ये!” अहिल्येनं मान डोलावली. “बाबा, मी पण तिथंच थांबते आईच्या मदतीला. सारजामावशी मेंढरं घेऊन गेलीया!” असं म्हणत टणटण उड्या मारत अहिल्या तिथून गेलीसुद्धा. ती गेली त्या दिशेकडं बघत मल्हारराव म्हणाले, “माणकोजी, तुमची लेक हुशार हाय. चलाख हाय हं!”

३

"**मा**णकोजी, तुमची लेक हुशार हाय. तेज हाय. चुणचुणीत हाय." मल्हाररावांच्या तोंडून आपल्या लेकीचं, अहिल्येचं कौतुक ऐकून माणकोजीला बरं वाटलं. मल्हाररावांसोबत माणकोजी गावचावडीत गेले. तिथं जाऊन त्यांनी तळावरच्या सैन्यासाठी शिधा आणि पाणी देण्याची व्यवस्था केली. श्रीमंतांसाठी दूधही सोबत घेतलं आणि दोघे मंदिरात परतले. श्रीमंतांना मुजरा करून माणकोजींनी दुधाची लोटकी श्रीमंतांच्या समोर धरली. श्रीमंतांची नजर सर्वत्र फिरत होती. माणकोजींच्या हातातून दुधाची लोटकी घेऊन ते म्हणाले, "माणकोजी, मंदिर आणि परिसर सगळा स्वच्छ आहे. नीटनेटका आहे. सुबक, सुंदर पूजाही बांधली आहे. त्यामुळं इथं कसं प्रसन्न वाटतंय. मनाला एक वेगळीच शांतता लाभतेय. सुरेख ठेवलीय व्यवस्था सगळी. कोण पाहतं हे सगळं?" श्रीमंतांच्या स्वरात उत्सुकता होती, तशी आपुलकीही. माणकोजी संकोचले. त्याच स्वरात म्हणाले, "श्रीमंत, माझी लेक अहिल्या. तीच बघतीया या दोन्ही मंदिरांची वेवस्था." श्रीमंतांच्या चेहऱ्यावर आश्चर्य उमटलं. "अहिल्या, तुमची लेक! म्हणजे, मल्हारराव, मघाशी ती चिमुरडी होती तीच का? पाणी कधी प्यावं त्याचं शास्त्र सांगत होती, तीच का अहिल्या?" श्रीमंतांच्या स्वरात कौतुक होतं, आपुलकी होती आणि एक वेगळीच प्रसन्नता होती. काही वेळ तसाच गेला. श्रीमंत माणकोजींकडे आपुलकीनं गावव्यवस्थेची चौकशी करत होते. काही अडचणी विचारत होते. शेतीचं उत्पन्न, शेतसाऱ्याची वसुली, गावातली आरोग्यसेवा, पाऊसपाणी यांचा आढावा घेत होते. माणकोजी गावचे पाटील या नात्यानं सगळी माहिती अदबशीरपणे देत होता. मल्हारराव अधनंमधनं काही सूचना देत होते. तेवढ्यात अहिल्या पळत येताना दिसली.

अहिल्येला समोर पाहून श्रीमंत बोलायचे थांबले. तिनं समोर आल्यावर श्रीमंताना दोन वेळा मुजरा केला. श्रीमंताना कौतुक वाटलं. ते एकदम म्हणाले, "काय गं पोरी, मघाशी आम्ही आलो तेव्हा तर तू मुजरा केला नव्हतास. मग आत्ता

कसा केलास?" "मघाशी मला ठावं नव्हतं तुम्ही कोन हायसा ते! आता ठावं झालं. म्हनून मग दोन येळा मुजरा केला. एक मघाशी राहिलेला अन् एक आत्ताचा." तिच्या चुणचुणीत उत्तरानं श्रीमंतांच्या चेहऱ्यावर हसू उमटलं. तोच अहिल्या पुढं म्हणाली, "बाबा, आईनं सांगावा दिलाय. ताटं लावलीत म्हणून सांगितलंय!" ते ऐकून माणकोजी पुढं झाले. त्यांनी श्रीमंतांना आणि मल्हाररावांना घरी चलण्याची विनंती केली. दोघेही माणकोजींसोबत निघाले. अहिल्या मात्र मघाशी जशी वाऱ्यासारखी आली, तशीच परतही गेली.

सगळे जण माणकोजींच्या घरी पोहोचले. माणकोजींचं घर दहा अंकणांचं, बैठं, कौलारू. त्यात माणकोजी, सुशीलाबाई, माणकोजींची दोन मुलं - महादजी आणि शहाजी, आणि ही अहिल्या अशी पाच जण राहत होती. पुढे ऐसपैस अंगण होतं. तिथं तुळशीवृंदावन, त्याच्या कोनाड्यात सतत तेवणारा दिवा, अंगणात बरीच फुलझाडं, तीही फुलांनी बहरलेली, पाठीमागं परसू. तिथं काही भाजीपाला, फळझाडं. दोन मोठी आंब्याची झाडं, त्यांच्या सावलीत गोठा, गोठ्यात दोन गायी, दोन बैल, तीन म्हशी अशी जित्राबं. घर आणि घराचं आवार स्वच्छ, नीटनेटकं, लखलखीत. ते बघून श्रीमंत प्रसन्न झालेच, पण मल्हाररावांच्या चेहऱ्यावर तर फार आनंद पसरला. त्यांच्या मनात काहीतरी शिजत होतं, असं त्यांच्या चेहऱ्यावरून वाटत होतं.

माजघरात ताटं वाढली होती. गरमगरम पुरणपोळी, येळवणीची आमटी, बटाट्याची भाजी, कुरवड्या, कारळ्याची चटणी, काकडीची कोशिंबीर, पिवळा भात असा बेत होता. सुशीलाबाई एकदा बाहेर येऊन, स्वयंपाकघराच्या दारात उभ्या राहून, अदबीनं मुजरा करून पुन्हा आत गेल्या. चुलीजवळ जाऊन पोळ्या करायला बसल्या. आता वाढपाचं काम अहिल्या करत होती. ती आतबाहेर धावपळ करत होती. पाहुण्यांना काय हवं-नको ते बघत होती. काय हवं ते वाढत होती. गोड बोलून आग्रह करत होती. पण हे करत असताना तिच्या वागण्याबोलण्यातली अदब, आपुलकी, समोरच्या व्यक्तीबद्दल आदर, आणि तो आपल्या वागण्यातून, हालचालींतून, बोलण्यातून व्यक्त करण्याची अनोखी पद्धत. श्रीमंत बाजीराव पेशव्यांचा चेहरा तर प्रसन्न होताच. आपली रयत आपल्यावर इतकं प्रेम हे बघून ते प्रसन्न झाले होते. मल्हारराव मात्र बारीक नजरेनं अहिल्येच्या हालचाली टिपत होते. तिचं वागणंबोलणं न्याहाळत होते. आणि हे सगळं बघून त्यांचाही चेहरा प्रसन्न होत होता. जेवणं झाली. अंगणातही गार सावली होती. त्या सावलीत बाजली टाकली होती. त्यावर घोंगडं अंथरलं होतं. मंडळी तिथं येऊन बसली. माणकोजी अदबीनं बाजूला उभे राहिले. "सरकार, सांजच्याला जेवणाचं..."

“नाही, माणकोजी, आत्ता तळ नुकताच मांडला होता आणि तुम्ही पाटील आहात गावचे, म्हणून तुमचा पाहुणचार आम्ही स्वीकारला. पण संध्याकाळी आम्हाला आमच्या सैनिकांसोबतच जेवलं पाहिजे. आमचे सैनिक आमच्यावर उदंड प्रेम करतात. त्या प्रेमाची बूज आम्हाला राखली पाहिजे. रात्रीचं जेवण आम्ही तळावरच, आमच्या सैनिकांसोबतच घेऊ. वाटलंच तर तुम्हीही या आमच्यासोबत. बघा तरी तळावरचे लोक जेवण कसं बनवतात ते?” बाजीराव माणकोजींची समजूत घालत म्हणाले. माणकोजी श्रीमंतांकडे पाहतच राहिले. पेशवे असूनही ते कसलाही बडेजाव न करता, एखाद्या सामान्य सैनिकासारखे सैनिकांसोबत जेवणार होते. आपल्यासाठी जीवावर उदार होऊन लढणाऱ्या प्रत्येक सैनिकाचा हा राजा किती विचार करतो, ते बघून माणकोजींनाच नव्हे, तर मल्हाररावांनाही भरून आलं. श्रीमंत पुढे म्हणाले, “माणकोजी, तुमच्या लेकीला, अहिल्येला बोलवा. आम्हाला तिला बक्षीस द्यायचं आहे!” हे ऐकून माणकोजींचा चेहरा खुलला. ‘आलोच सरकार’ असं सांगून ते घरात गेले.

माणकोजी आत गेल्याचं बघून श्रीमंत मल्हाररावांना म्हणाले, “मल्हारराव, आम्ही इथं आल्यापासून पाहतो आहोत, तुमच्या मनात काहीतरी शिजतंय. मला वाटतं तुम्ही तुमच्या मुलासाठी, खंडेरावासाठी अहिल्येचा विचार करताय. आमचा अंदाज जर बरोबर असेल, तर तुमचा विचार दुरुस्त आहे, मल्हारराव! माणकोजींची ही लेक गुणी, हुशार तर आहेच, पण शुभलक्षणीही आहे. होळकर घराण्याचं नाव राखील ही. आणि हे तुमच्या मनात जर खरोखर असेल, तर ‘शुभस्य शीघ्रम्।’ माणकोजींना आताच विचारा!” श्रीमंतांचं बोलणं ऐकून मल्हारराव चकित झाले. श्रीमंत मनकवडे आहेत हे ते जाणून होते; पण ते असं लगेच आपल्या मनातलं ओळखतील असं त्यांना वाटलं नव्हतं. त्यांचा मुलगा खंडेराव आता नऊ वर्षांचा होता. रिवाजाप्रमाणं त्याचं लग्नाचं वयही झालं होतं. मल्हारराव आपल्या आप्तस्वकीयांत त्याच्यासाठी वधू शोधतच होते. पण इथं आल्यावर, अहिल्येला पाहिल्यावर, पहिल्या भेटीतच पाणी देण्याच्या प्रसंगात तिच्या बुद्धीची चुणूक बघितल्यावर अहिल्येला आपली सून करून घ्यावी, ही मुलगी आपल्या खंडेरावांना पत्नी म्हणून योग्य आहे, असा त्यांच्या मनानं कौल दिला. पण पहिल्या भेटीतच माणकोजींना हे कसं विचारावं, असा त्यांना संकोच वाटत होता. पण आत्ता त्यांच्या मनातलं ओळखून श्रीमंतांनीही त्यांच्या विचाराला दुजोरा दिला आणि एवढंच नव्हे तर, आत्ताच विषय काढायला सांगितला हे ऐकून मल्हाररावांना समाधान वाटलं. श्रीमंत सत्शील व दूरदर्शी राज्यकर्ते होते. मल्हाररावांची त्यांच्यावर श्रद्धा होती. त्यांच्या तोंडून खंडेरायाच बोलला असं त्यांना

वाटलं. श्रीमंतांच्या सूचनेनुसार याबाबत माणकोजीला आत्ताच विचारायचं असं त्यांनी ठरवलं.

माणकोजी घरातून बाहेर आले. पाठोपाठ अहिल्याही आली. अहिल्येला श्रीमंत बक्षीस देणार आहेत हे माणकोजींनी आत येऊन सांगितल्यावर सुशीलाबाईंना फार आनंद झाला. त्यांनी अहिल्येला खणाचं परकर-पोलकं घातलं. तिच्या दाट केसांची वेणी घातली. कपाळावर गंधाची आडवी चिरी काढली आणि आपल्या साजऱ्या दिसणाऱ्या लेकीची अलाबला घेऊन त्यांनी तिला माणकोजींसोबत बाहेर पाठवलं. माणकोजींपाठोपाठ अहिल्या बाहेर आली. बैंगणी रंगाच्या खणाचं परकर-पोलकं तिच्या सावळ्या रंगावर खुलून दिसत होतं.

अहिल्या श्रीमंतांसमोर आली. भुईवर माथा टेकवून तिनं त्यांना नमस्कार केला. उठून उभं राहून मुजरा केला. हळूच मान वळवून घराच्या दारात उभ्या राहिलेल्या आईकडं पाहिलं. आईनं असंच तर सांगितलं होतं. आईनं तिला नजरेनंच शाब्बासकी दिली. मुजरा करून अहिल्या बाबांजवळ जाऊन उभी राहिली. ''माणकोजी, तुमच्या या लेकीला आम्ही बक्षीस का देणार आहोत आपल्याला ठाऊक आहे?'' श्रीमंतांनी विचारलं. माणकोजींनी खाली मान घालून नकारार्थी मान हलवली. ''माणकोजी, अहो, आम्ही उन्हातून घोडदौड करून दमूनभागून, तहानलेले इथं आलो, तर तिनं आम्हाला लगोलग पाणीच दिलं नाही!'' श्रीमंतानी सांगितलं आणि माणकोजी दचकले. सुशीलाबाईही घाबरल्या. अहिल्येचा स्वभाव तिला माहीत होता. या पोरीनं ही असली काहीतरी कागाळी केली असणार! त्यांना शंका आली. त्या दोघांचे चेहरे बघून श्रीमंतांच्या चेहऱ्यावर हलकंसं हसू उमटलं. ''असे दचकू नका, माणकोजी! अहो, तिनं आम्हाला पाणी लगेच दिलं नाही ते आमचाच विचार करून. तुमची लेक मोठी तेज आहे. बुद्धिमान आहे. आणि म्हणून आम्ही तिला बक्षिसी देणार आहोत.'' असं सांगून श्रीमंतांनी अहिल्येला हाक मारली. ''अहिल्या, पोरी, ये! अशी समोर ये!'' श्रीमंतांचं बोलणं ऐकून माणकोजींच्या मनावरचं दडपण कमी झालं. त्यांनी अहिल्येला हाताला धरून पुढं आणली. श्रीमंतांनी आपल्या गळ्यातली मोत्यांची माळ काढली आणि स्वतःच्या हातानं अहिल्येच्या गळ्यात घातली. आपला उजवा हात तिच्या मस्तकावर ठेवून श्रीमंत बाजीराव पेशवे म्हणाले, ''पोरी, ही माळ तुला नेहमी तुझ्या कर्तव्याची आणि स्वामिनिष्ठेची आठवण करून देईल. तुझे गुण, तुझी चतुराई, तुझी हुशारी, तुझं भवितव्य उज्ज्वल करेलच, पण त्याचबरोबर या मायभूमीचंसुद्धा भविष्य उज्ज्वल होईल.'' श्रीमंतांनी अत्यंत प्रसन्न चेहऱ्यानं अहिल्येला आशीर्वाद दिला. माणकोजींच्या आणि सुशीलाबाईंच्या डोळ्यात पाणी उभं राहिलं. अहिल्येनं

पुन्हा श्रीमंतांसमोर भुईवर डोकं टेकून नमस्कार केला. श्रीमंतांनी मल्हाररावांकडे एक कटाक्ष टाकला. मल्हारराव अर्थ समजले. ते पुढं झाले. माणकोजींच्या समोर जाऊन म्हणाले, ''माणकोजी, आम्ही मल्हारराव होळकर, श्रीमंतांच्या पायाशी, पेशव्यांशी आणि मराठ्यांच्या राज्याशी निष्ठा राखून आहोत आणि जोपर्यंत या देहात प्राण आहे, तोपर्यंत राहू. आम्हाला एक मुलगा आहे. त्याचं नाव खंडेराव. त्याचं वय नऊ वर्षं. माणकोजी, तुमच्या कन्येला सकाळपासून आम्ही पाहतो आहोत. तिच्या हुशारीनं आणि तिच्या गुणांनी तिनं आमच्या घरा-अंगणाची शोभा वाढवावी. अशी आमची इच्छा आहे. यासाठी आम्ही आमच्या मुलासाठी तुमच्या कन्येचा हात मागतो आहोत आणि त्याच बरोबर आपण आमची ही मागणी मान्य करावी अशी तुम्हाला विनंती करतो आहोत.'' मल्हारराव अगदी शिष्टाचाराच्या भाषेत बोलत होते. श्रीमंतांच्या सोबत सतत राहून तेसुद्धा ही भाषा शिकले होते. श्रीमंताना कौतुक वाटलं. त्यांनी मल्हाररावांकडे बघून हलकेच हसून दाद दिली. पण तरीही रांगड्या मल्हाररावांच्या तोंडात रांगडी भाषाच शोभून दिसते, असं त्यांच्या मनात आलं.

मल्हाररावांनी आपला मनसुबा माणकोजींसमोर मांडला. तो पूर्णत्वाला नेण्यासाठी त्याला विनंतीही केली. ते सगळं ऐकून आणि बघून माणकोजी मात्र चकित झाले. आपण काय ऐकतो आहोत हेच त्यांना समजेना; तर आपण ऐकलंय ते खरं की आभास याचा उलगडा, दाराशी डोईवर पदर घेऊन अदबीनं उभ्या राहिलेल्या सुशीलाबाईंना होईना. त्या दोघांचेही असे चकित झालेले चेहरे आणि त्या चेहऱ्यांवरचा अविश्वास श्रीमंतांच्या चाणाक्ष नजरेनं टिपला. मल्हारराव म्हणतात त्यावर त्या दोघांचा विश्वास बसलेला नाही हे त्यांच्या लक्षात आलं. ते म्हणाले, ''माणकोजी, मल्हारराव आपल्या लेकासाठी तुमच्या लेकीचा, अहिल्येचा हात मागताहेत. माणकोजी, तुमच्या लेकीचं भाग्य थोर आहे. मल्हारराव हे पेशव्यांचे बिनीचे सरदार आहेत. तुमची हुशार लेक त्या घरात सुखी राहील. तिच्या गुणांचं, हुशारीचं तिथं चीज होईल. माणकोजी, खंडेराव चांगला मुलगा आहे. होळकर घराण्याचा एकुलता एक वारस आहे. तुम्ही या संबंधाला होकार द्यावात असं आम्हाला वाटतं. अर्थात ही आमची ही विनंती आहे. आज्ञा नाही. माणकोजी, विवाह हे आज्ञेने जुळत नाहीत, हे आम्ही जाणतो. तुमची लेक आहे. तिच्या भाग्याचे तुम्ही राखणदार आहात.'' श्रीमंत बोलायचे थांबले. त्यांच्या बोलण्यातून त्यांच्या विचारांचा सुसंस्कृतपणा जाणवत होता. मल्हारराव सतत अशा माणसाच्या सहवासात राहत होते. पंचक्रोशीत त्यांचा दबदबा होता. पेशव्यांचा उजवा हात म्हणून ते ओळखले जात होते. नाही म्हणायचा प्रश्नच नव्हता. एका बाजूला उभ्या असलेल्या सुशीलाबाईंकडं माणकोजींनी हलकेच

कटाक्ष टाकला. त्यांच्या नजरेत होकार तर होताच, पण चेहऱ्यावर आनंदाचं कारंजं थुईथुई उडत होतं. माणकोजींनी त्यांचा मानस ओळखला आणि दोन पावलं पुढं येऊन म्हणाला, "शिरमंत, माझ्या लेकीचं भाग्य असं शंभर पावलांनी चालत माझ्या दारात आलंय. त्याचा स्वीकार केला न्हाई, तर माझ्यासारखा करंटा मीच. मल्हारराव, ही सोयरीक आम्हाला पसंत हाय. आजपासून माझी लेक अहिल्या तुमची सून झाली. दिली माझी लेक तुमच्या घरी!" माणकोजींना बोलताना भावना अनावर होत होत्या. शब्द सुचत नव्हते. तर सुशीलाबाईंना जणू आसमान ठेंगणं झालं होतं. या दोघांना आनंदाच्या त्या बहरातून पुन्हा श्रीमंतांनीच बाहेर आणलं. "वाह, माणकोजी! चांगला निर्णय घेतलात. मंडळींना साखर आणायला सांगा. सगळ्यांचं तोंड गोड करू या." श्रीमंतांचं बोलणं ऐकून माणकोजी भानावर आले आणि सुशीलाबाईसुद्धा. त्या धावतच आत गेल्या. वाटीतून साखर घेऊन आल्या. वाटी माणकोजींच्या हातात देऊन त्या अदबीनं बाजूला उभ्या राहिल्या. माणकोजी पुढं आले. त्यांनी श्रीमंतांच्या हातावर साखर ठेवली. मुजरा केला. "अभिनंदन, माणकोजी. तुम्ही आता आमचेही आप्तस्वकीय झालात. मल्हाररावांचे नातेवाईक ते आमचेही नातेवाईक!" म्हणून श्रीमंतांनी साखरेची चिमूट तोंडात टाकली. माणकोजी मल्हाररावांच्या समोर जाऊन उभे राहिले. साखरेची चिमूट त्यांनी त्यांच्यासमोर धरली. मल्हाररावांनी तळहात पुढं केला. त्यांचा तो विशाल तळहात त्यांच्या विशाल हृदयाची साक्ष देत होता. माणकोजींनी दिलेली साखरेची चिमूट तोंडात टाकून मल्हाररावांनी हात पसरले आणि माणकोजींना मिठी मारली. "माणकोजी, तुम्ही ही सोयरीक मान्य करून आम्हाला उपकृत केलंत. आपण आता व्याही झालो, पाव्हणे झालो." मल्हाररावांचा स्वर गदगदून आला होता. आपल्या लेकाला आणि आपल्या घराला शोभेल अशी सून आपल्याला मिळाली, याचा आनंद त्यांच्या स्वरात भरला होता. माणकोजींचेही डोळे भरून आले; पण ते आनंदानं. श्रीमंत बाजूला बसून या दोन व्याह्यांची ती गळाभेट बघत होते. त्यांचा चेहरा अतिप्रसन्न दिसत होता.

'अहिल्येचं लग्न ठरलं. आपल्या लेकीचं लग्न ठरलं...!' सुशीलाबाईंना आसमान ठेंगणं झालं. लग्न ठरलं, सोयरीक जमली, तीही कुणाशी? तर सुभेदार मल्हारराव होळकरांच्या मुलाशी. आपली लाखगुणाची लेक लाखमोलाच्या घरात पडली. सुशीलाबाईंच्या डोळ्यांतून आनंदाश्रूंच्या धारा लागल्या. श्रीमंतांनी गळ्यात घातलेली मोत्याची माळ आपल्या गळ्यात कशी दिसते ते बघायला आतल्या खोलीत येऊन आरशासमोर उभी राहिलेली अहिल्या या सगळ्या चर्चेपासून अनभिज्ञ होती. बाहेर आपल्या भविष्याबद्दल चर्चा चालली आहे, आपलं लग्न ठरतंय हे तिला

समजलंच नव्हतं. पण तिला आत येऊन सांगायला सुशीलाबाईंही सवड नव्हती. कारण लग्नाचं नक्की ठरल्यावर पुढची बोलणी बाहेर बैठकीत चालली होती. इथंही पुन्हा एकदा मल्हाररावांचा सुसंस्कृतपणा दिसून आला. माणकोजींनी विचारलं, "सुभेदार, लग्न तर ठरलं; पन बाकी बोलणी, मानपान, सोनं-नाणं याची चर्चा...!"

"थांबा, माणकोजी! तुम्ही आम्हाला लेक दिलीत यातच आम्हाला सगळं मिळालं. खंडेराव आमचा एकुलता एक आहे. तशीच अहिल्याही तुमची एकुलती एक लेक आहे आणि आमची एकुलती एक सून. तुम्ही जे काही हौसेनं कराल, ते आम्ही कौतुकानं करून घेऊ. आम्ही तर सगळंच कौतुकानं आणि हौसेनं करणार! माणकोजी, हा दोन कुळांचा संबंध जोडला जातोय. पैशासारख्या क्षुल्लक गोष्टीनं तो बिघडवायचा नाही." माणकोजींना मध्येच थांबवत मल्हारराव म्हणाले. त्यांचं बोलणं संपतंय, तोच श्रीमंत म्हणाले, "वाह! मल्हारराव, वाह! आता शोभलात पेशव्यांचे सरदार. आमची तुमच्याकडून हीच अपेक्षा होती आणि ती तुम्ही पूर्ण कराल, असा विश्वासही होता." श्रीमंतांनी अशी दाद दिल्यावर मल्हारराव समाधान पावले, तर मल्हाररावांचं बोलणं ऐकून माणकोजींना अपार आनंद झाला.

'आपल्या लेकीचं भाग्य खरोखरंच थोर हाय.' माणकोजींच्या मनात आलं. आपली ही थोर भाग्याची लेक अवघ्या भारत देशाचं भाग्य थोर बनवण्यात हातभार लावणार आहे हे कुठं त्यांना माहीत होतं! "माणकोजी, तुमच्या लेकीला, आमच्या सुनेला, अहिल्येला बोलवा. होळकर घराण्याची सून म्हणून आम्हाला तिचा मान करायचाय!" मल्हाररावांनी माणकोजींना सांगितलं. तोच 'सरकार, राहुट्या तयार आहेत' असं सांगत एक शिपाई आला. मुजरा करून सांगावा सांगून परत गेला.

माणकोजींनी सुशीलाबाईंना हाक मारली. त्या थोड्या पुढं आल्या. "अहिल्येला बोलवा," माणकोजींनी त्यांना सांगितलं, "आनि येतेवेळी हळद-कुंकू आनि इबिक घिऊन या!" सुशीलाबाई लगबगीनं आत गेल्या. आयना हातात घेऊन आपलं रूप न्याहाळत असलेल्या अहिल्येकडं कौतुकाची नजर टाकून त्यांनी अहिल्येला पोटाशी धरलं. तिची अलाबला घेतली आणि म्हणाल्या, "माझी गुणाची लेक ती! थोर भाग्य घेऊन आली. पोरी, अगं तुझं लगीन ठरलं!" सुशीलाबाईंनी तिचा गालगुच्चा घेत सांगितलं. क्षणभर अहिल्येला काहीच समजेना. 'आपलं लगीन? आनि ठरलं बी? ह्ये आई काय सांगतीय?' अहिल्येच्या चेहऱ्यावर संभ्रम उमटला. त्याच संभ्रमात तिनं विचारलं, "आई, माजं लगीन ठरलं? कुनाशी? आनी नवरा कुठाय माझा?" तिचे प्रश्न ऐकून सुशीलाबाईंना हसूच आलं. "अगं लेकी, ते भाईर मल्हारराव म्हनून श्रीमंतांचे सरदार हायेत ना, त्यांच्या लेकाशी, खंडेरावांशी!" सुशीलाबाईंनी हसतच

अहिल्येच्या प्रश्नांचं उत्तर दिलं. ''श्रीमंतांचे सरदार? म्हणजे ते मोठ्या मोठ्या मिशा असलेले? त्यांच्या मुलाशी माझं लगीन ठरलंय? पन आई, त्यांच्या लेकाला बी अशा मोठ्या मोठ्या मिशा असल्या तर? मग मी न्हाई लगीन करणार त्याच्याशी.'' अहिल्येनं फुरंगटून सांगितलं. अहिल्येला बोलवायला गेलेल्या सुशीलाबाई अजून बाहेर कशा आल्या नाहीत हे बघायला आत आलेल्या माणकोजींच्या कानावर अहिल्येचं शेवटचं वाक्य पडलं आणि मोठ्यानं हसत ते म्हणाले, ''बरं बरं हं! आपन इचारू या ते त्यानला! आता तुम्ही दोघी भाईर तर चला!'' जोरजोरात हसतच ते बाहेर आले.

सुशीलाबाई अहिल्येला घेऊन बाहेर आल्या. आता त्यांनी अहिल्येला लुगडं नेसवलं होतं. त्या नऊवार, पायघोळ लुगड्यात ती आठ वर्षांची चिमुरडी बुडून गेली होती. सुशीलाबाईंनी तिला दिलेला डोईवरचा पदर सारखा घसरत होता. तो सावरायचा, की पायात येणारं पायघोळ लुगडं सावरायचं हेच अहिल्येला समजत नव्हतं. तशीच अवघडून ती पुढं आली. पाटावर बसली. तिला बघून मल्हारराव उठून उभे राहिले. सुशीलाबाईंच्या हातातल्या तबकात असलेलं चांदीचं नाणं त्यांनी उचललं. तबकातल्याच ओलसर केलेल्या कुंकवात बुडवलं आणि तो चांदीचा रुपया त्यांनी अहिल्येच्या कपाळावर टेकवला. ओल्या कुंकवानं तो रुपया तिच्या कपाळाला चिकटून बसला. तो खाली पडला नाही. ते बघून मल्हाररावांच्या चेहऱ्यावर समाधान पसरलं. 'हाय! ही पोर शुभलक्षनी हाय. लक्ष्मीची कृपा कायम असनार हाय हिच्यावर!'' त्यांच्या मनात आलं. अहिल्येनं पाटावरून अर्धवट उठून मल्हाररावांच्या पायांवर डोकं टेकवून नमस्कार केला. मल्हाररावांनी तिला खांद्याला धरून उठवली. आपल्या हातातलं सोन्याचं कडं काढलं. अहिल्येचा हात उचलून तिच्या हातावर ठेवलं. म्हणाले, ''माणकोजी, लगीन ठरल्याचा शकून म्हनून हे कडं मी सूनबाईला देतोय. सगळं पूर्वसूचनेनं ठरलं असतं, तर तिला घालन्याजोगता एखादा दागिना घिऊनच आलो असतो. तसा रिवाजच हाय. पर आता ह्ये कडं ठिऊन घ्या आणि सूनबाईला दागिना बनवा.'' मल्हाररावांनी प्रेमानं सांगितलं. चांगलं बोटभर जाडीचं ते सोन्याचं कडं नुसतं लखलखत होतं. सुशीलाबाई पुढं झाल्या. अहिल्येच्या खांद्याला धरून त्यांनी तिला पाटावरनं उठवलं. तिला घेऊन श्रीमंतांसमोर आल्या. अहिल्येनं श्रीमंतांनाही त्यांच्या पायावर डोकं टेकवून नमस्कार केला. श्रीमंतांनी बोटातली पोची काढली. अहिल्येच्या हातावर ठेवली. तिच्या मस्तकावर हात ठेवून म्हणाले, ''आता तुम्ही आमच्याही सूनबाई झालात. आता होळकरांचं भविष्य उज्ज्वल करा आणि सोबत पेशव्यांचीही कीर्ती वाढवा! अखंड सौभाग्यवती व्हा!''

श्रीमंतांनी मनापासून आशीर्वाद दिला. सुशीलाबाई भारावून सगळं बघत होत्या, तर माणकोजीसुद्धा वारंवार भरून येणारे डोळे पुसत होते.

अहिल्येनं हळूच माणकोजींच्या फेट्याचा शेमला ओढला. माणकोजींनी अहिल्येकडं पाहिलं. ती डोळ्यानं त्याला काहीतरी खुणावत होती. माणकोजींना काही कळेना. ते खाली वाकले. अहिल्या हळूच त्याच्या कानात पुटपुटली, "बाबा, इच्यारा की!" तिनं असं सांगितल्यावर माणकोजींच्या लक्षात आलं. 'हां! हां! त्ये व्हय! इच्यारतो की!" असं म्हणत ते मोठ्यांदा हसले. अहिल्येला काय म्हणायचंय ते सुशीलाबाईंच्याही लक्षात आलं आणि त्याही तोंडाला पदर लावून हसायला लागल्या. मल्हारराव आणि श्रीमंत दोघांनाही कळेना काय झालंय? मल्हारराव माणकोजींना म्हणाले, "माणकोजी, काय म्हनतीया सूनबाई? काही सांगायचं हाय काय? संकोच करू नका. इच्यारा काय ते?" मल्हाररावांनी असं सांगितलं, तरी माणकोजी काहीच बोलेनात. हसतच राहिले. तोच अहिल्येनं पुन्हा त्याचा शेमला ओढला. "हं! हं! इच्यारतो हां!" असं म्हणत हसू दाबत माणकोजी पुढं आले आणि हळूच म्हणाले, "सुभेदार, आमची लेक इच्यारतीया, तुमच्या मुलाला, म्हंजी आमच्या जावयाला तुमच्यासारख्याच मोठ्या मिशा हाईत का?" मल्हाररावांच्या मनमोकळ्या वागण्याबोलण्यानं संकोच गळून पडलेल्या माणकोजींनी अहिल्येची कैफियत सांगितली आणि ती ऐकून मल्हारराव मोठ्यांदा हसले. श्रीमंतांनाही हसू फुटलं. "अरेच्या! असं हाय व्हय! अवं माणकोजी, ह्ये तुम्ही जरा अदुगर तरी सांगायचं. असं हाय, आत्ता सध्या तरी खंडेरावाला मिशा न्हाईत. पर काय हाय, मिशा असनं हे खऱ्या मर्दाचं लक्षण हाय. त्या मर्दाचं जेवढं कर्तृत्व मोठं, तेवढ्या त्याच्या मिशा मोठ्या. आता खंडेराव मोठे झाले, की तुमी नवराबायको ठरवा, त्यांनी मिशा ठेवायच्या की न्हाई त्ये! पन आत्ता तरी त्यांना मिशा न्हाईत!" मल्हाररावांनी हसत उत्तर दिलं. "मग पोरी, आता तर तुला नवरा पसंत पडलं न्हवं?" असं माणकोजींनी वाकून अहिल्येला विचारलं. तशी ती लाजून आत पळाली. तिच्या पाठोपाठ आत मोठमोठ्यांदा हसण्याचा आवाज ऐकायला येत होता. खंडेरावांना मिशा असाव्यात की नसाव्यात हे ती दोघं पती-पत्नी मोठं झाल्यावर ठरवणार असले, तरी त्याचं कर्तृत्व मात्र नियतीच ठरवणार होती हे तितकंच खरं होतं!

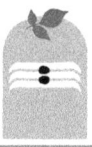

४

अहिल्येचं लगीन ठरलं. श्रीमंत आणि मल्हारराव माणकोजींच्या घरातून बाहेर पडले. माणकोजी आणि सुशीलाबाई यांनी त्यांचा आदर-सत्कार करून त्यांना सन्मानानं निरोप दिला. माणकोजींनी आपल्या जावयासाठी सोन्याची साखळी मान म्हणून दिली. माणकोजींच्या घरातून बाहेर पडून दोघे तळावर आले. तळावर राहुट्या उभ्या केल्या होत्या. मल्हाररावांनी सांडणीस्वाराला बोलावलं. त्याच्याकडं ती सोन्याची साखळी देऊन त्याच्याकरवी इंदूरला सांगावा धाडला. इंदूरच्या वाड्यावर गौतमाबाई, मल्हाररावांच्या पत्नी होत्या. अतिशय समंजस, शहाण्या आणि समयसूचक म्हणून त्यांची ख्याती होती. प्रसंगी एखादा निर्णय घेण्यासाठी मल्हारराव त्यांची मदत घेत. बीडहून स्वार सांगावा घेऊन आलाय हे समजल्यावर त्या गडबडीनं बाहेर आल्या. आधी त्यांनी स्वाराच्या फराळाची आणि घोड्याच्या चारापाण्याची व्यवस्था करायला सांगितली. स्वाराला सांगावा सांगण्याची घाई होती, कारण सांगावाच तसा होता. फराळ करण्याआधी त्यानं सांगावा ऐकण्याचा गौतमाबाईंना आग्रह केला. गौतमाबाईंनी त्याला होकार देताच स्वाराने सांगावा सांगितला, ''बाईजी, सुभेदारांनी सांगावा दिलाय. सुभेदार खंडेरावांचं लगीन ठरवलंय. चौंढी गावचं पाटील माणकोजी शिंदे यांच्या लेकीसंगट. ही सोन्याची साखळी धाडलीया त्यांच्यासाठी.'' असं म्हणत स्वाराने ती साखळी गौतमाबाईंकडे दिली आणि मुजरा करून तो बाहेर पडला. 'खंडेरावाचं लगीन ठरवलंय? आता काय म्हणावं या सुभेदारांना? कुटली पोरगी? कशी हाय? कुनाची हाय? ह्यातलं काय तरी बघितलंय का न्हाई कुनास ठावं? आनि ही काय पद्धत झाली लगीन ठरवायची?' गौतमाबाई विचारात पडल्या. आता सुभेदार परत आल्याशिवाय यातलं काही नीट समजणार नाही हे त्यांच्या लक्षात आलं. तरीही मनांतून त्या आनंदल्या होत्या. सुभेदार अविचारानं काही करणार नाहीत, ते योग्य तेच करतील यावर त्यांचा विश्वास होता. त्यांनी सेवकाला बोलावलं आणि वाड्यात मिठाई वाटायला सांगून ही बातमी सगळ्यांना सांगायला सांगितली. सेवकानं तत्परतेनं

हे काम केलं. वाड्यात सगळीकडं आनंद पसरला. द्वारकाबाई आणि बनाबाई या दोघी गौतमाबाईंच्या सवती, पण गौतमाबाईंच्या आज्ञेत होत्या. त्या धावत गौतमाबाईंच्या दालनात आल्या. गौतमाबाईंनी त्यांना सुभेदारांचा सांगावा सांगितला. वाड्यात सगळीकडं आनंदीआनंद झाला. आता सगळा महाल सुभेदारांची वाट बघू लागला.

चौंढीमध्ये दोनतीन दिवस मुक्काम करून, पुढे अहमदनगरची वसुली करून बाजीराव पेशवे आणि मल्हारराव परत फिरले. बाजीरावांनी थेट पुणे गाठलं, तर मल्हारराव लवाजम्यासह इंदूरला परतले. इंदूरला आल्यावर ते प्रथम सदरेवर गेले. तिथं त्यांच्याविना काही तातडीची कामं खोळंबली होती.

काही महत्त्वाचे निर्णय घ्यायचे होते. काही महत्त्वाचे खलिते तातडीनं पाठवायचे होते. मल्हाररावांनी ते सदरेवरचं सगळं महत्त्वाचं कामकाज निपटलं आणि ते महालात आले. महालात गौतमाबाई त्यांची वाटच बघत होत्या. मल्हारराव महालात आल्यावर गौतमाबाईंनी सेवकाला दूध आणायला सांगितलं. सेवक दूध घेऊन आला. मल्हाररावांनी दूध संपवलं अन् पालथ्या हातानं मिशा पुसल्या. मिशा पुसताना अहिल्येनं विचारलेल्या प्रश्नाची आठवण झाली आणि त्यांना हसू फुटलं. ते मोठमोठ्यांदा हसायला लागले. गौतमाबाईंना समजेना की यांना हसायला काय झालंय. त्या काही विचारणार तोच त्यांच्या चेहऱ्यावरचा गोंधळ बघून मल्हाररावांनी आपलं हसू आवरलं. एकवार शेमल्यानं चेहरा पुसला आणि म्हणाले, ''गौतमा, तुमच्या मनात लयी प्रश्न असतील न्हवं? समद्या प्रश्नांची आम्ही उत्तरं देतो. असं करा, त्या दोघींस्नीबी बोलवा. म्हंजी सगळ्यांस्नी एकदमच सांगता यील. परत परत नको.'' गौतमाबाईंनाही ते पटलं. त्यांनी सेवकाकरवी त्या दोघींना निरोप पाठवला. द्वारकाबाई आणि बनाबाई धावतच आल्या आणि गौतमाबाईंच्या महालात जणू बैठकच बसली. मल्हाररावांनी बोलायला सुरुवात केली. अगदी चौंढी गावात प्रवेश करण्यापासून, सीणेश्वराच्या देवळात कसे थकून बसलो, अहिल्येकडं पाणी कसं मागितलं, ते देताना तिनं काय केलं, इथंपासून ते तिथून माणकोजींचा निरोप घेऊन बाहेर पडेपर्यंतचे घटनाप्रसंग त्यानी अगदी इत्थंभूत सांगितले. अहिल्या कशी हुशार, चुणचुणीत आहे, किती कामसू आहे हे सांगताना तिनं आपल्या मिशा बघून विचारलेली शंका सांगितली आणि गौतमाबाईंसकट तिघी जणी तोंडाला पदर लावून हसू लागल्या. इतक्या, की त्यांना हसू आवरेना. मल्हाररावही तो प्रसंग सांगताना मनसोक्त हसत होते. अहिल्येच्या येण्याच्या नुसत्या बातमीनं महालात प्रसन्नता पसरली होती, हे लक्षात येऊन गौतमाबाई आणि मल्हाररावही सुखावले होते.

त्यानंतर मात्र मल्हाररावांनी आणि गौतमाबाईंनी पुढच्या हालचाली वेगानं

केल्या. चांगला दिवस बघून पुन्हा एकदा मल्हारराव गौतमाबाईंना आणि खंडेरावांना सोबत घेऊन चौंढीला जाऊन आले. त्यांनी अहिल्येच्या आईवडिलांना, भावांना इंदूरला येण्याचं रीतसर निमंत्रण दिलं. त्यांच्यासोबत गावातली आणखी दहा माणसंही घेऊन यायला सांगितलं. इंदूरच्या वाड्यात साखरसाडीचा सोहळा ठरला, तर लग्न चौंढीला माणकोजींच्या घरी करायचं ठरलं. माणकोजींनी मल्हारराव, गौतमाबाई आणि खंडेराव यांचं मोठं स्वागत केलं. तिघांनाही सन्मानानं आहेर केला. नऊ वर्षांचे खंडेराव आपलं लग्न होणार म्हणून आनंदात होते. आईच्या सांगण्यावरून खंडेराव पोक्तपणानं वागायचा प्रयत्न करत होते. खंडेराव येऊन बैठकीवर बसल्यावर अहिल्येनं हळूच माजघराच्या दाराआडून डोकावून बघितलं. खंडेरावांना मिशा नाहीत हे बघून तिनं आनंदानं एक गिरकी घेतली. ती नेमकी सुशीलाबाईंनी बघितली. त्यांनी अहिल्येला त्याचं कारण विचारलं, तर अहिल्येनं हळूच सांगितलं, "आई, मी बघितलं, माझ्या नवऱ्याला मिशा न्हाईत!" ते ऐकून सुशीलाबाईंना हसू फुटलं. "अहिल्ये, तू म्हंजी बघ!" असं म्हणत त्या हसत पाहुणचाराला लागल्या. पहिलं आगतस्वागत झाल्यावर सुशीलाबाई अहिल्येला बाहेर घेऊन आल्या. मात्र आज अहिल्या नऊवार लुगडं नीटनेटकं धरून चालत आली. त्याचं कारण असं होतं की, मल्हारराव लग्नाचं नक्की करून गेलेल्या दिवसापासून सुशीलाबाईंनी अहिल्येला नऊवार लुगडं नेसायला लावलं होतं. 'आता तिचं लगीन ठरलं. त्यामुळं झगा, परकर-पोलकं घालणं आता थांबवायला हवं आणि लुगडं नेसून डोईवर पदर घेऊन वावरण्याची सवय लावून घ्यायला पायजेल' असं सुशीलाबाईंचं म्हणणं होतं आणि ते रास्तच होतं. अहिल्याही थोड्याच दिवसांत हे सगळं शिकली होती. आता ती लुगडं नेसून व्यवस्थित कामंही करत होती. तिला आता स्वयंपाकही येऊ लागला होता. एक उत्तम गृहिणी होण्यासाठी जे जे आवश्यक आहे, ते सगळं सुशीलाबाई अहिल्येला शिकवत होत्या. अशी संसाराला दक्ष होणारी अहिल्या सुशीलाबाई घडवत होत्या.

गौतमाबाईंनी अहिल्येला बघितलं आणि मल्हाररावांवरचा आपला विश्वास सार्थ ठरला असं त्यांना वाटलं. सावळी, चुणचुणीत, चेहऱ्यावर आत्मविश्वासाचं तेज आणि काळ्याभोर डोळ्यांतली ठाम विचारसरणीची लकाकी असलेली ही पोर तिला खूपच आवडली. 'आपल्या लेकाला अशीच बायको पाहिजे होती,' तिच्या मनानं निर्वाळा दिला. तर नऊ वर्षांचे, काळे-सावळे, पण रेखीव चेहऱ्याचे, चुणचुणीत खंडेराव माणकोजी-सुशीलेलाही पसंत पडले. आपण गतजन्मी पुण्याचं काम केलं असणार, म्हणून आपल्या लेकीचं भाग्य उजळणारं हे स्थळ दारात चालून आलं असं त्या दोघांना वाटलं. मल्हाररावांच्या सांगण्यावरून माणकोजींनी गणूभटाला

गावातनं बोलावून आणलं. त्यानं पंधरा दिवसांनंतरचा साखरसाडीचा मुहूर्त काढून दिला, तर दहा दिवसांनंतरचा प्रस्थान मुहूर्त आहे म्हणून सांगितलं. त्याला विचारून पंधरा दिवसांनंतरची तिथी नक्की करून त्या दिवशी इंदूरला खंडेराव-अहिल्येची साखरसाडी करायची असं ठरलं. मल्हारराव, गौतमाबाई आणि खंडेराव सगळ्यांचा निरोप घेऊन परतले. त्यांनाही आता इंदूरला पोहोचायची घाई होती. साखरसाडीची तयारी करायची होती. त्यांच्या एकुलत्या एक लेकाचा साखरपुडा!

ठरल्याप्रमाणं माणकोजी आपली बायको सुशीला, लेक अहिल्या आणि चौंढी गावातले त्याचे दोन-चार आप्त आणि काही प्रतिष्ठित मंडळी सोबत घेऊन इंदूरला पोहोचले. चौंढीच्या मानानं इंदूर गाव तसं बरंच मोठं होतं. चौंढीच्या बाहेर कधी न पडलेल्या अहिल्येला हा एवढा लांबचा प्रवास म्हणजे पर्वणीच होती. तीनशे-साडेतीनशे मैलांचा प्रवास होता तो. चार सारवट गाड्या, चार घोडेस्वार आणि दोन बैलगाड्या भरून सामान असं सगळं घेऊन मजल-दरमजल करत, ठिकठिकाणी मुक्काम करत त्यांचा प्रवास चालला होता.

बीड, धुळे, औरंगाबाद असा प्रवास करत ते मध्य प्रदेशात पोहोचले. माहेश्वर इथं त्यांना नर्मदा नदीचं दर्शन झालं. अहिल्येला झालेलं नर्मदा नदीचं ते पहिलं दर्शन. नर्मदेचं ते आरसपानी पाणी, तिचं ते नजर पोहोचेल तिथपर्यंतचं विशाल पात्र, दोन्ही तीरांना स्पर्श करत, धडका देत संथ वाहणारं पाणी. काठावर असलेली हिरवीगार झाडी. बघता क्षणी अहिल्या नर्मदेच्या जणू प्रेमात पडली. आपलं आणि नर्मदेचं जन्मानुजन्मांचं मैत्र आहे असंच तिला वाटायला लागलं. 'आपलं आता लग्न ठरलंय, आपलं माहेर सोडून आपल्याला या लांबच्या प्रदेशात यावं लागणार आहे. मग इथं आल्यावर आई, मावशी, मैत्रिणी कुणीच नसणार. ही नर्मदाच आपली आई आणि मैत्रीणसुद्धा. तिच्याजवळच आपण आपलं सुख-दु:ख बोलायचं, तिच्याजवळच मन मोकळं करायचं. आता ही नर्मदा आपली सखी, मैत्रीण, सर्व काही.' अहिल्येच्या मनानं घेतलं. नर्मदा जोवर दृष्टिक्षेपात होती, तोवर अहिल्या तिला नजरेत साठवत होती. आपल्याबद्दलची अहिल्येच्या मनातली ही भावना नर्मदेलाही समजली असावी. अहिल्येची सारवट गाडी नदीकाठावरून जात होती. कुठूनशी वाऱ्याची झुळूक आली आणि तिचा आधार घेऊन नर्मदेनं लाटा उंचावून आपला आनंद जणू व्यक्त केला आणि अहिल्येचं आणि तिच्या मैत्रीचं तिनं जणू काही स्वागत केलं.

साखरपुड्याच्या आदल्या दिवशी माणकोजी या सगळ्या लवाजम्यासह इंदूरला पोहोचले. सोबतच्या स्वारानं पुढं जाऊन वर्दी दिली होतीच. इंदूरच्या वेशीवर गौतमाबाई पाच सुवासिनींसह उभ्या होत्या. मल्हारराव स्वत: जातीनं हजर होते. आपलं झालेलं हे

स्वागत बघून माणकोजी-सुशीलाबाईंचा ऊर भरून आला. त्यांच्या लेकीचं सासर होतं हे. होळकरांच्या मोठ्या घराण्यासारखंच त्यांचं मोठं मनही माणकोजींना दिसून आलं. अहिल्या मात्र आपले भोकरडोळे विस्फारून टकामका सगळं पाहत होती. इंदूरला मोठमोठी महालासारखीच घरं होती, महालच जणू. एकेक महाल चार-चार, पाच-पाच मजल्यांचा होता. चौंढीला सर्वांत मोठं, दहा अंकणाचं घर फक्त माणकोजींचंच होतं. पण तेही बैठं. एक मजली. इथं तर सगळीच घरं जणू महालासारखी. त्या घरांसमोरचे रस्तेही पक्के, बांधीव, दगडांचे. त्यावरून सतत वर्दळ, घोडेस्वार, बैलगाड्या, पायी चालणारे लोक, उंटावरून जाणारे अशांची सतत ये-जा होती. उंट तर अहिल्या पहिल्यांदाच बघत होती. एवढा ताडमाड उंची असलेला तो प्राणी रूपानं इतका कुरूप? अहिल्येला कसंतरी झालं. पण त्याहीपेक्षा इंदूर शहरानं तिला भुरळ घातली. त्या शहराच्या वातावरणात खूप काही शिकण्यासारखं आहे असं अहिल्येला वाटलं. आता हे साजरं शहर आपलं सासर होणार आहे याचा तिला खूप आनंद झाला.

माणकोजी, सुशीलाबाई आणि सोबत आलेल्या लोकांचे डोळे तर दिपून गेले. होळकरांचं ते वैभव, ते मोठमोठे महालासारखे वाडे, ती चाकर माणसं, दाराशी असणारे घोडे, स्वार आणि मल्हाररावांच्या त्या राहत्या वाड्यातलं ते वैभव. त्यातल्या कुणी स्वप्नातसुद्धा असं वैभव बघितलं नव्हतं आणि माणकोजींच्या आणि सुशीलाबाईंच्या पुण्याईमुळं ते वैभव अहिल्येच्या नशिबी आलं होतं. एकाच वेळी अहिल्येचं कौतुक आणि तिच्या नशिबाचा हेवा सगळ्यांना वाटायला लागला. त्यातच होळकरांची या सगळ्या वैभवावर असलेली पकड आणि त्यांना मिळणारा आदर, सन्मान. सगळी स्तिमित झाली नसती तरच नवल! या गावाकडून आलेल्या पाहुण्यांचं होळकरांनी आपुलकीनं आणि सन्मानानं केलेलं स्वागत आणि पाहुणचार बघून तर ते भारावूनच गेले. दुसरे दिवशी सकाळी साखरपुडा होता. मल्हारराव स्वतः सगळीकडं जातीनं देखरेख करत होते, तर गौतमाबाई आपल्या दोन सवतींना सोबत घेऊन मुदपाकखान्यात उसाभर करत होत्या. त्यांच्या लाडक्या, एकुलत्या एक लेकाचा साखरपुडा होता. आणि सूनसुद्धा त्यांच्या मनासारखी मिळाली होती. त्यामुळं गौतमाबाईंच्या उत्साहाला नुसतं उधाण आलं होतं. पाच पक्वान्नं करायची होती. इतरही अनेक पदार्थ बनवायचे होते. खास इंदूरी पदार्थांची रेलचेल तर असणारच होती आणि गौतमाबाई त्याचीच तर तयारी करत होत्या. मुदपाकखान्यात काम करणाऱ्या आचाऱ्यांना सूचना करत होत्या. एकंदरीत इंदूरच्या त्या होळकरांच्या वाड्यात पराकोटीचा आनंद पसरला होता.

आपल्या लेकीच्या भाग्याचं कवतिक करत सुशीलाबाई सोबत आलेल्या बायकांशी बोलत बसल्या होत्या. अहिल्या नऊवारी लुगड्याचा घोळ सावरत

इकडंतिकडं बागडत होती. तिच्या उत्सुक मनाला आणि ज्ञानलालसा असणाऱ्या बुद्धीला इथं कितीतरी नवनवीन शिकण्यासारखं होतं आणि अहिल्या तेच करत होती. आज ती विशेष नटली होती. आईनं तिच्या जाडसर केसांचा अंबाडा घातला होता. त्यावर चांदीचं फूल खोचलं होतं. मोरपंखी रंगाचं नऊवार, पायघोळ लुगडं ती नेसली होती. अंगावर बोरमाळ, टीक आणि श्रीमंत पेशव्यांनी दिलेली मोत्याची माळ, तर हातांत मोत्यांच्या बांगड्यांसोबत काचेच्या बांगड्या आणि पायात छुमछुम वाजणारे पैंजण, कपाळावर आडवी चिरी, नाकात सुंकलं, कानांत मोत्याच्या कुड्या, असा नट्टापट्टा करून अहिल्या सगळीकडं मिरवत होती. त्या महालासारख्या वाड्यात सगळीकडं हिंडत होती. त्या वाड्यात एकेक दालन असं होतं, की त्या एका दालनात तिच्या गावाकडचं एकेक अख्खं घर मावलं असतं.

अहिल्येला हे सगळं अपूर्वाईचं होतं. ते सगळं बघता बघता तिचं भान हरपलं होतं. हे सगळं बघत बघत ती वरच्या मजल्यावर गेली. मजबूत, बांधीव पायऱ्यांचा दगडी जिना. तो चढताना अहिल्या प्रत्येक पायरीला हात लावून बघत होती. ती वरच्या मजल्यावर गेली. तो मजलाही तेवढाच प्रशस्त होता. तिथंही मोठमोठी दालनं होती. दालनांना रस्त्याकडच्या बाजूला उघड्या छपऱ्या होत्या. त्यातून बाहेरचं, खालचं सगळं दृश्य दिसत होतं. अहिल्या त्या प्रत्येक सज्जातून वाकून बघत होती. खाली घोडेस्वारांचं एक पथक इकडून तिकडं गस्त घातल्यासारखं फिरत होतं. उद्या साखरपुड्याच्या सोहळ्याला काही मोठमोठे सरदार यायचे होते, त्यांच्या स्वागताची तयारी चालली होती. अहिल्या त्यांच्या संचलनाकडे लक्ष देऊन बघत होती. घोडे आणि घोडेस्वार या दोघांच्याही हालचाली लयबद्ध होत होत्या. अचानक अहिल्येला काहीतरी खटकलं. ते संचलन ती आवडीनं बघत होती. अचानक तिच्या लक्षात आलं की त्या पथकातला एक घोडा लंगडतोय. ती आणखी लक्षपूर्वक पाहू लागली, तर खरंच त्या पथकातला एक घोडा लंगडत होता. त्याच्या पाठीमागच्या एका पायाला काहीतरी झालं असावं. तो घोडा तो पाय टेकतच नव्हता. त्यावर बसलेला स्वारही दुसऱ्या स्वारासोबत बोलण्यात मग्न होता. त्यामुळंच बहुधा त्याच्या ते लक्षात आलं नसावं. क्षणभर अहिल्येनं विचार केला आणि ती धावत सुटली. जिन्याच्या पायऱ्या दडदड उतरत, आपले पैंजण छुमछुम वाजवत ती धावत खाली आली. खालच्या दालनात तिची आई इतर बायकांसोबत बसली होती. आपल्या लुगड्याचा घोळ सावरत अहिल्या त्यांच्या समोरून धावत गेली. आईनं तिला ''अगं... अगं अहिल्या'' म्हणत हाकाही मारल्या. पण अहिल्येनं त्या ऐकल्याच नाहीत. ती तशीच धावत मुख्य दरवाजाजवळ आली.

दाराबाहेर कुणाशी तरी मल्हारराव बोलत उभे होते. उद्याच्या कामाच्या सूचना सांगत होते. अहिल्या धावत त्यांच्या समोरून निघाली. त्यांचं लक्ष गेलं. ''सूनबाई, अहो थांबा... थांबा!'' त्यांनी आवाज दिला. ही पोर एवढी धावत महालाच्या बाहेर कशाला आली हेच त्यांना समजेना. मात्र मल्हाररावांचा आवाज आणि त्यांची 'सूनबाई' अशी मारलेली हाक ऐकून ती थांबली. आपण चौंढीत नसून इंदूरला आहोत, हे आपलं सासर आहे, याची जाणीव तिला झाली आणि तिच्यातल्या स्त्रीची भावनिक मर्यादा जागी होऊन घसरलेला पदर डोईवर ओढून घेत ती तत्क्षणी थांबली. ती थांबलेली बघून मल्हारराव पुढे झाले. म्हणाले, ''सूनबाई, काय झालं? कुटं चाललाय धावत? काही पायजे काय?'' त्यांच्या विचारण्यातलं प्रेम अहिल्येला समजलं. खाली मान घालून ती म्हणाली, ''त्या तिकडं, तिथं, त्या... त्या घोड्याचा... घोड्याचा...!'' ''घोड्याचा काय, सूनबाई? काय झालं घोड्याला?'' मल्हाररावांनी पुन्हा विचारलं. त्यांच्या स्वरात माया होती, तशीच उत्सुकताही! अहिल्येनं धीर एकवटला. एकदा सगळीकडं नजर टाकली. तिची आई, तिच्यासोबत असलेल्या बायका, तिचे वडील माणकोजी, त्यांच्या सोबतचे गावकरी सगळीच दाराबाहेर येऊन थांबली होती, अहिल्या धावत का आली ते बघायला. अहिल्येनं एकदा मल्हाररावांकडं नजर टाकली. त्यांच्या नजरेत तिला आश्वासन दिसलं. तिला धीर आला. एक पाऊल पुढं येऊन, एका हातानं डोईवरचा पदर सावरत दुसऱ्या हातानं त्या घोड्याकडं निर्देश करत ती हळूच म्हणाली, ''त्या... त्या घोड्याच्या मागच्या पायाला ना काय तरी झालंया! तो लंगडतोय! मी... मी वरनं सज्जातून बघितलं. आनि ते सांगायसाठी मी धावत खाली आले!'' अहिल्येनं एका दमात सगळं सांगितलं.

मल्हाररावांनी बघितलं, खरंच तो घोडा बारीक लंगडत होता. कुणाच्या लक्षातही आलं नसतं. मल्हाररावांना अहिल्येच्या तीक्ष्ण नजरेचं कौतुक वाटलं. 'आपल्या या समद्या जहागिरीवर लक्ष ठेवन्यासाठी अशीच नजर हवी! आपण अगदी योग्य सून निवडली हाय!' मल्हाररावांच्या मनांत आलं. त्यांनी आपलीच पाठ थोपटली. विचारातून बाहेर येऊन मल्हाररावांनी जमादाराला हाक मारली. तो घोड्यावरून उतरून धावत आला. मुजरा करून उभा राहिला. मल्हाररावांनी त्या पथकातल्या त्या घोड्याचं लंगडणं त्याच्या लक्षात आणून दिलं. पुन्हा मुजरा करून तो धावतच तिकडं गेला. त्या घोडेस्वाराला त्यानं सांगितलं. तो स्वार घोड्यावरून उतरला. त्यानं त्या घोड्याला एका बाजूला घेतलं. दुसरा एक जण त्या घोड्याचा लगाम धरून उभा राहिला. त्या पहिल्या स्वारानं त्या घोड्याचा पाठीमागचा पाय उचलून पाहिलं. त्याच्या खुरात घुसलं काहीच नव्हतं. नाल तर मारलेलीच होती.

पण त्या लोखंडी नालेचा एक कोपरा उचकटून तो उलट्या बाजूला वळला होता. पाय टेकला की त्याची बोच घोड्याला टोचत होती आणि म्हणून तो किंचित लंगडत होता. अर्थात हे वेळीच लक्षात आलं होतं म्हणून बरं. दुर्लक्ष झालं असतं, तर त्याला जखम झाली असती. घोड्याच्या पायाची जखम लवकर बरी होत नाही आणि ती वाढली, तर तो घोडा निकामी झाला असता. मल्हाररावांचं घोड्यांवर अतिशय प्रेम होतं. घोडदळाच्या पथकावर तर त्यांच्या जहागिरीची भिस्त होती. मल्हाररावांचं घोड्यावर फार पूर्वीपासून प्रेम होतं. म्हणूनच तर मामाचे, म्हणजे भोजराज बारगळचे मेंढरांचे खवाडे राखता राखता मामाचं पंचवीस स्वारांचं पथक ज्यांच्या पागेत होतं, त्या कंठाजी कदमबांडे यांच्या पागेत पोरसवदा मल्हारी कामाला राहिला होता. तिथंच तो घोड्यांना हुकमतीत ठेवायला लागला. बघता बघता तलवार चालवायला शिकला. अचूक भालाफेक करू लागला आणि पेशव्यांचा मनसबदार बनला.

आपल्या या पोरसवदा सुनेची बारीक नजर आणि घोड्यांवरचं तिचं प्रेम बघून मल्हारराव समाधान पावले. त्यांनी आपल्या गरजत्या आवाजात अहिल्येचं तिथल्या तिथं कौतुक केलं. "भले शाबास, सूनबाई! बघितलंत का मंडळी आमच्या सूनबाईंची बारीक नजर. असंच सगळीकडं ध्यान ठेवत जा!" असं म्हणत मल्हाररावांनी अहिल्येला आणि तिच्या सर्वगामी बुद्धीला उत्तेजन दिलं. अहिल्येचं कौतुक करत सगळी मंडळी पुन्हा आपापल्या जागेवर, आपापल्या कामाला गेली. सुशीलाबाई-माणकोजींच्या अंगावर मात्र मूठभर मांस चढलं. आज या घडीला सगळ्यांच्या कौतुकाचा केंद्रबिंदू अहिल्या होती. तिनं पराक्रमच तसा केला होता. सासरच्या या गावात पहिल्याच दिवशी आपल्या लेकीनं दाखवलेली बुद्धीची चुणूक बघून सुशीलाबाई-माणकोजी मात्र भरून पावले.

त्या दिवशीचा तो सगळा दिवस अहिल्येच्या कौतुकात, तिची चतुराई, तिचं प्रसंगावधान यांचं वर्णन करण्यात आणि ऐकण्यातच गेला. जमलेली सगळी पाहुणेमंडळी हेच तर बोलत आणि ऐकत होती. पण अहिल्या मात्र या सगळ्यापासून दूर, सगळीकडचं निरीक्षण करण्यातच दंग होती. एकदोनदा तर अचानक खंडेराव समोर आले आणि त्यांनी विचारलंदेखील, "काय बघताय एवढं?" तर डोईवरचा पदर सावरत अहिल्येनं खाली मान घालून धीटपणानं उत्तर दिलं, "मला हे समदं नवीन हाय. तुमच्या सरावाचं असंल, पन माझ्या न्हाई. म्हणून बघतीय समदं!" खेड्यातलं जग माहीत नसलेल्या खंडेरावांना अहिल्येच्या या उत्तराचं नवल वाटलं. 'हे तर रोजचंच हाय. या काय बघतायत एवढं?' असा प्रश्न त्यांच्या मनात उभा राहिला. पण आत्ताच सगळं विचारणं बरं दिसलं नसतं, म्हणून ते पुढं काहीच बोलले नाहीत.

अशा कौतुकाच्या वातावरणात रात्रीची जेवणं झाली. मंडळी अहिल्येचं आणि तिच्या भाग्याचं वर्णन करतच झोपली. दुसरे दिवशी सरत्या सकाळी, म्हणजे अकराच्या सुमाराला साखरपुड्याचा मुहूर्त होता. रात्री निजताना अहिल्येला आपल्या जवळ घेऊन सुशीलाबाई काही सूचना करत होत्या. उद्या कसं कसं वागायचं हे सांगत होत्या. आपला उद्या साखरपुडा आहे या उत्सुकतेनं आईचं सुरुवातीचं बोलणं ऐकणारी अहिल्या नंतर मात्र झोपी गेली. शांत आणि गाढ निजलेल्या निरागस अहिल्येच्या कपाळावरून हात फिरवत सुशीलाबाई म्हणाल्या, ''पोरी, अशीच राहा. असंच सगळ्यांचं मन जिंकत जा. आता हीच तुझी कर्मभूमी आणि हीच तुझी पुण्यभूमी.'' तिच्या तोंडून उमटणाऱ्या त्या शब्दांना, इंदूरची ती होळकरांची वास्तू 'तथास्तु' म्हणत होती.

दुसऱ्या दिवशीची सकाळ उजाडली तीच मुळी घाई-गडबडीनं. त्या वाड्यात सगळीकडं गडबड सुरू झाली. होळकरांचा स्त्रीवर्ग तयारीत गुंतला. त्यात साखरपुड्याची, जेवणाची, विधींची, न्याहारीची अशी सगळी तयारी होत होती. तर चौंढीहून आलेल्या स्त्रीवर्गात आपलं आणि आपल्या लेकरांचं आवरण्याच्या तयारीची गडबड सुरू झाली. सगळ्यांसाठी न्याहारी बनवली गेली. सगळ्यांची न्याहारी करून झाली आणि बघता बघता अकरा वाजले. होळकरांचे पारंपरिक उपाध्याय हळबेशास्त्री वाड्यात दाखल झाले. ते पालखीतून आले होते. पालखीतून कुणीतरी आलंय हे समजल्यावर हाताला मेंदी लावून घ्यायला बसलेली अहिल्या उठली आणि धावत खिडकीजवळ गेली. खिडकीतून बाहेर कुतूहलानं पाहू लागली. अस्सल जरीकाठी उपरणं, धोतर आणि झिरमिळ्यांची पगडी घातलेला कुणीतरी ब्राह्मण त्या पालखीतून उतरत होता. पालखी खांद्यावरून आणणाऱ्या चार माणसांनी ती पालखी खाली पायाड्यावर ठेवली. त्या पालखीतून तो ब्राह्मण खाली उतरला. मल्हाररावांनी त्याला मुजरा केला. बाकीच्या सेवकांनीही मुजरे केले. मल्हाररावांनी खंडेरावांना त्यांच्या पायावर डोकं टेकवून नमस्कार करायला लावला. त्या ब्राह्मणानं प्रसन्न चेहऱ्यानं आशीर्वाद दिला. मग सेवकांनी त्यांच्या पायासमोर फुलं पसरली. त्यावरून ते चालत असता त्यांच्यावरही फुलं उधळली. मल्हारराव मोठ्या अदबीनं त्यांना आत घेऊन आले. अहिल्या हे सगळं कुतूहलानं बघत होती. असली पालखी तिनं गावाकडं फक्त सीणेश्वराच्या आणि चौंडेश्वरीच्या उत्सवातच बघितली होती. त्या पालखीतून देवाच्या मूर्तींची मिरवणूक निघायची आणि गावप्रदक्षिणा करून ती पुन्हा मंदिराच्या आवारात यायची. पण पालखीतून माणूस बसून येताना ती पहिल्यांदाच बघत होती. तिला या गोष्टीचं फार अप्रूप वाटलं. आपल्यालासुद्धा कधीतरी असल्या पालखीत बसायला मिळालं तर किती गंमत येईल, असं तिच्या मनांत आलं.

अहिल्या अल्ता लावता लावता कुठं तरी गेली हे सुशीलाबाईंच्या लक्षात आलं आणि बाहेर बघत खिडकीजवळ उभ्या असलेल्या अहिल्येच्या दंडाला धरून तिनं तिला जागेवर आणून बसवली. सुशीलाबाई काही बोलणार तोच अहिल्या म्हणाली, ''आई, ते कुनीतरी पालखीत बसून आले हायत. किती सुंदर हाय ती पालखी! मलाबी खूप आवडंल पालखीत बसाया!''

''चालंल हो! तुझ्या लग्नाच्या वरातीत आपन तुला पालखीतनंच बसवून आनू हं!'' अहिल्येचं आवरलं की नाही ते बघायला आत आलेल्या गौतमाबाईंनी अहिल्येचं बोलणं ऐकून उत्तर दिलं. त्यांना बघून सगळी अदबीनं उभी राहिली, अहिल्यासुद्धा. आणि लगेचच तिनं विचारलं ''खरंच!'' हे विचारताना तिचा चेहरा कमळफुलासारखा उमलला होता. गौतमाबाईंनी तिची अलाबला घेतली. ''खरंच हो सूनबाई!'' म्हणत तिच्या गालावर हलकेच हात फिरवला. ''झालं का आवरून समद्यांचं! उपाध्याय आलंत. बिगीनं भाइर या!'' असं सांगून गौतमाबाई गेल्या. आणि त्या दालनातली गडबड आणखी वाढली. पुन्हा एकदा निरोप आला तशी सुशीलाबाई अहिल्येला घेऊन दालनाबाहेर पडल्या. तिच्या पाठोपाठ इतर स्त्रीवर्गही. बाहेर मोठ्या खास दालनात साखरपुड्याचा सोहळा ठेवला होता. तिथे सगळी मंडळी आली. अहिल्या गुलबक्षी रंगाची पैठणी नेसली होती. त्याचा हिरवा पदर तिनं डोक्यावरून ओढून घेतला होता. पायातले पैंजण छुमछुम वाजवत, हळुवार पावलं टाकत ती पूजा मांडली होती तिथं सुशीलाबाईंसोबत आली. गौतमाबाई पुढं आल्या. अहिल्येच्या हाताला धरून त्यांनी तिला उपाध्यायांसमोर आणली. ''महाराज, ही होळकरांची सून, अहिल्या,'' गौतमाबाईंनी सांगितलं. अहिल्येनं पदर सावरला आणि वाकून, जमिनीवर डोकं टेकवून त्यांना नमस्कार केला.

''सौभाग्यवती भव! अष्टपुत्रा भव! यशस्वी भव!'' उपाध्याय गुरुजींनी मन भरून त्रिवार आशीर्वाद दिला. तिच्या चेहऱ्यावरचं ते तेज बघून उपाध्याय बाजूला बसलेल्या मल्हाररावांना म्हणाले, ''सुभेदार, तुमची सून मोठी शुभलक्षणी आहे. होळकर घराण्याची कीर्ती ती दिगंत करेल!'' गुरुजींचं बोलणं ऐकून त्या आधीच आनंदी असलेल्या दालनात आनंदानं कळस गाठला. गुरुजींच्या तोंडून होळकर घराण्याची ललाटरेषाच जणू वाचली गेली होती. ''ॐ श्रीगणेशाय नमः।'' गुरुजींनी मंत्रोच्चार केला आणि अहिल्या-खंडेराव यांच्या साखरपुड्याच्या विधीला सुरुवात झाली.

५

इंदूरला गेलेली मंडळी चौंढीला परतली, ते एक महिन्यानंतरची अहिल्येच्या लग्नाची तारीख घेऊनच. साखरपुड्याच्या विधीनंतर उपाध्याय गुरुजींनी दोघांच्या कुंडल्या बघून एक महिन्यानंतरचा लग्नाचा मुहूर्त काढून दिला. ज्येष्ठात जन्मलेल्या अहिल्येची कुंडली मांडताना गुरुजींच्या लक्षात आलं की, ही कुंडली राजयोगाची तर आहेच; पण कुळाचा उद्धार करणारी, दिगंत कीर्तिमान स्थापन करणारी आहे. हे त्यांच्या लक्षात आलं आणि होळकर घराण्याशी ऋणानुबंधाने जोडल्या गेलेल्या गुरुजींना अतिशय आनंद झाला. त्यांनी मग लक्षपूर्वक दोघांच्या लग्नाचा मुहूर्त काढून दिला. तो महिन्याभरानंतरचा निघाला. तयारीचे मनसुबे रचतच मंडळी चौंढीला परतली आणि सुरू झाली अहिल्येच्या लग्नाची तयारी.

इंदूरला जाऊन आलेल्या गावकऱ्यांनी होळकरांचं वर्णन असं काही मन भरून आणि तोंड भरून केलं की, जवळपास अख्खं गाव अहिल्येच्या लग्नाच्या तयारीसाठी पुढं आलं. लग्न सीणेश्वराच्या मंदिराच्या आवारात करायचं ठरलं. सीणेश्वराच्या मंदिराची स्वच्छता, रंगरंगोटी, फुलांच्या माळांची सजावट, पताका, तऱ्हेतऱ्हेच्या मण्यांच्या माळांची सजावट यात गावातले काही लोक लागले. तर काही भला मोठा मांडव घालण्यात लागले. काही जण गावाबाहेर राहुट्या उभ्या करण्याच्या कामात, तर काही वऱ्हाडासोबत येणाऱ्या घोडे, बैल वगैरे जनावरांची व्यवस्था लावण्याच्या कामात. खाशा स्वारींसाठी खास राहुट्या उभारल्या गेल्या, तर स्त्रीवर्गासाठी वेगळ्या. काही जण वऱ्हाडाच्या जेवणाखाण्याचा व्यवस्थेत लागले, तर काही शिधा जमा करण्याच्या. गावातला तमाम स्त्रीवर्ग रोज घरातली कामं आटोपून माणकोजींच्या घरी निवड-टिपण, सांडगे, पापड, कुरडया यांसाठी जमायला लागला. अहिल्येच्या लग्नाच्या तयारीत असा सगळा गाव एकोप्यानं गुंतला गेला. भविष्यात अहिल्येकडून केल्या जाणाऱ्या सामाजिक एकोप्याच्या कार्याची ही जणू नांदी होती.

बघता बघता महिना उलटला. लग्न दोन दिवसांवर आलं आणि इंदूरहून वऱ्हाडाची माणसं जमा व्हायला सुरुवात झाली. राहुट्या बांधलेलं मैदान माणसं, घोडे यांनी गजबजून गेलं. विशेष म्हणजे श्रीमंत बाजीराव पेशवे या विवाहासाठी जातीनं हजर होते आणि तेही आपला हत्ती सोबत घेऊन आले होते. लग्नानंतर वर-वधूला हत्तीवरून चौंढी गावच्या वेशीपर्यंत नेण्याचा मनसुबा त्यांनी जाहीर केला आणि अहिल्येच्या सुवर्णभविष्याचे वेध चौंढीकरांना आत्ताच लागले. पेशवे आणि होळकरांचे परस्परांवरचे प्रेम आणि ऋणानुबंध या घटनेनं जणू अधोरेखित झाले. अहिल्येचं भविष्य उज्ज्वल असणार हे सांगायला कुणा ज्योतिषांची आता गरज नव्हती. इंदूरहून आलेली मंडळी चौंढीकरांनी केलेल्या व्यवस्थेवर खूश होती. प्रत्येक राहुटीच्या तैनातीला एक गावकरी उभा होता. कुठं काहीही कमी पडणार नाही याची दक्षता प्रत्येक क्षणाला घेतली जात होती. होळकरांच्या वैभवानं आणि मानमरातबानं चौंढीकर आधीच दिपले गेले होते. त्यातच श्रीमंतांचा सजलेला हत्ती आपल्या अहिल्येसाठी आणला आहे हे बघून तर त्यांनी डोळेच विस्फारले. हत्ती एवढ्या जवळून तर त्यांनी कधीच बघितला नव्हता. त्यामुळं त्या मैदानात हत्ती उभा असणं ही त्यांच्यासाठी अप्रूपाची गोष्ट होती. अहिल्येचं लग्नच अशा दृष्टीनं अप्रूपाचं अप्रूप होतं आणि अप्रूपाचा तो क्षण आलाच.

सकाळी दहा वाजता अहिल्या आणि खंडेराव यांचं विधिवत लग्न लागलं. धनगर समाजाच्या चालीरीतींप्रमाणे दोघांच्याही पायाखाली घोंगडं अंथरलं होतं. नवरा-नवरीला त्यावर उभं करून परंपरेचा मान राखला गेला. लग्नानंतर जेवणावळी पार पडल्या. इंदूरला होळकरांनी साखरपुड्याच्या वेळी इंदूरी पक्वान्नांचा थाट केला होता, तर माणकोजींनी जिलेबी, पुरणपोळी, कळीचे लाडू, साखरभात आणि शिरा या पाच पक्वांन्नासोबत बिट्ट्या आणि मिरच्यांची भाजीदेखील बनवली होती. होळकरांच्या वऱ्हाडानं पक्वान्नावर तर आडवा हात मारलाच; पण बिट्ट्या आणि मिरचीची भाजीसुद्धा हायहुय करत, जीभ पोळत मनसोक्त खाल्ली. माणकोजींनी सगळ्यांना आहेर केले. विशेष म्हणजे होळकरांचा मानमरातब लक्षात घेऊन दोन अबलख, सुलक्षणी घोडेही त्यांनी मल्हाररावांना भेट दिले. घोड्यांची आवड असणाऱ्या मल्हाररावांना माणकोजींनी दिलेली ही भेट फार आवडली. जेवणावळी झाल्या. पेशव्यांनी खंडेरावांना तलवार भेट दिली आणि दोन गावांची जहागिरी त्यांच्या नावे देण्याची घोषणा केली. अहिल्येलाही एक रत्नजडित, सुंदर कट्यार दिली. दोघांना आशीर्वाद दिले. अहिल्येला आशीर्वाद देताना ती कट्यार तिच्या हातात देऊन श्रीमंत म्हणाले, ''सूनबाई, ही कट्यार घ्या. ही कट्यार तुम्हाला मराठी

राज्याच्या रक्षणाची सतत याद देत राहील. जपा तिला!'' अहिल्येनं त्यांना वाकून नमस्कार केला. ती कट्यार हातात घेतली, मस्तकाला लावली आणि खाली मान घालूनच पण निश्चयी स्वरात म्हणाली, ''श्रीमंतांचा आशीर्वाद माझ्यासाठी हुकूम असंल!'' तिचं उत्तर ऐकून श्रीमंत प्रसन्न झाले. तिच्या उत्तरात लपलेला बाणेदारपणा तिच्या स्वभावाची झलक सांगून गेला.

लग्नाचा सोहळा पार पडला. आता अहिल्येची पाठवणी करायची होती. माणकोजी, सुशीलाबाई यांचे डोळे वारंवार भरून येत होते. अहिल्येचे दोन भाऊ सारखे अहिल्येच्या मागे-पुढे करत होते. सगळ्यांचा निरोप घेऊन अहिल्या निघाली. श्रीमंतानी शब्द दिल्याप्रमाणं चौंढी गावच्या वेशीपर्यंत खंडेराव-अहिल्येची हत्तीवरून वरात काढली. चौंढीकर तिथपर्यंत अहिल्येसोबत गेले. हत्तीवरून उतरून अहिल्येनं पुन्हा एकदा भरल्या डोळ्यानं सगळ्यांचा निरोप घेतला आणि मागं वळून बघत बघत ती वऱ्हाडातून गौतमाबाईंच्या शेजारी सारवटगाडीत जाऊन बसली. गौतमाबाईंनी तिच्या खांद्यावर हात ठेवला. त्यांच्या प्रेमळ स्पर्शानं अहिल्येला बरं वाटलं. सगळं वऱ्हाड मार्गस्थ झालं. ठिकठिकाणी मुक्काम करत, मजल-दरमजल करत जवळपास महिनाभरानं सगळी इंदूरला पोहोचली, तेव्हा इंदूर एखाद्या नववधूसारखं नटलं होतं, सजलं होतं. मल्हारराव हे पेशव्यांचे सरदार, सुभेदार असले, तरी इंदूरचे जणू राजेच होते आणि इंदूरची सून आता प्रवेशणार होती. तिच्या पावलानं समृद्धी, प्रगती, शांतता, समाधान आणि सुख येणार होतं. इंदूरवासी अहिल्येला बघायला उत्सुक होते. मल्हाररावांनी लोकांची ती इच्छा ओळखली आणि इंदूरच्या वेशीवर त्यांनी सगळं वऱ्हाड थांबवलं. अहिल्येसाठी उघड्या झरोक्याची पालखी (मेणा) मागवली. अहिल्येला पालखीत बसवलं. तत्क्षणी अहिल्येला प्रचंड आनंद झाला. साखरपुड्याच्या दिवशी उपाध्याय गुरुजींची पालखी बघून तिच्या मनात आपणसुद्धा अशा पालखीत बसावं अशी इच्छा झाली होती. ती अशी इंदूरात पाय ठेवल्याक्षणीच पूर्ण झाली होती.

अहिल्या मेण्यात बसली. भोयांनी मेणा उचलला. खंडेराव पुढे घोड्यावर बसले होते. चांदीच्या तारांनी विणलेला किनखापाचा पोषाख त्यांनी घातला होता. मस्तकावर मोत्याचा तुरा लावलेला मंदील त्यांनी बांधला होता. जरतारी कमरबंदात चांदीची मूठ असलेली तलवार होती. खंडेराव मोठे रुबाबदार दिसत होते. तर मेण्यात बसलेली, अंजिरी रंगाची पैठणी नेसलेली, दागिन्यानं नटलेली आणि त्या दागिन्यांपेक्षाही चेहऱ्यावर सुवर्णासारखी झळाळी असलेली अहिल्या इंदूरवासियांनी ते आपलं केलेलं स्वागत उत्सुक नजरेनं न्याहाळत होती. अहिल्येला मेण्यात बसलेली

बघून आणि मेण्यात बसल्यामुळं तिचा खुललेला चेहरा बघून गौतमाबाईंच्या चेहऱ्यावर समाधान उमटलं. 'आपण पोरीला कौतुकानं साखरपुड्याच्या दिवशी शब्द दिला आणि तो पूर्ण झाला' या गोष्टीनं त्यांना आनंद झाला.

सर्वार्थानं अशी नटलेली, सजलेली, सर्वार्थानं देखणी, सुंदर असलेली वधू-वरांची ती वरात होळकरांच्या वाड्यावर पोहोचली. होळकरांच्या त्या वाड्यात अहिल्येचा गृहप्रवेश झाला. वर्ष होतं १७३३. हळूहळू त्या एवढ्या मोठ्या वाड्याची अहिल्येला सवय झाली. आपले पैंजण छुमछुम वाजवत ती वाडाभर फिरू लागली. सुरुवातीला गांगरलेली, बावरलेली, त्या वैभवानं डोळे दिपून गेलेली अहिल्या आता आत्मविश्वासानं वावरायला लागली. सुरुवाती-सुरुवातीला इकडून तिकडं जाताना नोकरांनी मुजरे केले, तर गांगरून जाणारी अहिल्या नंतर त्यांनी मुजरे केल्यावर हसून त्यांचा स्वीकार करायला लागली. या वाड्यात आपण एक महत्त्वाची व्यक्ती आहोत याची जाणीव तिला झाली आणि तिचा आत्मविश्वास वाढला. आपलं नऊवार लुगडं आणि अंगावरचे दागदागिने सांभाळत ती गौतमाबाईंच्या सोबत, त्यांच्या पाठोपाठ वावरायला लागली. त्यांच्यासोबत उपाध्यायांनी सांगितलेली व्रतवैकल्यं करू लागली. देवळात पोथ्या-पुराणांना जाऊ लागली. उपासतापास करू लागली. होळकरांची ही सून अवघ्या वाड्यात कौतुकाचा विषय बनली. त्या कौतुकाच्या नजरा झेलत अहिल्येनं आपल्या कामाचा आवाका वाढवला. आता तर गाई-गुरांची देखभाल, देवांची पूजा-अर्चा, नैवेद्य, उपाध्यायांची दान-दक्षिणा, वाड्यातलं स्वयंपाकपाणी, नोकराचाकरांच्या अडीअडचणी, त्यांचे पगार, त्याचा हिशेब, बघता बघता अहिल्येनं वाड्यातला सगळा कारभार बघायला सुरुवात केली. काही अडलं-नडलं तर गौतमाबाईंना विचारावं, मल्हाररावांनी सांगितलेलं समजून-उमजून पार पाडावं, सगळ्यांशी अदबीनं, आपुलकीनं वागून, योग्य तो सन्मान देऊन आदर देऊन बोलावं, मोजकंच बोलावं, धोरण ठेवून वागावं, सासू-सासऱ्यांच्या आज्ञा शिरसावंद्य मानाव्यात, प्रत्येक आज्ञा, प्रत्येक काम झटकन समजून घ्यावं आणि ते बिनबोभाट पार पाडावं. अहिल्येनं असा सगळीकडं आपल्या सूज्ञपणाचा, आपल्या अदबशीरपणाचा ठसा उमटवला.

वर्षं लोटली. अहिल्या आता निरागस वयातून समंजस वयात आली. मध्ये दोनतीन वेळा ती माहेरीही जाऊन आली; पण अंतर जास्त आणि अंगावर असलेली वाड्याची, वाड्यातल्या आणि वाड्याबाहेरच्या कारभाराची जबाबदारी यामुळं माहेर दुरावलं ते दुरावलंच. अहिल्या आणि खंडेराव यांचा आता पती-पत्नीचा संसार सुरू झाला. मल्हारराव आणि गौतमाबाई अत्यंत समाधानात होते.

श्रीमंत पेशव्यांनी लग्नात शब्द दिल्याप्रमाणं लग्नानंतर दोन वर्षांतच बारा वर्षांच्या खंडेरावांना दोन गावांच्या जहागिरीचं पत्र दिलं. जुन्नर प्रांतातलं कोरेगाव आणि पुणे प्रांतातलं उदावाडी या दोन गावांची जहागिरी, सरदेशमुखी, साहोत्र (चौथाईतील सहा टक्के हिस्सा घेण्याचा अधिकार), कुलबाब (सर्व बाबी), कुलकानू (सर्व कायदे व कर) यांचा अधिकार या जहागिरीमुळं खंडेरावांना मिळाला. धनगर समाजाच्या रूढीप्रमाणं पुरुषानं दिवसभरात एक रुपया कमावला, तर त्यातल्या चार आण्यांवर त्याच्या पत्नीचा हक्क असतो, या रुढीप्रमाणं मल्हाररावांनीही सुभेदार झाल्यावरसुद्धा ही परंपरा कायम ठेवली आणि गौतमाबाईंच्या नावे आपल्या जहागिरीतले काही परगणे केले. मल्हाररावांच्या वागण्याबोलण्याचा आदर्श खंडेरावांनी घ्यावा असं अहिल्येला वाटायचं. कदाचित मल्हाररावांनाही हेच अपेक्षित असावं. म्हणूनच खंडेराव बारा वर्षांचे झाल्यापासूनच मल्हारराव त्यांना आपल्यासोबत मोहिमांवर न्यायला लागले. इतर कोणत्याही सरदार घराण्यातल्या पती-पत्नीचा संसार व्हावा, तसा अहिल्या-खंडेरावांचा संसार सुरू झाला.

सुनेच्या सगळ्या जबाबदाऱ्या अत्यंत समंजसपणे पार पाडणारी अहिल्या खंडेरावांच्या बाबतीत मात्र चिंतित होती. कारण त्यांचं लक्ष घरापेक्षा बाहेर जास्त होतं. खंडेराव हे होळकर घराण्याचे एकुलते एक वारस होते. मल्हाररावांचे उत्तराधिकारी. मल्हारराव सतत पेशव्यांसोबत मोहिमांवर असत. त्यामुळे होळकरांच्या सगळ्या दौलतीची जबाबदारी खंडेरावांवर होती. ते मोठे झाल्यावर मल्हारराव त्यांना एकट्याला, सोबत सैन्य देऊन लहान-सहान मोहिमांवर पाठवायला लागले. त्या निमित्तानं खंडेराव बराच काळ मल्हाररावांच्या दृष्टीपासून दूर राहायला लागले आणि त्यांच्यावर कोणाचच बंधन राहिलं नाही. त्यांची मुलुखगिरी अहिल्येला थांबवता येत नव्हती. अहिल्या त्या वेळी तीन महिन्यांची गरोदर होती. म्हणूनच असहाय होती.

त्यातच श्रीमंत बाजीराव आजकाल मध्यप्रदेशाच्याच मुलुखगिरीवर होते. त्यामुळे मल्हारराव सतत त्यांच्यासोबत असत. इंदूरच्या वाड्याची आतली आणि बाहेरची सगळी जबाबदारी अहिल्येवर होती. एवढंच नव्हे, तर अहिल्येचा वकूब ओळखून मल्हाररावांनी तिच्यावर आणखी काही कामं सोपवली होती. अधूनमधून ते अहिल्येला खंडेरावांसोबत प्रत्यक्ष रणभूमीवरही पाठवू लागले. त्यामुळं तर अहिल्येचा प्रत्यक्ष रणभूमीशी परिचय झाला. लढाईच्या मसलती मल्हारराव खंडेरावांना सांगत, तेव्हा अहिल्या तिथे उपस्थित असे. कधीकधी मल्हारराव अहिल्येचाही सल्ला घेत. आपल्या बुद्धीप्रमाणं अहिल्या काहीतरी सांगत असे. त्यातूनही तिच्या बुद्धीची चुणूक दिसत असे. एक प्रसंग असाच अहिल्येच्या

बुद्धीची झलक दाखवणारा घडला आणि मल्हाररावांचा अहिल्येवरचा विश्वास मजबूत झाला. झालं होतं असं.

पेशवे यवनांच्या आक्रमकतेला पायबंध घालण्याचे मनसुबे रचत होते आणि पारही पाडत होते. छत्रपती शिवाजी महाराजांचा गनिमी कावा मराठी फौजांच्या रक्तात असला, तरी यवनांची लूटमार चालूच होती. पंचवीस-पन्नास जणांचं त्यांचं पथक एखाद्या लहान गावात टोळधाडीप्रमाणे घुसत असे आणि हाताला लागेल ते लुटून, जमेल तेवढी लूटमार करत, जमेल तेवढी कत्तल करून हाताला लागेल ती चीजवस्तू लुबाडून, बायका-पोरींना उचलून, घोड्यावर टाकून घेऊन जात असे. त्यांच्या अशा लूटमारीमुळं गावंच्या गावं ओस पडत होती. लहान गावात भीतीचं वातावरण पसरलं होतं. गावकरी रात्रीच्या वेळी जागता पहारा ठेवत, म्हणून हे लुटारू दिवसाढवळ्या येऊन लूट करून जात. दिवसा गावातले पुरुष शेतात असत. त्याचाच फायदा घेत ही लूटमार चालत असे. हा सगळा इलाका मल्हाररावांच्या सुभेदारकीत येत होता. त्यामुळं मल्हारराव चिंतेत होते. श्रीमंत बाजीराव पेशवे या बाबतीत मल्हाररावांना जबाबदार धरून जाब विचारू शकत होते. या टोळक्यांचा बंदोबस्त कसा करावा ही चिंता मल्हाररावांना रात्रंदिवस भेडसावत होती. त्यासंबंधीची खलबतं सतत चालू होती. काही डावपेच आखले जात होते. मल्हारराव, खंडेराव आणि सैन्यातले दोन जबाबदार अधिकारी मसलतीला होते. खंडेरावांच्या राहुटीत बैठक बसली होती. अहिल्या राहुटीच्या आतल्या भागात बसून सगळं ऐकत होती. मल्हाररावांनी पाणी मागितलं म्हणून तांब्या-भांडं घेऊन ती बाहेर गेली. अचानक मल्हाररावांनी विचारलं, ''सूनबाई, तुमच्याकडं यावर काही उपाय हाय का? काय असंल तर सांगा. आपल्या मुलखातल्या आया-बहिनींच्या, लेकी-सुनांच्या इज्जतीचा सवाल हाय!'' मल्हाररावांच्या स्वरात जसा आदर होता, तशी अपेक्षाही होती. ते अहिल्येच्या लक्षात आलं. तिनं क्षणभर विचार केला. तिला आठवलं. ती तीन महिन्यांची गरोदर असतानाचा प्रसंग.

वाड्यावरच्या एका दासीच्या हातून देवघराच्या दाराशी मोहरीचं तेल सांडलं होतं. अहिल्या देवघरात चालली असताना गौतमाबाई एकदम ओरडल्या, ''सूनबाई, सांभाळा! दारात मोहरीचं तेल सांडलंय. मोहरीचं तेल फार बुळबुळीत असतंय. त्यावरनं हमखास पाय घसरतोय.'' तो प्रसंग अहिल्येला त्या क्षणी आठवला. डोईवरचा पदर सारखा करत पाच महिन्यांची गरोदर असलेली अहिल्या खाली मान घालून म्हणाली, ''मामंजी, आपण विचारलंत म्हणून मी सांगण्याचं धाडस करते. ते लुटारू गावाच्या वेशीतनं घुसत असतील, तर वेशीच्या वाटंवर मोहरीचं

तेल ओतून ठेवावं. मोहरीचं तेल लयी बुळबुळीत असतंया. त्यावरनं घोड्यांचे पाय घसरतील. स्वार खाली पडतील. मग तिथंच आसपास लपून बसलेल्या आपल्या सैनिकांनी त्यांच्यावर हल्ला करावा आणि कापून काढावा एकेक लुटारू!'' अहिल्येच्या स्वरात सात्त्विक संताप होता. मल्हाररावांनी आपल्या सुनेकडे एक कौतुकाचा कटाक्ष टाकला. म्हणाले, ''सेनानायक, आत्तापर्यंत इतके परिते आजमावले. हा पन एक उपाय करून बघू या. मोहरीचं तेल मागवून घ्या आनि परगन्यातल्या समद्या लहानलहान गावांच्या वेशींवरनं ओतून ठेवा. बघू काय व्हतंय ते!'' मल्हाररावांनी आज्ञा दिली आणि बैठक बरखास्त झाली. त्यानंतर दिवसभर अहिल्या धडधडत्या उरानं वावरत होती. 'आपण खुळ्यासारखं, आपल्या बायकी बुद्धीला सुचलं ते सांगितलं. कायतरी उपयोग झाला तर ठीक, न्हाईतर सगळी आपल्याला हसतीलच. पन आपण बाई माणूस. 'कुनी सांगितलं व्हतं न्हाई त्ये बोलायला' असं पन म्हनतील. असा विचार सारखा तिच्या मनात येत होता आणि ती अधिकच कानकोंडी होत होती. तो दिवस तसाच गेला. अहिल्या धडधडत्या मनानं वावरत राहिली. आणि...

आणि दुसऱ्या दिवशी सकाळी दोनतीन स्वार बेफाम घोडा हाकत तळावर आले. धावतच त्यांनी मल्हाररावांची राहुटी गाठली. घोडेस्वार असे धावत तळावर आले म्हटल्यावर सगळी मल्हाररावांच्या राहुटीजवळ जमली. त्यात खंडेराव आणि त्यांच्या पाठोपाठ अहिल्यासुद्धा होती. स्वार आलेत म्हटल्यावर मल्हारराव लगबगीनं बाहेर आले. त्यांना मुजरा करून स्वारांनी आपापली खबर सांगितली, ''परगण्यातल्या आठ-दहा लहानलहान गावांच्या वेशीवर मोहरीचं तेल ओतलं होतं त्याचा परिणाम दिसून आला होता. त्यातल्या चार-सहा गावांत यवनी लुटारू शिरत असतानाच त्या तेलावरून त्यांच्या घोड्यांचे पाय सरकले, घोडे पडले आणि घोडेस्वारही. घोडेस्वार पडता क्षणी बाजूच्या झाडीत लपलेल्या होळकरांच्या तलवारबाजांनी ते लुटारू कापून काढले. आसपासच्या सहा गावांत अशा शिरू पाहणाऱ्या लुटारूंच्या सहा टोळ्या कापण्यात मल्हाररावांच्या तलवारबाजांना यश मिळालं आणि ही बातमी वाऱ्यासारखी पसरताच इतर गावांत शिरू पाहणाऱ्या लुटारूंच्या टोळ्या जिवाच्या भीतीनं वेशी बाहेरूनच लूटमार न करता परत फिरल्या.'' स्वारांनी या बातम्या आणल्या आणि तळावर आनंदाचं वातावरण पसरलं. मल्हाररावांच्या नजरेतला अहिल्येबद्दलचा अभिमान आणखी दृढ झाला. ही मोहीम संपली. सगळ्यांनाच आता परतीचे वेध लागले. तसे ते अहिल्येलाही लागायला हवे होते, पण तिला ते नको होतं. खरं तर तिला आता सातवा महिना लागला होता. पहिलं बाळंतपण प्रथेनं

माहेरी व्हायला हवं होतं आणि ते होणारही होतं; पण चौंढीला परतायला किंवा बाळंतपणासाठी माहेरी जायला अहिल्येचं मन तयार नव्हतं. चौंढीला वाड्यावर परत गेलं, की इथं खंडेरावांचं दुसरं लग्न लावून दिलं जाणार होतं. आणि तीच ठसठस अहिल्येच्या मनात होती. पण ती हेसुद्धा जाणून होती की ही गोष्ट घडणारच आहे आणि गौतमाबाईंनी जशी मल्हाररावांची दोन लग्नं स्वीकारली आणि मोठ्या मनानं सवतींना आपलंसं केलं, तसंच आपल्यालाही मन मोठं करावं लागणार आहे. सवतीचा हसतमुखानं स्वीकार करावा लागणार आहे. खंडेरावांचं वाड्यात तिच्याशी आणि इतर सगळ्यांशी वागणं नीट होतं. ते कधी मल्हाररावांना किंवा गौतमाबाईंना उलटून बोलायचे नाही. अहिल्येशीसुद्धा ते अतिशय अदबीनं वागत असत; किंवा एका परीनं त्यांना अहिल्येचा धाक वाटत असे. त्यामुळंच अहिल्या त्यांना छेडत नसे. पण आता? आता पार्वती नावाची स्त्री खंडेरावांची दुसरी पत्नी बनून थेट वाड्यावर येणार होती. पत्नी म्हणून असलेले अहिल्येचे अधिकार वाटून घेणार होती.

त्यातच अहिल्येला पहिल्या बाळंतपणासाठी माहेरी, चौंढीला जावं लागणारं होतं. अहिल्या धर्मसंकटात सापडली होती. कुणाला विचारावं, कुणाचा सल्ला घ्यावा, काहीच कळत नव्हतं. तिच्या हृदयातला सल, तिच्या डोक्यातला विचारांचा गोंधळ तिच्या चेहऱ्यावर उतरला. तिच्या बोलक्या डोळ्यांत उमटला आणि मल्हाररावांनी तो वाचला. आपल्या या हुशार सुनेचं काहीतरी बिनसलंय हे त्यांच्या लक्षात आलं आणि एके दिवशी त्यांनी अहिल्येला विचारलं, "सूनबाई, तुमच्या जिवाला काही डाचतंय का? काय असंल ते मोकळेपणानं बोला. असं मनांत ठिऊन घुसमट करून घिऊ नका. काय ते आम्हास्नी सांगा." मल्हाररावांच्या विचारण्यातली माया अहिल्येला जाणवली. मामंजींजवळ आपलं मन मोकळं करावं असं तिला वाटलं. ती खाली मान घालून म्हणाली, "मामंजी, माझं मन खरंच अस्वस्थ हाय. आजवरचं यांचं वागनं खटकण्यासारखंच होतं, पन ते सारं वाड्याबाहेर होतं. पन आता यांचं दुसरं लग्न म्हंजे?..."

अहिल्या बोलता बोलता थांबली. "समजलं मला, सूनबाई!" मल्हारराव म्हणाले. "सूनबाई, आता त्यांचं दुसरं लग्न लावून द्यायचं हाय म्हणून तुम्ही अस्वस्थ हाय! ध्यानात घ्या, आपली रयत हे आपलं लेकरू हाय. त्यांची जिम्मेदारी आपल्यावर हाय. येळप्रसंगी ते आपल्यासाठी जीव टाकत्यात. मग आपन नको का त्यांचा इचार कराया. तुम्ही बिनघोर माहेरी जावा. आनि एक गोष्ट ध्यानात ठेवा; खंडेरावांनी कितीबी लग्नं केली, तरी या वाड्याची, होळकरांची सून हे स्थान तुमचंच ऱ्हाईल. तो मान तुमचाच ऱ्हाईल. हे ध्यानात ठेवा!" मल्हाररावांनी समजूत

काढली आणि अहिल्या शांत झाली. भानावर आली. फक्त खंडेरावांची पत्नी एवढीच आपली ओळख नाही, तर मल्हारराव होळकरांची सून हीच आपली खरी ओळख आहे हे तिच्या लक्षात आलं. तिनं आपली तीच ओळख स्वीकारली आणि अहिल्या शांत झाली. निश्चिंत झाली. आपलं स्वतःचं एक वेगळंच अस्तित्व तिला जाणवलं. आता तिनं आपलं मन आणखी खंबीर केलं. आता तिचं विश्व फक्त खंडेरावांपुरतं मर्यादित नव्हतं. होळकरांच्या जहागिरीच्या पसरलेल्या साम्राज्याशी आता ते निगडित होतं. अहिल्येचं मन शांतवलं. त्याच शांत मनानं ती खंडेराव व पार्वतीबाई यांच्या दुसऱ्या लग्नाला सामोरी गेली. त्याच शांत मनानं तिनं तिची सवत झालेल्या पार्वतीबाईंचं स्वागत केलं आणि त्यानंतर त्याच शांत मनानं ती बाळंतपणासाठी माहेरी, चौंढीला गेली. तिला माहेरी सोडायला खंडेराव गेले. जाताना वाटेत तिनं खंडेरावांना चार चांगल्या गोष्टी सांगितल्या. विशेष म्हणजे तिनं खंडेरावांना त्यांच्या वर्तणुकीबद्दल एक शब्दही सांगितला नाही. तिनं फक्त त्यांना दौलतीच्या कारभाराकडं लक्ष द्यायला सांगितलं आणि शांतपणे ती मातृत्वाला सामोरी गेली. निघताना ती मल्हाररावांना म्हणाली, ''मामंजी, होळकरांच्या सुनेला आशीर्वाद द्या. ती सगळ्या जबाबदाऱ्या शांतपणे सांभाळेल म्हणून!'' तिच्या या एका वाक्यावर मल्हारराव समजले. आपली सून अहिल्या आता समर्थ होते आहे. त्यांच्या चेहऱ्यावर समाधान उमटलं. एक वेगळंच समाधान.

६

अहिल्येनं एका गोंडस बाळाला जन्म दिला. मुलगा झाला. होळकरांच्या घराण्याला वारस मिळाला. मल्हाररावांनी हत्तीवरून साखर वाटली. होळकरांच्या वाड्यात तर आनंदाला नुसतं उधाण आलं. खंडेरावांनंतर जवळजवळ वीस-बावीस वर्षांनी या वाड्यात लहान बाळाचं आगमन झालं होतं. तीन महिने माहेरी राहून अहिल्या बाळाला घेऊन इंदूरला आली. चौंढीत असताना बाराव्या दिवशी बाळाला पाळण्यात घालून रीतीप्रमाणं त्याचं बारसं केलं होतं. पण त्या समारंभाला खंडेराव एकटेच आले होते. खूप लांबचा पल्ला असल्यामुळं गौतमाबाई येऊ शकल्या नाहीत, तर मल्हारराव बाजीराव पेशव्यांसोबत मोहिमेवर गेले असल्यानं तेही येऊ शकले नाहीत. अशा परिस्थितीत अहिल्या बाळाला घेऊन इंदूरला आली. तिचं स्वागत प्रचंड थाटामाटात झालं. मल्हाररावही तेव्हा इंदूरलाच होते. तीन महिन्यांच्या त्या बाळाला, आपल्या नातवाला बघायला मल्हारराव आणि गौतमाबाई दोघंही आतुर झाले होते. अहिल्या आली. तिच्यावरून आणि बाळावरून भाकरतुकडा ओवाळून टाकून गौतमाबाईंनी तिला मायेनं जवळ घेतलं. अहिल्येनं बाळाला गौतमाबाईंच्या हातात दिलं आणि त्यांचे डोळे आनंदाश्रूंनी भरून आले. आपल्या नातवाला उराशी कवटाळून, अहिल्येकडं एक आत्यंतिक मायेचा कटाक्ष टाकून त्यांनी बाळाचा हलकेच मुका घेतला. "अहिल्ये, पोर कुनासारखं झालंय गं?" कौतुकानं त्यांनी विचारलं. "कुनासारखंबी होऊ दे; पर नातू आमचा हाये!" असं आपल्या गडगडाटी आवाजात म्हणत मल्हारराव दालनात आले. त्यांच्या चेहऱ्यावरून आनंद ओसंडत होता. गौतमाबाईंनी बाळाला त्यांच्या पुढ्यात धरलं. "हा बगा तुमचा नातू! घ्या त्याला हातात!" गौतमाबाईंनी सांगितलं. "न्हाई, खंडूच्या आई! अहो, या हातांना तलवार धरायची सवय हाय. ह्ये असलं अलवार काम काय आम्हाला जमायचं न्हाई," म्हणत मल्हाररावांनी सपशेल शरणागती पत्करली. तोच "मामंजी, तुम्ही या मंचकावर मांडी घालून

बसा. बाळाला तुमच्या मांडीवर घ्या!'' अहिल्येनं तोडगा काढला. मल्हारराव खूश झाले. त्यांना बाळाला घ्यायचं तर होतं, पण भीती वाटत होती. अहिल्येचा तोडगा त्यांना पसंत पडला. ते मंचकावर मांडी घालून बसले. अहिल्येनं गौतमाबाईंच्या हातातून बाळाला घेतलं आणि मल्हाररावांच्या मांडीवर ठेवलं. मल्हाररावांना पराकोटीचा आनंद झाला. त्यांचा नातू, होळकर घराण्याचा वारस त्यांच्या मांडीवर होता. खंडेरावांचं वागणं बघून मल्हाररावांनी त्यांच्याकडून अपेक्षा ठेवायचं सोडून दिलं होतं. पण आता मल्हाररावांच्या घराण्याचा वारस त्यांच्या मांडीवर होता. मल्हारराव त्याच्याकडं बघत होते. सावळा रंग, भुरं जावळ, टुकूटुकू बघणारे डोळे, गालात खेळणारं लाडिक हसू, गजऱ्याची कुंची घालून ते गोंडस बाळ मल्हाररावांच्या मांडीवर खेळत होतं. मल्हाररावांनी गळ्यातली सोन्याची साखळी काढली. बाळाच्या पोटावर ठेवली. म्हणाले, ''सूनबाई, होळकरांच्या वाड्यात आता या बाळाचं बारसं थाटात करू या. आजच उपाध्यायांना बोलवू या. त्यांच्याकडनं चांगला दीस बघू अन् बारशाचा थाट करू.'' मल्हाररावांनी बेत जाहीर केला आणि सगळा वाडा आनंदानं आणि उत्साहानं भरून गेला.

बाळाचं नाव मालेराव ठेवलं. वाड्यात बारसं मोठ्या धूमधडाक्यात झालं. जवळपास अख्खं इंदूर त्या दिवशी महालात जमा झालं होतं. मल्हाररावांनी घरटी भेटवस्तू दिल्या, तेही अहिल्येच्या हातातून. आपलं आणि आपल्या लेकाचं होणारं कौतुक बघून तिचा ऊर भरून आला. आपल्या नवऱ्याच्या वागण्यातली कमतरता या कौतुकानं भरली जातेय असं तिला वाटलं. आणि आता या वाड्याप्रति, या वाड्यातल्या माणसांच्या प्रति आणि या जहागिरीप्रति आपली जबाबदारी आणखी वाढली आहे असं तिला वाटलं. आणि खरोखरंच अहिल्या अधिक जबाबदारीनं वागायला लागली. मालेरावांना सांभाळण्याचं काम आता गौतमाबाई अत्यंत निगुतीनं आणि मायेनं करीत असत, तर मल्हारराव आता आपल्या या सुनेवर अधिकाधिक जबाबदाऱ्या टाकू लागले. नवनवीन कामं सोपवू लागले. त्यांनी काम सांगावं आणि ते नवीन असलं तरी त्या संबंधीची सगळी माहिती घेऊन अहिल्येनं ते नीटसपणे, जबाबदारीनं पार पाडावं असा सिलसिला सुरू झाला. मग त्यात पत्रांची ने-आण करणाऱ्या काशीद जोड्यांवर लक्ष ठेवणं, त्यांच्या राहण्या-जेवण्याची व्यवस्था पाहणं, हुंड्या वटवून पैसा उभा करणं इथंपासून ते अगदी तोफांसाठी लागणारी दारू तयार कशी करायची, त्याचा कारखाना कुठं आणि कसा उभा करायचा, रणक्षेत्रापासून तो किती अंतरावर असला पाहिजे, विशिष्ट प्रकारच्या तोफा कशा वाहून न्यायच्या, त्यासाठी बैलगाड्या आणि बैलजोड्या कशा

असल्या पाहिजेत, इंदूरच्या शहरात सैन्याच्या तुकड्या कुठं आणि कशा तैनात करायच्या इथंपर्यंतची सगळी कामं मल्हारराव अहिल्येवर सोपवू लागले. अहिल्या ते अत्यंत हिरिरीनं, उत्साहानं आणि जबाबदारीनं पार पाडू लागली. मल्हाररावांना हे सगळं सांभाळण्यासाठी असा घरचाच जबरदस्त मदतनीस मिळाला आणि ते बिनघोरपणे पेशव्यांसोबत मोहिमांवर जाऊ लागले. यात विशेष गोष्ट अशी होती की, मल्हारराव अहिल्येला जसं घडवत होते, तशी ती घडत होती. यातून एक देदीप्यमान कीर्तिमानता घडवणारं स्त्रीनेतृत्व घडतंय याची दोघांनाही कल्पना नव्हती. मल्हाररावांच्या हातून नियती सगळं करवून घेत होती जणू.

याच दरम्यान खंडेरावांच्या खासगी मालमत्तेतून काही हिस्सा अहिल्याबाईंच्या नावे झाला आणि अहिल्येच्या बुद्धीला आणि कल्पनाशक्तीला नवे धुमारे फुटले. एके दिवशी मल्हाररावांशी चर्चा करून तिनं एक काम हाती घेतलं. ती जेव्हा चौंढीहून इंदूरला आली होती, तेव्हा त्या प्रत्येक वेळी तिनं पाहिलं होतं, की हा लांबचा प्रवास करताना किती अडचणी येतात. किती त्रास होतो, काय काय अडचणी येतात याचा तिनं अनुभव घेतला होता. खरं तर तिचा तो सगळा प्रवास खाशा स्वारीच्या प्रवासासारखा होता, तरीही त्याच प्रवासात सामान्य लोकांना किती त्रास होत होता हे तिच्या लक्षात आलं होतं. अहिल्या मूळची अभ्यासू, तिची निरीक्षणशक्ती खूपच सखोल. अगदी सहज नजरेला पडलेल्या साध्यासाध्या गोष्टीही ती मनात नोंदवून ठेवत असे. त्यामुळं या प्रवासात मनात नोंदवल्या गेलेल्या गोष्टींची दखल घेत, त्याबद्दल मल्हाररावांशी चर्चा करत तिनं त्या प्रवासमार्गावर पाण्याची कुंडं बांधली. त्याचा खर्च अहिल्येनं खासगीतून केला. असाच एक प्रसंग घडला आणि अहिल्येचा समंजसपणा मल्हाररावांच्या पुन्हा एकदा प्रत्ययाला आला.

झालं होतं असं, मल्हाररावांच्या घोड्यांच्या पागेची व्यवस्था पाहणारा हैबती एके दिवशी धावतच वाड्यावर आला. मल्हारराव वाड्यावरच होते. हैबती धावत आला, तशी सेवकानं आत जाऊन वर्दी दिली. मल्हारराव उठून बाहेर आले. त्यांना बघितल्यावर हैबती जास्तच जोरात रडायला लागला. मल्हाररावांनाच काय, पण कुणालाच कळेना काय झालंय? शेवटी मल्हाररावांनी जरा जरब दाखवून विचारलं, तेव्हा तो म्हणाला, ''सरकार, आपला लाडका घोडा शेरू मला जवळसुदीक येऊ दीना झालाय. जवळ गेलो तर अंगावर येतोया. कालधरनं त्यानं मला अंगाला हातबी लावू दिल्याला न्हाई. त्याधरनं कालपासनं त्याला खरारा न्हाई, चंदी न्हाई न् काईच न्हाई. मला कायबी कळंना झालंया. एक दीस वाट बघून म्या हितं सांगाय

आलो.'' हैबतीनं सगळं वृत्त सांगितलं आणि मल्हारराव चिंतेत पडले. 'शेरू' त्यांचा आवडता घोडा होता. अत्यंत शुभलक्षणी असा शेरू मल्हाररावांसोबत सतत मोहिमेवर असायचा. शेरू सोबत असला, की मल्हारराव निर्धास्त असायचे. बिनघोर असायचे. असा त्यांचा लाडका शेरू दोन दिवस अस्वस्थ आहे हे ऐकून मल्हाररावही अस्वस्थ झाले. हैबतीच्या सांगण्यावरून त्यानं कालपासून काही खाल्लेलंही नव्हतं. एवढंच नव्हे, तर तो हैबतीला जवळही येऊ देत नव्हता. मल्हारराव पेचात पडले होते. काय गोंधळ झालाय, हैबती असा ओरडात का आला हे बघण्यासाठी अहिल्या तिथं आली. ''काय झालं? काय अडचन हाय?'' तिनं हैबतीला विचारलं. हैबतीच्या ऐवजी तिला मल्हाररावांनीच सगळी हकीगत सांगितली. ''मामंजी, तुमची अनुमती असंल, तर मी जाऊन बघू काय?'' अहिल्येनं विचारलं. मल्हाररावांनी लगेचच होकार दिला. अहिल्या हे सगळं नीट सोडवेल असा त्यांना विश्वास होता. मल्हाररावांनी होकार देताच अहिल्या म्हणाली, ''चला, हैबतीबाबा! आपण शेरूकडं जाऊ या!'' आणि पदर सावरत ती निघालीसुद्धा. हैबतीही तिच्या पाठोपाठ निघाला.

ती दोघं आणि त्यांच्यासोबत इतर चार जण पागेत आली. शेरूला वेगळ्या लहान कक्षात बांधलं होतं. अहिल्या शेरूजवळ गेली. शेरूच्या डोळ्यांत राग दिसत होता. अहिल्या जवळ गेली. हैबती पाठीमागेच उभा राहिला होता. अहिल्या शेरूच्या जवळ गेली. शेरूच्या संतापलेल्या डोळ्यांना डोळे भिडवून ती क्षणभर तिथंच उभी राहिली. आस्ते आस्ते शेरूच्या डोळ्यांतला राग मावळला. अहिल्येला समोर बघितल्यावर शेरूचे डोळे सौम्य झाले. त्याच्या नजरेतला हा फरक अहिल्येच्या लक्षात आला. ती शेरूच्या जवळ गेली. तिच्या जवळ येण्यानं शेरूच्या डोळ्यांत आनंद उमटला. ''वैनीसाब, लयी जवळ जाऊ नगा. तो पाय मारतोय!'' बाजूला उभा राहिलेला हैबती ओरडला. अहिल्येनं त्याच्याकडे एक कटाक्ष टाकला. त्या कटाक्षात जरब होती, आदेश होता, गप्प राहण्याचा हुकूम होता. हैबती समजला. तो चुपचाप एका बाजूला उभा राहिला. अहिल्या शेरूच्या जवळ गेली. तिनं शेरूच्या पुठ्ठ्यावर थाप मारली. शेरूनं मान खाली घालून हलवली. अहिल्येनं त्याच्या पाठीवर हात फिरवला, त्याची आयाळ खाजवली. शेरू शांत उभा होता. आयाळ खाजवल्यावर तर त्यानं अहिल्येचा हात चाटला. त्याच्या त्या खरखरीत जिभेच्या स्पर्शानं अहिल्या शहारली. शेरूचा लगाम धरून हैबतीला म्हणाली, ''हैबतीबाबा, कुटं काय झालंय शेरूला? चांगला तर हाय! बघा बरं, कसा शांत उभा राह्यलाय!'' अहिल्याच्या बोलण्यावर हैबतीनं मान डोलावली आणि ''व्हय! व्हय! मग माजंच

काय तरी चुकलं असंल!'' असं म्हणत हैबती शेरूजवळ आला. हैबती जवळ येताच पुन्हा शेरूचे डोळे बदलले. त्याच्या डोळ्यांत राग उमटला. तो पुन्हा रागानं फुरफुरू लागला. सुस्कारायला लागला. हैबती आणखी जवळ येताच त्यानं पाठीमागचे पाय उचलले आणि तो दुगाण्या झाडायला लागला. हैबती पुन्हा घाबरून मागं सरकला आणि अहिल्येच्या जवळून पुढं जाऊन लांब उभा राहिला. तो जवळून गेला आणि अहिल्येला ते जाणवलं. हैबती तिच्या जवळून गेला, तेव्हा तिला एक उग्र दर्प जाणवला. तिनं पुन्हा एकदा शेरूला शांत केलं आणि दूर उभ्या असलेल्या हैबतीजवळ जाऊन तिनं विचारलं, ''हैबतीबाबा, तुम्ही अंगाला किंवा डोक्याला कसलं तरी तेल लावलंय का?'' हैबतीनं खाली मान घातली. म्हणाला, ''जी, वैनीसाब! माझा भाऊ अजमेरवरनं आलाय. तो येताना माझ्यासाठी अत्तर घेऊन आलाय, वाळ्याचं! म्या कामावर यायला लागलो, तर त्यानं काल मला ते अत्तर ढीगभर लावलं. त्याचाच वास येतोया!'' हैबतीनं अहिल्येला जाणवलेल्या आणि तिनं विचारलेल्या उग्र दर्पाबद्दलचं स्पष्टीकरण दिलं. ते ऐकल्यावर अहिल्येच्या कपाळावर आठी उमटली. तीव्र स्वरात तिनं विचारलं, ''हैबतीबाबा, किती वर्सं झाली पागेत काम करताय?'' तिच्या आवाजातल्या जरबेनं हैबती चमकला. नेहमी मायेनं बोलणाऱ्या अहिल्येचा असा स्वर त्यानं कधी ऐकला नव्हता. तो चपापला. ''जी, वैनीसाब! पाचसहा वर्सं झाली जी, पागेत कामाला लागून!'' त्यानं भीतभीत, चाचरत उत्तर दिलं. ''मग घोड्याला उग्र वास आवडत न्हाई हे तुम्हाला ठावं न्हाई? तुम्ही अंगाला जे अत्तर लावून आलाय, त्याचा वास शेरूला आवडला नाही. त्यानं ते त्याच्या परीनं सांगून बघितलं. तुम्हाला ते समजलं न्हाई म्हणून तो आक्रमक झाला. हैबतीबाबा, जनावरांना बोलाया येत न्हाई. त्यांच्या हालचालीतनं आपण माणसांनी ते वळखलं पाहिजेल.'' अहिल्येनं हैबतीला सुनावलं. त्यालाही त्याची चूक समजली होती. ''माफी करा, वैनीसाब! पुन्यांदा असं व्हनार न्हाई! म्या आत्ताच जाऊन आंघूळ करून, त्यो वास घालवून येतो.'' असं म्हणत मुजरा करून तो पळतच घरी गेला. अहिल्येनं एकदा शेरूच्या पाठीवर थोपटलं आणि समाधानी चेहऱ्यानं पदर सावरत ती वाड्याकडं परतली. एका बाजूला उभं राहून हे सगळं बघणाऱ्या मल्हाररावांच्या चेहऱ्यावर आत्यंतिक समाधान पसरलं. आपल्या सुनेच्या, अहिल्येच्या समंजसपणाचा, शहाणपणाचा त्यांना प्रत्येक वेळी नव्यानं प्रत्यय येत होता. त्यांना एक प्रसंग आठवला.

श्रीमंत बाजीराव पेशवे त्या वेळी मध्यप्रदेशातच होते. नर्मदाकाठी असलेल्या रावेरखेड या गावी त्यांचा मुक्काम होता. तिथं श्रीमंतांना विषमज्वरानं गाठलं

आणि त्यातच त्यांचा मृत्यू झाला. वर्ष होतं १७४०, महिना होता एप्रिल. बाजीराव पेशवे यांच्या अशा अवेळी मृत्यूनं मल्हाररावांना फार मोठा धक्का बसला. ते अगदी कोसळून गेले. बाजीराव पेशव्यांचा आणि मल्हाररावांचा खूपच स्नेह होता. मल्हारराव सतत सावलीसारखे बाजीरावांसोबत असायचे. बाजीरावांच्या मृत्यूनंतर मल्हारराव खचून गेले. अगदी तरुण वयात जेव्हा पेशवाईचा सूर्य विलक्षण तेजानं तळपत होता, तेव्हाच पेशवाईचा हा सूर्य अस्तंगत झाला होता. याच गोष्टीनं मल्हाररावांनी हाय खाल्ली. बाजीराव पेशवे तर गेले; पण आता मल्हाररावांना कसं आवरायचं हेच कुणाला समजेना. बाजीरावांचे दिवस झाले आणि मल्हारराव आपल्या दालनात स्वत:ला कोंडून घेऊन बसून राहिले. कुणालाच काय करावं सुचेना. गौतमाबाई समजूत घालून थकल्या. अहिल्या-खंडेरावांचा खऱ्या अर्थानं संसार नुकताच सुरू झाला होता. अहिल्येनं नुकतीच इथंतिथं लक्ष द्यायला सुरुवात केली होती. वाड्यात पसरलेली ही अस्वस्थता तिच्या लक्षात आली. आपण काहीतरी करावं असं तिच्या मनानं घेतलं आणि एक दिवस तिला एक युगत सुचली. तिनं या बेतात खंडेरावांनाही सामील करून घेतलं. सोळा वर्षांचे खंडेरावही मल्हाररावांच्या अशा वागण्यानं अस्वस्थ होतेच.

मल्हारराव आपल्या दालनात बसले होते. त्यांना काहीच सुचत नव्हतं. त्यांनी जेवणखाणही सोडलं होतं. दोनतीनदा गौतमाबाई, तर एकदा अहिल्या स्वत: त्यांचं ताट वाढून घेऊन गेली होती. पण त्यांनी जेवणाला नकार दिला होता. बाजीराव त्यांचे धनी होते आणि त्याहीपेक्षा त्या दोघांचा स्नेह अधिक होता. बाजीरावांची एकही मोहीम मल्हाररावांना घेतल्याशिवाय पूर्ण होत नसे. मल्हाररावांची संपूर्ण निष्ठा पेशव्यांशी आहे हे बाजीरावही जाणून होते. पण आता बाजीराव राहिले नव्हते. 'आता आपलं असं इथं कोण आहे?' या प्रश्नानं मल्हारराव अधिक दु:खी होत होते. त्या दिवशी खंडेराव धावत मल्हाररावांच्या दालनात आले. धावतच ते त्यांच्याजवळ जाऊन बसले. त्याच्या डोळ्यांतून अश्रू वाहत होते. ते बघून मल्हाररावांनी विचारलं, "खंडेराव, काय झालं? कशापायी टिपं गाळतायसा?" त्यांचा प्रश्न ऐकून एक हुंदका देत खंडेराव म्हणाले, "आबा, अहिल्याबाई कालपासनं जेवल्या न्हाईत. समदी कामं तर करतायत. पर तोंडात पानी सुदीक घेतल्यालं न्हाई. आनि सारख्या रडतायत. आईनं लई समजूत काढली. तवापुरत ऐकलं, पर वापस तसंच चाललंय." खंडेरावांनी सविस्तर उत्तर दिलं. ते ऐकून मल्हारराव आणखी अस्वस्थ झाले. 'अहिल्या दुसऱ्याची पोर, सून म्हणून आपल्या घरात आली. आत्ता कुटं तिचा संसार सुरू झाला व्हता. आनि असं काय घडलं की तिनं जेवनखान सोडलं. सासूनं

समजूत घातली तरी ती ऐकंना. म्हणजे तसंच काय तरी झालं असनार. तिला आईबाबांची आठवण तर आली नसंल?' मल्हारराव विचार करत होते. शेवटी त्यांनी खंडेरावांकरवी अहिल्येला बोलावणं धाडलं. नऊवार पायघोळ लुगड्याचा पसारा आवरत, डोईवरचा पदर सावरत पंधरा वर्षांची अहिल्या खंडेरावांसोबत मल्हाररावांच्या दालनात आली. खाली मान घालून मल्हाररावांसमोर उभी राहिली. ''सूनबाई, काय झालं? तुम्ही जेवत न्हाई, खात न्हाई असं कळलं. तुम्हाला बरं न्हाई का? आई-वडलांची याद येतीय का? काय झालंय ते आम्हाला मन उघडून सांगा. तुमच्या सासूनंबी तुमची समजूत घातली म्हनं! पर तुम्ही ऐकलं न्हाई. आता घरातला मोठा मानूस म्हणून आम्हाला त्यात लक्ष घालणं भाग आहे. सांगा बरं काय झालंय! तुम्ही का जेवत न्हाई?'' मल्हाररावांच्या विचारण्यात आपुलकी होती, जिव्हाळा होता, काळजी होती. अहिल्येनं एकवार नजर उचलून मल्हाररावांकडं पाहिलं. पुन्हा नजर खाली घातली आणि खाली मान घालूनच तिनं हळुवार आवाजात बोलायला सुरुवात केली. ''मामंजी, आपल्या जित्राबातलं एक जित्राब माझं लय लाडकं होतं. काल रामू जित्राबं घिऊन जंगलात गेला हुता. तर ते माझं लाडकं जित्राब एका लांडग्यानं वढून नेलं. मला लई वाईट वाटलं. माझं कशातच मन लागंना. सारखी त्याचीच याद यायला लागली. आनि मला जेवावंसं वाटंना.'' अहिल्येनं तिच्या जिवाची घालमेल मल्हाररावांना सांगितली. ते ऐकून मल्हाररावांनी सुटकेचा नि:श्वास टाकला. फार मोठं काही नव्हतं. किरकोळ बाब होती. जित्राब लांडग्यांनी ओढून नेणं ही नेहमी घडणारी घटना होती. अहिल्येची समजूत काढणं सोपं होतं. मल्हारराव म्हणाले, ''सूनबाई, आमचं ऐका. अवं, ते जित्राब तुमचं लाडकं होतं हे खरं हाय; पर आता त्याला लांडग्यानं ओढून नेलं त्याला आपण काय करनार? ते तर गेलं. पन म्हणून बाकीच्यांना सांबाळणं महत्त्वाचं न्हाई का? जाणाऱ्यासोबत बाकीच्यांना जाता येत न्हाई, सूनबाई. आता जे गेलंय त्याचं दु:ख करत बसू नका. जे हायेत त्यांकडं लक्ष द्या!''

''मग, मामंजी, हा नियम फकस्त जित्राबांच्या बाबतीत आनि लहानांनाच लागू हाय व्हय? तुम्हीबी आठ दीस झालं नीट जेवत-खात न्हाई. बोलत न्हाई. मामंजी, मला ठावं हाय, श्रीमंतांचा काळ झालाय. पर तुम्हीच आता म्हणालात न्हवं, जाणाऱ्यासोबत मागच्यानी जायचं नसतंय, तर मागं राहिलेल्यांना सांबाळायचं असतंय म्हनून. मग तुम्हीच असं कराया लागलात, तर मराठ्यांचं राज्य कोन सांबाळणार? मामंजी, आता तुमच्याशिवाय त्यानला कुनाचा आधार हाय? मी लहान हाय, आनी मोठ्या तोंडानं बोलतीया म्हणून मला माफी करा. आनि माझं

काय चुकलं असंल, तर अडाणी समजून चूक पोटात घाला.'' अहिल्येनं अतिशय अदबीनं पण थोडंसं स्पष्टपणे मल्हाररावांना सांगितलं. पंधरा वर्षांच्या त्या पोरीचे हे बोल ऐकून मल्हाररावांचे डोळे खाडकन उघडले. 'खरंच! आपलं चुकलं. बाजीराव गेले आनि पेशव्यांशी निष्ठा असलेलं आपनच हाय खाऊन बसलो. श्रीमंत बाजीराव पेशव्यांचे चिरंजीव नानासाहेब आता गादीचं वारस हायत. बाजीरावांचा दुखवटा संपला की ते पेशवे होतील. आपली निष्ठा पेशव्यांशी हाय. श्रीमंत बाजीराव आपले कितीही हृदयस्थ असले, तरी आता नानासाहेबांना आपली गरज हाय. पेशवेपदी कुनीही असू दे, मराठ्यांचं राज्य सुरक्षित राखन्याची जबाबदारी आपली हाय. पेशवे ज्या निष्ठेनं राज्य सांबाळतायत, आपनबी तशीच निष्ठा या राज्याशी दाखवली पायजे. एक पेशवा गेला, तरी राज्य सांबाळायाच पायजे. महाभारतातल्या भीष्मासारखं आपन आहोत. त्यांची निष्ठा जशी कुरुंच्या सिंहासनाशी होती, तशीच आपली निष्ठा पेशव्यांशी आहे. नानासाहेब अवघं वीस वर्षांचं हायेत. आपनच आता मन घट्ट करून उभं ऱ्हायलं पायजे. न्हाईतर हायेतच शत्रू हे राज्य गिळंकृत कराया. आज या पोरीनं आपले डोळे उघडले.'

मल्हारराव खाडकन भानावर आले. त्यांना अहिल्येचं, तिच्या समंजसपणाचं आणि शहाणपणाचं कौतुक वाटलं. ''सूनबाई, तुम्ही म्हनता ते बरोबर हाय. चला, आता समदी मिळून जेवण करू या. समद्यांची ताटं लावायला सांगा. आम्हाला तर लईच भूक लागलीय. सूनबाईबी उपाशी हायेत. त्यांचंही दु:ख आता कमी हुईल. व्हय ना, सूनबाई!'' मल्हाररावांनी विचारलं. अहिल्येनं खाली मान घालून हसत होकार दिला. पण खंडेराव मध्ये बोललेच, ''आबा, जित्राब लांडग्यानं नेलेलंच न्हाई!'' मल्हारराव चमकले. त्यांनी अहिल्येकडं एक कटाक्ष टाकला. ''अच्छा! आमचं डोळं उघडण्यासाठी हे समदं होतं तर?'' मल्हाररावांनी हसत विचारलं. अहिल्येनं हळूच, हलकेच आपले कान धरले. मान हलवली. मल्हाररावांनी हसत मान डोलावली. अहिल्येची चतुराई त्यांच्या लक्षात आली, पण त्यांच्या नजरेत कौतुकच उमटलं.

त्यानंतर मल्हारराव सावरले ते सावरलेच. ते नव्या जोमानं नानासाहेबांसोबत राहू लागले. आता घोड्याच्या पागेत उभा राहून अहिल्येचं काम कौतुकाच्या नजरेनं बघणाऱ्या मल्हाररावांना हा प्रसंग आठवला आणि अहिल्येच्या समंजसपणाचं, चातुर्याचं, शहाणपणाचं त्यांना पुन्हा कौतुक वाटलं. आता तर मल्हारराव आणखीच निर्धास्त झाले. नानासाहेब पेशव्यांसोबत मोहिमांवर जाणं आणि इंदूरला घरी आल्यावर मालेरावांबरोबर खेळणं यातच त्यांचा वेळ जायला लागला. जहागिरीची जवळपास सगळी कामं ते अहिल्येवर सोपवून निर्धास्त राहू लागले.

याच दरम्यान अहिल्येला दुसऱ्यांदा दिवस गेले आणि तिनं एका सुंदर मुलीला जन्म दिला. गौतमाबाईंनी तिचं नाव हौसेनं मुक्ता ठेवलं. आता अहिल्येला दिवस पुरेना. मालेराव तीन वर्षांचे, मुक्ता तान्ही, जहागिरीची सगळी कामं, इंदूरच्या वाड्यावरची सगळी कामं, कुळधर्म, कुळाचार, खासगी खर्चातून उभी करायला सुरुवात केलेली लोककल्याणाची कामं, या सगळ्या कामांवरची देखरेख, हिशोब, काम बांधून देणं, त्या कामांचा पाठपुरावा, जनावरांची व्यवस्था, जित्राबांची व्यवस्था, नोकरचाकरांचे पगार, त्यांच्या अडीअडचणींचं निवारण, मधूनच उठणारं गौतमाबाईंचं आजारपण, त्यांची देखभाल यांत तिचा दिवस कधी उगवायचा आणि कधी मावळायचा हेच समजायचं नाही. मोहिमांच्या निमित्तानं, जहागिरीच्या कामाच्या निमित्तानं खंडेराव महिनोन्महिने घरापासून, पर्यायानं अहिल्येपासून लांब राहायला लागले. खंडेरावांचं संसारात लक्ष नाही हे अहिल्येनं ओळखलं. इतर शंभर आघाड्यांवर लढण्याऱ्या अहिल्येला आपला पती आपल्यापासून दूर गेल्याचं दुःख व्हायचं. इतर शंभर कामं आपण यशस्वीपणे करतो, पण आपल्या पतीला हाताळण्यात आपल्याला यश का येऊ नये याची खंत अहिल्येला दिवसरात्र छळत असे. त्यातच खंडेरावांनी सुरतमधल्या अलिमोहनराजाच्या मर्जीतल्या सुरतबाई नावाच्या स्त्रीशी तिसरा विवाह केला.

मुक्ता दोन वर्षांची असताना खंडेराव इंदूरला काही दिवस मुक्कामाला आले होते. त्या वेळी आपली दोन्ही लेकरं घेऊन अहिल्या-खंडेराव पंढरपूरला विठ्ठलाच्या दर्शनासाठी आले. दोघांचीही विठ्ठलावर श्रद्धा होती. तिथून परतल्यावर खंडेरावांनी एका पत्राद्वारे विठ्ठलाच्या नैवेद्यासाठी वार्षिक पैशांचा करार लावून दिला. तर त्यानंतर लगेचच अहिल्येनं रुक्मिणीसाठी दागिने पाठवले. खंडेरावांचं पत्र साधं, औपचारिक आहे; पण मल्हाररावांच्या तालमीत तयार झालेल्या अहिल्येच्या पत्रात मात्र आपल्या अधिकाराची जाण असणारी भाषा आहे. अर्थात एका प्रसंगात मल्हाररावांनी अहिल्येशी चर्चा करून घेतलेला निर्णय आणि त्या बरहुकूम त्यांनी पाठवलेल्या आणि अहिल्येनं नजरेखाली घातलेल्या एका पत्राच्या भाषेचा अहिल्येवर झालेला परिणाम त्याचा तो परिपाक आहे.

तो प्रसंग असा होता. इंदूरच्या एका मंदिरात एक फकीर मारुतीची पूजा कित्येक वर्षं करीत होता. कालांतरानं लोकांना वाटायला लागलं की आपल्या देवाची पूजा एका अविधानं का करावी. हिंदूराज्य आल्यावर हे बदललं जावं यासाठी गावातल्या बड्या प्रस्थांनी मल्हाररावांना कळवलं. मल्हाररावांनी हा मसला अहिल्येसमोर ठेवला. अहिल्येनं थोडा विचार करून मल्हाररावांना सांगितलं, की

त्या फकिरालाही दुखावून चालणार नाही. तेव्हा त्याला उपजीविकेचं दुसरं साधन देऊन मारुतीच्या पूजेत खंड पडणार नाही असा कोणीतरी शोधावा. मल्हाररावांना ते पटलं. त्यांनी माणसं पाठवून तसा शोध घेतला आणि निजानंदी संप्रदायाचे कृष्णभक्त महंत बैरागी रूपदासबाबांची निवड मारुती मंदिराचा पुजारी म्हणून केली. तर मुरादशाह फकिराला तीन बिघे जमिनीचा वादा दिला. या प्रसंगानं अहिल्येला आपल्या अधिकाराचीही जाणीव झाली आणि अहिल्येची अभ्यासू चतुराई बघून होळकरांच्या जहागिरीचा सगळा कारभार होळकरांच्या खजिन्याच्या किल्ल्यांसह अहिल्येकडं सोपवून मल्हारराव निर्धास्त झाले. अहिल्येची जबाबदारी आणखी वाढली आणि अहिल्याही सर्व जबाबदारी अधिक कौशल्यानं अधिक चतुराईनं पेलायला लागली. अशातच जाट आणि पेशवे यांच्यातला संघर्ष अधिक तीव्र झाला. युद्धाला तोंड लागलं. या वेळी युद्धभूमीवर मराठा सरदारांचा कुटुंबकबिला सोबत घेतला गेला. आणि ती भयंकर घटना घडली. ही घटना म्हणजे अहिल्येच्या आयुष्यातली अतीव दुःखाची घटना होतीच; पण कदाचित नियतीच्या मनात अहिल्येची ललाटरेषा सुवर्णाक्षरांनी लिहावी असं असावं, म्हणूनच ते घडलं.

सूरजमल जाट आणि पेशवे यांच्यातला संघर्ष टोकाला पोहोचला आणि युद्धाला तोंड लागलं. सरदारांचा कुटुंबकबिला कुंभेरी किल्ल्यापासून जवळ असलेल्या डीगला ठेवला आणि तिथंच युद्धसामग्रीची पाहणी करत असताना तोफेचा गोळा उडून खंडेरावांचा मृत्यू झाला. तळावर एकच हल्लकल्लोळ माजला. तशाही परिस्थितीत अहिल्येनं तो गोंधळ शांतवला. मल्हाररावांनी हात जोडून केलेल्या विनवणीचा मान राखून अहिल्येनं सती जाण्याचा विचार सोडला. जड मनानं खंडेरावांना निरोप दिला. अग्नीच्या ज्वाळा सरसरत आकाशी भिडल्या. त्या ज्वाळांचा सोनेरी प्रकाश, मुक्ताला पोटाशी धरून बाजूला उभ्या असलेल्या अहिल्येच्या उदास चेहऱ्यावर पडला होता. त्या सोनेरी प्रकाशानं तिच्या उदास चेहऱ्यालाही सुवर्णझळाळी आणली होती. कदाचित तिच्या भविष्याची, भविष्यातल्या कारकिर्दीची, भविष्यातल्या यशोगाथेची ती सुवर्णनांदी असावी.

❈❈❈

७

समोर खंडेरावांची चिता जळत होती आणि इकडं अहिल्येचं हृदय जळत होतं. आजूबाजूला जमलेले लोक सती गेलेल्या स्त्रियांचा जयजयकार करत होते. खंडेरावांच्या दोन पत्नी, पार्वतीबाई आणि सुरतकुंवरबाई, सुवासिनींची वस्त्रं लेवून सती जाण्यासाठी सिद्ध झाल्या आणि लोकांनी त्यांचा जयजयकार करायला सुरुवात केली. त्यांच्या चितेपर्यंत जाण्याच्या मार्गावर हळदकुंकवाचे सडे शिंपडले गेले. त्यांच्या पाया पडण्यासाठी लोक, विशेषतः स्त्रिया धडपडू लागल्या. त्या दोघी अगदी ताठ मानेनं त्या हळदकुंकवाच्या आणि फुलांच्या पायघड्यांवरून शांत चित्तानं चालत होत्या. त्या दोघी आज लोकांच्या नजरेत महान ठरल्या होत्या; कारण आपलं अस्तित्व खंडेरावांसोबतच त्या संपवायला चालल्या होत्या. आणि अहिल्या? जिचं अस्तित्व त्या इंदूरच्या महालावर आपल्या कार्यानं चिरंतन स्वरूपात उमटलं होतं, ती अहिल्या मात्र सासऱ्यांच्या विनवणीचा मान राखून सतीचा हा सोहळा पांढऱ्या कपाळानं एका बाजूला उभी राहून बघत होती. खरं तर पत्नीपदाचा मान तिचा होता. तसाच सतीत्वाचा हा सन्मानही तिचाच असायला हवा होता. सतीत्व तिच्या नशिबी होतंच. पण असं पतीसोबत चितेत जळण्याचं नव्हे, तर अंगावर घेतलेल्या आणि पडलेल्या सगळ्या जबाबदाऱ्या पार पाडत आयुष्यभर त्यातच जळत राहण्याचं सतीत्व. ते क्षणभंगुर सतीत्व नव्हतं, तर आयुष्यभर घेतलेलं सतीचं वाण होतं. वैधव्याच्या पदरात बांधून घेतलेला, आयुष्यभर पेलण्याचा तो सतीत्वाचा वसा होता. आणि याची जाणिव होऊनच की काय, अहिल्येचं हृदय जळत होतं. पण डोळे मात्र कोरडे होते. पार्वतीबाई, सुरतकुंवरबाई तिच्यासमोर आल्या. तिला नमस्कार केला त्या दोघींनी. काय आशीर्वाद द्यायचा होता अहिल्येनं त्या दोघींना? "एकलिंगजी तुम्हाला शक्ती देवो!" ती ओठांत पुटपुटली. दोघी सरणावर चढल्या. सोबत उपस्त्रियाही. त्यांनी खंडेरावांचं कलेवर आपल्या मांडीवर घेतलं. जमलेल्या लोकांनी सती मातांचा जयजयकार केला. खंडेरावांवरनं जीव ओवाळून टाकण्याची त्यांची भावना खरी होती

हे त्यांनी सिद्ध केलं होतं. अहिल्येला क्षणभर त्यांचा हेवा वाटला. 'खंडेरावांवर प्रेम करणाऱ्या सगळ्यांनी त्यांच्यासोबत सहगमन केलं आणि अग्नीला साक्षी ठेवून सात जन्म त्यांना सोबत करण्याचं वचन दिलं असतानाही या पहिल्याच जन्माच्या अंताचे वेळी आपण त्यांच्यासोबत गेलो नाही, जाऊ शकलो नाही.' अहिल्येच्या मनाच्या चिंधड्या झाल्या होत्या. एक क्षण खंडेरावांची सोबत करण्याच्या दृष्टीनं तिनं पाऊल उचललंही. पण कडेवर असलेल्या मुक्तानं घातलेली गळामिठी आणि पाच वर्षांच्या मालेरावनं चिमुकल्या हातानं कमरेला मारलेली मिठी तिला सोडवता आली नाही आणि चितेकडं जाण्यासाठी उचललेलं अहिल्येचं पाऊल तिथंच अडकलं, थांबलं, अडखळलं. ज्वाळा गगनाला भिडल्या. त्यासोबत सतीमातांचा जयजयकारही. त्या ज्वाळांनी आणि जयजयकाराच्या आवाजानं घुसमटलेली अहिल्या मात्र आतल्या आत जळत राहिली, अग्नीशिवाय.

खंडेरावांचं दिवसकार्य संपलं. आयुष्याचं रहाटगाडगं पुन्हा सुरू झालं. मल्हारराव नानासाहेब पेशव्यांसोबत मोहिमेवर जाऊ लागले आणि अहिल्येची जबाबदारी आणखी वाढली. आत्तापर्यंत खंडेरावांकडे ज्या जहागिरीची जबाबदारी होती, त्यांचाही सगळा कारभार अहिल्या बघू लागली. त्यातले तंटे-बखेडे सोडवायला लागली. दिवसभर, अगदी सूर्योदयाआधीपासून तिचा दिवस सुरू होई, ते पार चंद्र माथ्यावर येईपर्यंत तिचं कामकाज सुरू राही. दिवसभर ती कामात बुडलेली असे. पण मध्यरात्रीनंतर कधीतरी अंथरुणाला पाठ टेकली, की विचारांची भुतं तिला त्रास देत असत. एकोणतिसाव्या वर्षी आलेलं वैधव्याचं ओझं उरावर घेऊन ती दिवसभर वावरत असे. शेजारी झोपलेल्या मालेरावाला आणि मुक्ताला ती कुशीत ओढून घेई. त्यांचे हात गळ्यात पडले की तिचं मन जरा शांत होई.

भावनांच्या अशा आंदोलनातून अहिल्या जात होती, पण तरीही आपल्या दैनंदिन व्यवहारावरचं तिचं लक्ष उडालं नव्हतं. आता तर आपल्या मनाच्या सगळ्याच भावनांना आवर घालून ती कामकाजात जास्त लक्ष घालायला लागली. काही काही वेळा तर स्वत: मोहिमेवर न जातासुद्धा मोहिमेवरचे निर्णय तिला घ्यावे लागत. मग जासुदाकरवी पत्रांची आणि त्यांतून दिल्या जाणाऱ्या आज्ञांची देवाणघेवाण केली जात असे. विशेष म्हणजे, ज्या वेळी अहिल्येनं वाड्याबाहेरची जबाबदारी स्वीकारली, त्याच वेळी तिनं मनाशी एक खूणगाठ बांधली. छत्रपती शिवाजी महाराज या बाबतीत तिचे आदर्श होते. त्यांची राज्यनीती तिनं अभ्यासपूर्वक जाणून घेतली आणि इंदूरपासून पार पुणे प्रांतापर्यंत आपल्या खबऱ्यांचं आणि जासूदांचं जाळं तिनं ठिकठिकाणी विखरून ठेवलं. त्या त्या परगण्यातली बित्तंबातमी त्या त्या

वेळी आपल्याला समजेल अशी व्यवस्था तिनं करून ठेवली. त्यामुळंच मल्हारराव पेशव्यांसोबत कुठल्याही मोहिमेवर असले, तरी तिथं काय काय घडलंय आणि घडतंय याची संपूर्ण खबर अहिल्येला असायची.

याचमुळं मल्हाररावांचं एकमेव आशेचं स्थान होतं त्यांची सून अहिल्याबाई. मल्हाररावांचा आपल्या सुनेवर असलेला प्रचंड विश्वास बघून पेशव्यांनाही अहिल्याबाईंबद्दल अपरिमित विश्वास वाटत होता. आणि याच कारणापायी मल्हारराव आपल्यासोबत मोहिमेवर असले, तरी मल्हाररावांकडे सोपवलेल्या जहागिरीची आणि तिच्या संरक्षणाची चिंता पेशव्यांना कधीच वाटली नाही. तरीही मोहिमेअंतर्गत एक विचित्र प्रसंग ओढवलाच.

पेशव्यांच्या घरातला आणि राज्यकारभारातला मल्हाररावांचा दबदबा वाढतच होता. नानासाहेबांचं पान मल्हाररावांशिवाय हलत नसे. त्यांच्या प्रत्येक मोहिमेवर त्यांना मल्हारराव सोबत हवे असायचे. मग कधीकधी मोहीम लांबणार असेल, तर दोन्ही घराण्यांचा कुटुंबकबिलाही सोबत नेत असत. त्यातच बऱ्याचदा नानासाहेब पेशवे काही मोहिमा राघोबादादा उर्फ रघुनाथराव पेशवे यांच्यावर सोपवत. रघुनाथराव पेशवे मोठे पराक्रमी, शूर, तलवारबहाद्दर, रणनीती आखण्यात तरबेज. त्यांनाही मल्हारराव सोबत हवे असायचे. कारण मल्हाररावांची पेशवे घराण्याशी निष्ठा आणि रणभूमीवर त्यांची तळपणारी तलवार. याचमुळे राघोबाच्या प्रत्येक मोहिमेवर मल्हारराव त्यांच्यासोबत असत. १७५६च्या डिसेंबर महिन्यात राजपुतान्यातून खंडणी वसुलीच्या कामासाठी पेशव्यांच्या आदेशावरून राघोबादादा मल्हाररावांसोबत उत्तरेच्या मोहिमेवर गेले. तीनच महिन्यांत राजपुतान्यातली कामगिरी फत्ते झाली. यानंतर नजीबखानाचे पारिपत्य करण्यासाठी जयपूरहून मल्हारराव दिल्लीला निघाले. सोबत राघोबादादा होतेच आणि अवघा कुटुंबकबिलाही होताच. ऑगस्टमध्ये मल्हारराव दिल्लीला पोहोचले. नजीबखान मराठ्यांविरुद्ध लढायला उभा ठाकला पण तग धरू शकला नाही. त्यानं मल्हाररावांकडे अभय मागितलं. मल्हाररावांनी ते दिलं. त्यांच्या दृष्टीनं ही एक लढाईची चाल होती. पण नजीबखानाला सोडण्यासाठी मल्हाररावांनी त्याच्याकडून पुष्कळ द्रव्य घेतलं अशी एक वदंता सगळीकडं उठली आणि यामुळं मल्हारराव व्यथित झाले. पण तरीही त्यांनी ते आपल्या वागण्यातून दर्शवलं नाही. अहिल्या हे सगळं बघत होती. मनानं टिपत होती. याच दरम्यान लाहोरहून आदिना बेगने मराठ्यांना आपल्या मदतीसाठी बोलावणं धाडलं. दिल्लीहून पंजाबला येण्याकरिता दररोज एक लक्ष रुपये देण्याचं आदिना बेगनं कबूल केलं आणि राघोबांनी

मल्हाररावांना सोबत घेऊन मोठ्या फौजेसह लाहोरच्या दिशेनं कूच केलं. दिल्ली ते स्थानेश्वरपर्यंतचा मुलुख मराठ्यांच्या फौजेनं लुटला. मल्हाररावांचा सगळा कुटुंबकबिला सोबत होता. स्थानेश्वर इथं राहून कुरुक्षेत्री तीर्थस्थान करण्याच्या उद्देशानं सगळा कुटुंबकबिला स्थानेश्वर इथं मुक्कामाला राहिला. राघोबा आणि मल्हारराव पुढे सरहिंदला पोहोचले. मराठ्यांच्या फौजा बघून अब्दालीचा सरदार अब्दुल समदखान घाबरून गेला. मराठ्यांना शरण आला.

कुटुंबकबिल्यासोबत मोजकी पण धारदार शिबंदी होती. शिवाय सेवेसाठी बाजारबुणगेही होतेच. कुरुक्षेत्रावर होळकरांच्या घरातल्या सगळ्या स्त्रिया, त्यात मल्हाररावांच्या तीन पत्नी, दोन लेकी, सून अहिल्या आणि मुक्ताई अशा होत्या. रोजची पूजाअर्चा, जपजाप्य, नैवेद्य यांत त्यांचा अख्खा दिवस जाई. चारपाच दिवस असेच गेले आणि अचानक...

अचानक एक फार मोठं संकट कोसळलं. कुरुक्षेत्री हा सगळा स्त्रीवर्ग, मोजकी शिबंदी आणि बाजारबुणगेच आहेत हे बघून अफगाण सैनिकांनी या तळाला वेढा घातला आणि या सगळ्यांना बंदी बनवलं. राहुटीच्या दारावर पहारा देणारा शिपाई धावतच आत आला आणि त्यानं आत येऊन ही बातमी सांगितली. तळावर एकच घबराट पसरली. प्रचंड भीतीचं वातावरण पसरलं. अफगाण सैनिक कडवे होते. लढवय्ये होते आणि शत्रूला मारण्यासाठी ते कसलाही विधिनिषेध बाळगत नसत. युद्धाचा धर्मही ते मानत नसत. मारायचं, लुटालूट करायची, शत्रूच्या तळावरच्या स्त्रिया पळवायच्या, बाटवायच्या, मारून टाकायच्या हीच त्यांची युद्धनीती होती. मल्हाररावांसोबत इतकी वर्षं संसार केलेल्या चाणाक्ष गौतमाबाई आणि जात्याच अभ्यासू असलेली अहिल्या या दोघींना या संकटाची भीषणता लक्षात आली. दोघींनी विचार केला आणि क्षणांत दोन गोष्टी करायला हव्यात हे त्यांच्या लक्षात आलं. एक तर सरहिंदला मल्हाररावांपर्यंत हा निरोप तातडीनं पोहोचवायचा आहे आणि दुसरं म्हणजे असं काहीतरी केलं पाहिजे ज्यामुळं हे अफगाण तळावरच्या स्त्रियांच्या राहुटीत प्रवेश करणार नाहीत. गौतमाबाई धीराच्या होत्या, तरीसुद्धा या प्रसंगानं त्यांचा धीर खचला आणि आता या संकटाशी मुकाबला करून त्यावर यशस्वीपणे मात करण्याची संपूर्ण जबाबदारी अहिल्येवर एकटीवर पडली. मूळचीच धीट, समंजस अहिल्या आणखी धीट झाली. तळावरच्या सगळ्यांची, विशेषत: आपल्या घरातल्या सगळ्या स्त्रियांची जबाबदारी, त्यांच्या जिवाची, अब्रूची आणि वित्ताची सगळी जबाबदारी आपल्यावर आहे याची तिनं मनाशी पक्की खूणगाठ बांधली. तिची बुद्धी, तिचे विचार आता भराभर काम करू लागले.

तिनं सर्वप्रथम बुधाजीला आपल्या राहुटीत बोलावलं. आपल्या तळावरचा सर्वात वेगवान आणि एका दमात सत्तर-ऐंशी मैल जाणारा स्वार आणि घोडा कोण आहे याची चौकशी केली. बुधानं नागोजीचं नाव सांगितल्यावर तिनं त्याला लगेच बोलावणं धाडलं. नागोजी आला. मुजरा करून उभा राहिला. तो वाऱ्याच्या वेगानं घोडा पळवायचा; पण या वेढ्यातून त्याला बाहेर जाता यायला हवं यासाठी काहीतरी युक्ती करायला हवी होती. अहिल्येनं हातातलं सोन्याचं कडं काढलं. नागोजीला दिलं. ते कडं घ्यायला नागोजीनं नकार दिला. म्हणाला, "बाईसाब, तुम्हा समद्यांचा जीव या कड्यापरीस लई मोलाचा हाय. त्यो वाचवायसाठी म्या जिवाची कुरवंडी करंन!" त्याची स्वामिनिष्ठा बघून अहिल्येच्या डोळ्यात पाणी उभं राहिलं. स्वत:चं मन आवरून ती म्हणाली, "नागोजी, तुमची स्वामिनिष्ठा मी जाणते. पर प्रसंग मोठा बांका आलाय. आता मी तुम्हास्नी काय सांगते ते नीट ऐका." असं म्हणत अहिल्या राहुटीच्या आतल्या भागात गेली. बाहेर आली तेव्हा तिच्या हातात एक छोटं, दगडाचं शिवलिंग होतं. अहिल्येच्या देवघरात असंख्य शिवलिंगं होती, जवळपास १०८. ती रोज त्यांची पूजा करत असे. ती कुठेही गेली तरी त्यांतली काही तिच्यासोबत असत. त्यातलंच एक लहानसं, हाताच्या ओंजळीत मावेल एवढं शिवलिंग घेऊन ती बाहेर आली. त्यावर बांधलेली पूजा, फुलं, बेलपत्र, गंध तसंच होतं. हातातलं ते सोन्याचं कडं तिनं त्या शिवलिंगाच्या साळुंकेवर अडकवलं. एकदा त्यावर मस्तक ठेवून त्या शिवाचं स्मरण केलं. ते शिवलिंग नागोजीच्या हातात दिलं. म्हणाली, "शिवलिंग सरस्वती नदीत सोडायचं हाय, असं सांगून तुम्ही तळाच्या भाईर जा. वाटंत अफगानी सैनिकांनी अडवलं, तर ह्ये सोन्याचं कडं त्यांना दिऊन टाका अन् 'ही पिंडी सरस्वती नदीत नेऊन सोडायची हाय' असं सांगून वेढ्याच्या बाहेर पडा. मंग मात्र वाऱ्याच्या वेगानं मामंजींचा तळ गाठा आणि हितली खबरबात द्या. तुम्ही तिथं पोहोचायला आणि मामंजी सैन्यासंगती हितं यायला दोन दीस लागतील. दोन दीस आम्ही हितलं सांबाळतो. पन त्यांना सांगावा द्या, की होळकरांची जान आणि इज्जत, दोन्ही पणाला लागलीया. पहिला श्वास तिथं, तर दुसरा श्वास घ्यायला हितं या म्हणावं. नपेक्षा या वेढ्यात अडकलेल्यांचं श्वास थांबतील, म्हनून जा आता लगोलग!" अहिल्येनं युगत सांगितली. नागोजीनं पुन्हा एकदा वाकून मुजरा केला. म्हणाला, "जिवाची बाजी लावंन, पर सांगावा पोचवल्याबिगर ऱ्हानार न्हाई! येतो!" पुन्हा एकदा मुजरा करून तो बाहेर पडला. अहिल्येनं सांगितल्या बरहुकूमच सगळं झालं. पिंडीचं नदीत विसर्जन करायचं आहे म्हटल्यावर अफगाण पहारेकऱ्यांनी पिंडीवरचं कडं काढून घेतलं आणि नागोजीला बाहेर सोडलं. एकदा अफगाणी सैनिकांच्या वेढ्यातून नागोजी बाहेर पडला आणि मग मात्र वाऱ्याच्या वेगानं त्यानं घोडा सोडला.

इकडं अहिल्येनं मुक्ताला पाठवून सगळ्या स्त्रीवर्गाला आपल्या राहुटीत बोलावलं. अहिल्येनं तातडीनं बोलावलंय म्हटल्यावर सगळ्या ताबडतोब तिथं आल्या. गौतमाबाई तर तिथंच होत्या. त्यांच्या सोबत द्वारकाबाई, बनाबाई, खांडा राणी हरकूबाई, मल्हाररावांच्या दोन लेकी - उदाबाई आणि सीताबाई, अहिल्या आणि तिची लेक मुक्ताई असा समस्त स्त्रीवर्ग तिथं जमला. अहिल्येनं त्या सगळ्यांना परिस्थितीची कल्पना दिली. आपण किती भयानक परिस्थितीत सापडलो आहोत हे सांगितलं. सुभेदारांना सांगावा धाडला आहे; पण ते इथं पोहोचायला दोनतीन दिवस जावे लागतील आणि तोपर्यंत आपला जीव आणि अब्रू दोन्ही आपणच वाचवायचं आहे याची ही कल्पना दिली आणि त्यासाठी आपण एक मोठी पूजा बांधणार आहोत असं सांगितलं. अफगाणी सैन्याच्या वेढ्यात सापडलेल्या त्या साध्यासुध्या, संसारी स्त्रिया; युद्धाच्या डावपेचांची ना त्यांना माहिती होती, ना सवय. एक गौतमाबाई सोडल्या, तर बाकीच्या सगळ्या चार भिंतींनाच आपलं विश्व मानणाऱ्या. त्या सगळ्याच घाबरल्या, भेदरल्या. आत्ता या परिस्थितीत आपण अहिल्येचं ऐकलं पाहिजे, तीच आपल्याला यातून बाहेर काढेल, एवढं मात्र त्या नक्की जाणून होत्या. त्या सगळ्यांनी अहिल्येच्या हातात आपलं भवितव्य सोपवलं. ती जे सांगेल त्याप्रमाणं करायचं ठरवलं. त्यांच्या होकारानं अहिल्या निश्चिंत झाली, कारण सगळ्याच तिच्या सासरच्या स्त्रिया होत्या. मानाची पानं होती. त्यांनी ऐकलं नसतं, तर ती जोरा करू शकणार नव्हती आणि तरीही त्यांच्या जीविताची जबाबदारी तिच्यावरच होती. त्यांच्या होकारानं अहिल्येला थोडं का होईना, बळ मिळालं आणि ती कामाला लागली.

या स्त्रीवर्गासमवेत तिथं सेवक होते, सेविका होत्या, खोजेही होते. अहिल्येनं सगळ्या सेवकांना पूजेच्या तयारीची आज्ञा केली. तीर्थक्षेत्रावर आल्यामुळं यात्रेचं मावंदं घालायचंय आणि यात्रेचं उद्यापन करायचंय. त्यासाठी मोठी पूजा करायची आहे असा आदेश तिनं सगळीकडं पसरवला. सेवकांना फुलं, पानं, फळं, केळीची सोपटं, बेलपत्रं, दुर्वा, कमळं, केवडा इत्यादी गोळा करायला पाठवलं. सेवकांनी ते सगळं आणल्यावर अहिल्येनं आपल्या राहुटीत ऐसपैस मोठी पूजा मांडली. त्या पूजेच्या सभोवती या सगळ्या स्त्रियांना बसवलं. आपण आता सगळ्या जणी अनुष्ठानाला बसणार आहोत, हे अनुष्ठान मोठं कडक आहे अशी बातमीही तिनं सगळ्या तळावर पसरवली. एवढंच नव्हे, तर आपल्या राहुटीच्या दारावर तिनं शस्त्रधारी सहा सैनिक उभे केले. कोणीही आत येऊ लागलं, मग तो होळकरांचा माणूस जरी असला तरी, त्याचं डोकं उडवायचं अशी आज्ञा दिल्याची बातमीही सगळ्या तळावर पसरवली. या काफरांच्या बायका कसल्या तरी पूजेला बसल्या

आहेत आणि ती पूजा नुसती बघायला कोणी गेलं तरी त्यांच्या देवाचा कोप होईल हे अफगाणी सैनिकांपर्यंत पोहोचलं आणि ते मनातून घाबरले. त्यातच होळकरांच्या या तळाला वेढा घातल्यावर सापडलेल्या माणसांचं काय करायचं हे विचारायला अफगाण तुकडीचा प्रमुख सरदाराकडे गेला होता. त्यामुळं या बातमीला घाबरून केवळ पहारा देत उभं राहण्यापलीकडं अफगाण सैनिक काहीच करू शकत नव्हते. आणि त्यांनी तेच केलं.

तो संपूर्ण दिवस, त्या दिवशीची पूर्ण रात्र, दुसरा पूर्ण दिवस आणि दुसऱ्या दिवशीची पूर्ण रात्र अहिल्येच्या राहुटीतून 'ॐ नम: शिवाय.'चा जप ऐकायला येत होता. आणि दोन दिवस, दोन रात्री अफगाण सैनिक नुसते पहारा करत बसले होते. तिसऱ्या दिवशी पहाटे एखाद्या वावटळीसारखी होळकरांची फौज घेऊन मल्हारराव अफगाण सैनिकांवर तुटून पडले. वेढा घालून बसलेल्या सगळ्या अफगाण सैन्याला त्यांनी कापून काढलं. होळकरांचं सैन्य वावटळीसारखं आलं आणि होळकरांच्या सगळ्या स्त्रियांची सुटका झाली. आपला कुटुंबकबिला सुखरूपपणे इंदूरला पाठवून मल्हारराव पुन्हा सरहिंदला राघोबादादांना जाऊन मिळाले; पण जाण्यापूर्वी प्रसंगावधान राखून अशा अवघड परिस्थितीत होळकरांच्या सगळ्या स्त्रियांच्या जिवाचं आणि अब्रूचं रक्षण केल्याबद्दल आपल्या सुनेची, अहिल्येची पाठ थोपटून तिचं कौतुक करायला ते विसरले नाहीत.

यानंतर मराठ्यांच्या राजकारणात काही घटना फार वेगानं घडल्या. मल्हाररावांना सोबत घेऊन राघोबादादांनी मजल दरमजल करत वाटेतली सगळी ठिकाणं काबीज करत पार अटकेपार मजल मारली. वाटेत जे जे मराठ्यांशी लढले ते हरले. त्यांचं बघून बरेचसे शरण आले. सतलज, बियास, रावी अशा अपरिचित नद्या आणि अपरिचित प्रदेश काबीज करत चिनाब, झेलम नद्यांचे भूभाग जिंकत लाहोर, अटक जिंकून ते सिंधू नदी ओलांडून पेशावरला पोहोचले आणि मराठ्यांचा हा अटकेपार विजय दशदिशांत दुमदुमला. पुण्याला आणि इंदूरला तर फार मोठा विजयोत्सव साजरा झाला. इंदूरचा हा विजयोत्सव प्रचंड प्रमाणात साजरा करण्याची मोठी जबाबदारी अहिल्येवर होती आणि अत्यंत पोक्तपणे तिनं ती पार पाडली. इंदूरला झालेल्या विजयोत्सवाची बित्तंबातमी नानासाहेब पेशव्यांच्या कानावर गेली आणि मल्हाररावांची सून अहिल्या मोठी कर्तृत्ववान आणि सक्षम स्त्री आहे अशी एक कौतुकाची भावना नानासाहेबांच्या मनात तयार झाली. मराठ्यांच्या राज्यकर्त्यांच्या मनात अहिल्येबद्दल अशी प्रतिमा तयार होणं ही अहिल्येच्या भवितव्याची नांदी होती.

या अटकेपार विजयानंतर नानासाहेबांनी मल्हाररावांना सुचवलं, की त्यांनी दिल्लीपासून लाहोरपर्यंतचा सर्व कारभार पाहावा; पण मल्हाररावांनी या प्रस्तावाला नम्रपणे नकार दिला. अहिल्येला याचं कारण आधी समजलं नाही. विशेष म्हणजे तिनं धाडस करून ते मल्हाररावांना विचारलं. आपल्या सुनेची उत्सुकता, राजकीय डावपेच माहीत करून घेण्याची लालसा बघून मल्हाररावांनीही तिला सविस्तर समजावून सांगितलं. मल्हाररावांनी हा नकार द्यायला अनेक कारणं होती. एक तर त्या दूरवरच्या प्रदेशाचा कारभार सांभाळायचा, तर तिथं जाऊन राहणं भाग होतं. म्हणजे इथल्या कारभाराची सगळी जबाबदारी मग अहिल्येवर पडली असती. शिवाय, त्या परमुलखाची व्यवस्था पाहण्यासाठी इथून आपली काही विश्वासाची माणसं त्यांच्या कुटुंबकबिल्यासोबत न्यावी लागणार होती. त्यांची तिथली संपूर्ण जबाबदारी आपल्यावर राहणार होती. शिवाय, परमुलखातही विश्वासू माणसं शोधावी लागणार होती. मालेराव हळूहळू मोठे होत होते; पण त्यांना राजकारणात रस नव्हता. त्यांना पशू-पक्ष्यांमध्येच रमायला आवडत असे. पशुप्रेम ही जरी होळकरांची परंपरागत खासियत असली, तरी त्यालाही काही मर्यादा होत्याच. आणि पशुप्रेमासोबतच होळकरांनी जहागिरीचा कारभारही उत्तमरीत्या सांभाळला होता आणि त्याचबरोबर तलवारही गाजवली होती. मालेरावांना हे सगळं शिकवायचं होतं. शिवाय मल्हाररावांची आता साठी झाली होती. घरापासून इतक्या लांब जाऊन राहायचं हेही त्यांना अवघड होतं. असा सगळा सारासार विचार करून मल्हाररावांनी नानासाहेबांच्या या प्रस्तावाला नकार दिला होता. हे सगळं अहिल्येला त्यांनी सविस्तर सांगितलं आणि कोणताही निर्णय घेताना किती आणि कोणकोणत्या बाजूनं विचार करावा लागतो याचा धडाच अहिल्येला मिळाला.

अहिल्येचं सगळं लक्ष आता मालेरावांवर केंद्रित झालं. मालेरावांना जनावरांचाच खूप लळा होता. ते दिवसभर त्यांच्या संगतीत रमत असत. अनेक जनावरं त्यांनी पाळली होती. त्यात हत्ती, वाघ यांसारखी जनावरंसुद्धा होती. त्यांच्या हट्टापायी अहिल्येनं त्यांच्यासाठी हत्तीपाळा बांधून दिला होता. मालेराव दिवसरात्र आपल्या जनावरांसोबत असत. अहिल्येनं त्यांच्या या वागण्याबद्दल गौतमाबाईंजवळ चिंता व्यक्त केली. तेव्हा 'त्यांचं लगीन करून देऊ या. मग तरी त्याचा पाय घरात ठरंल' असा सल्ला गौतमाबाईंनी दिला. अहिल्येला तो पटला. तिनं मालेरावांसाठी मुलगी शोधायला सुरुवात केली. अहिल्येनं बाहाडांची मुलगी मैनाबाई मालेरावांसाठी निश्चित केली. दोन महिन्यानंतरची तिथी नक्की केली. दरम्यान मल्हारराव खंडणीच्या वसुलीसाठी जयपूरला निघाले. गौतमाबाई आणि

अहिल्याही सोबत होत्या. होळकरांच्या सैन्यापुढे माघार घेत रजपूत राजांनी मुकाट खंडणी दिली. दिल्लीहून जनकोजी शिंदे यांचा सांगावा आला. 'अब्दालीचं सैन्य दिल्लीवर चाल करून येत आहे. तेव्हा आपण त्वरित यावं.' जयपूरची मोहीम अर्धवट सोडून मल्हारराव कुटुंबकबिल्यासह दिल्लीला निघाले. दिल्लीच्या जवळ कोटपुतळी गावात त्यांचा तळ होता. अचानक बातमी आली की बुरंडी घाटातल्या लढाईत दत्ताजी शिंदे कामी आले आणि जनकोजी शिंदे घायाळ झाले आहेत. मल्हाररावांना काही सुचेना. शिंद्यांच्या कुटुंबाचं सांत्वन करायला जायचं धाडस त्यांना होईना. गौतमाबाईंनी आणि अहिल्येनं त्यांना धीर दिला. मल्हारराव जनकोजीसोबत तिथेच राहिले. शिंदे-होळकरांचा कुटुंबकबिला इंदूर-उज्जयनीला परत पाठवला. दत्ताजींच्या पत्नी भागिरथीबाई गर्भवती होत्या. दिवसांत होत्या. अहिल्या सर्वतोपरी त्यांची काळजी घेत होती. केरोली घाट ओलांडून चमेली नदी ओलांडली. कुवारी नदीवर मुक्काम केला. तिथे दत्ताजींचे दिवस केले. तिथेच भागीरथीबाई प्रसूत झाल्या. मुलगा झाला. तळावरचं दुःख मागं सारून आनंद पसरला. अहिल्येनं पुढाकार घेऊन हत्तीवरून साखर वाटली. शिंदे-होळकरांचे परस्परांत मतभेद होते आणि एकीही होती. दत्ताजींच्या पुत्रजन्माच्या वेळी पुढाकार घेऊन हत्तीवरून साखर वाटून अहिल्येनं मनभेदांपेक्षा मनैक्य अधिक आहे याचाच जणू दाखला दिला. पाच दिवस तिथेच राहून अहिल्येनं शिंद्यांचा परिवार माळव्यात पाठवला आणि होळकरांचा परिवार घेऊन ती इंदूरला आली. शिंदे-होळकर परिवारांतले मतभेद अहिल्येला माहीत होते. पण दत्ताजींच्या दिवसांत असलेल्या पत्नीची सर्वतोपरी काळजी घेऊन त्यांना झालेल्या पुत्रजन्मानंतर हत्तीवरून साखर वाटून आनंद व्यक्त करण्यात अहिल्येनं जसं शहाणपण दाखवलं, जसा धोरणीपणा दाखवला, तसंच या दोन्ही घराण्यांतले मतभेद आणि मनभेद मिटले, तर मराठ्यांच्या या राज्याकडं वाकडा डोळा करून बघायची कुणाची हिंमत होणार नाही हा तिचा जाणतेपणाही होताच.

इंदूरला आल्यावर अहिल्येचं नित्याचं कामकाज सुरू झालं. भल्या पहाटे उठून संपूर्ण वाड्यात फेरी, त्याच फेरीत वाड्यात काम करणाऱ्या सेवकांच्या अडीअडचणींचं तत्काळ निवारण, त्यानंतर स्नान उरकून पूजाअर्चा, जप, त्यानंतर कमाविसदारांच्या भेटीगाठी, सदरेवरच्या कामकाजाची चर्चा, काही पत्रव्यवहाराची पूर्तता, काही तक्रारींचं निवारण, तंटे-बखेड्यांचे न्याय, काही नवीन नियमांचं अवलंबन, नवीन नियमांची आखणी, नवीन कायद्यांचं प्रस्थापन अशा कामकाजांत अहिल्या बुडून जायची. रयतेच्या तक्रारींचं निवारण हा अहिल्येच्या आवडीचा विषय. तक्रारींचं निवारण झाल्यावर तक्रारदारांच्या चेहऱ्यावर पसरलेलं समाधान तिलाही एक वेगळंच

समाधान देऊन जायचं. याच दरम्यान मालेरावांच्या लग्नाची गडबड सुरू झाली. बाहाडांच्या परिस्थितीचा विचार करून अहिल्येनं लग्नाचा सोहळा इंदूरलाच करायचं ठरवलं. आणि आता तर तिच्या हाताला आणि कामाला उसंत राहिली नाही. मल्हारराव होळकरांच्या एकुलत्या एक नातवाचं लग्न होतं ते. ते त्याच थाटात व्हायला हवं. अहिल्येच्या उत्साहाला उधाण आलं. आनंदाला उधाण आलं. विशेष म्हणजे लग्नाच्या वऱ्हाडासोबत मालेरावांच्या जनावरांचीसुद्धा चोख व्यवस्था होळकरांच्या वाड्याच्या परिसरात केलेली होती. आपलं लग्न होणार आणि आपली जनावरं आपल्यासोबत इथंच आहेत या दोन्ही गोष्टींनी मालेराव विलक्षण आनंदात होते. आपल्या लाडक्या लेकाच्या चेहऱ्यावरचा आनंद बघून अहिल्येच्या आनंदालाही सीमा राहिली नव्हती. मल्हाररावांच्या एकुलत्या एक नातवाचं, होळकरांच्या जहागिरीच्या एकुलत्या एक वारसाचं लग्न आता सहा महिन्यांवर येऊन ठेपलं.

८

मालेरावांचं लग्न ठरलं खरं, पण मध्येच एकापाठोपाठ एक विघ्नं येत होती. इंदूरपासून पुण्याला जाणाऱ्या रस्त्यावर अहिल्येनं ठिकठिकाणी धर्मशाळा बांधल्या, पाणपोया उभ्या केल्या. वाटसरूंना थांबण्याची, राहण्या-जेवण्याची व्यवस्था केली. यामुळं या रस्त्यावरून साहजिकच रहदारी वाढली. लोकांची ये-जा वाढली. व्यापारी वर्ग आपला माल घेऊन पुणे परगण्यात विकायला जाऊ लागले. असं सगळं तिथं सुरळीत सुरु असताना एका मागोमाग एक तक्रारी अहिल्येच्या कानावर येऊ लागल्या. या रस्त्यावर चोर-लुटारूंचा वावर वाढला असून प्रवाशांना, वाटसरूंना, व्यापाऱ्यांना लुटण्याचे प्रकार वाढीला लागले आहेत. वाटसरूंकडचं सामानसुमान, मौल्यवान दागदागिने, व्यापाऱ्यांजवळचा पैसा-अडका, किंमती माल यांची लूट हे चोर करत असत. एवढंच नव्हे, तर जे कुणी विरोध करतील, किंवा कोतवालीत तक्रारी करतील त्यांना जीवे मारत असत. जवळचं सोनं-नाणं, दागदागिने काढून दिले नाहीत, तर त्या व्यक्तीचे कान-नाक-हात कापून दागिने काढून घेत किंवा त्या व्यक्तीला ठार मारत. अशा घटना क्वचित केव्हातरी घडत नसत, तर राजरोसपणे हे लुटारू ही वाटमारी करीत असत. एवढंच नव्हे, तर त्या त्या भागातल्या सैन्याचा बंदोबस्त वाढवूनही हे लुटारू सापडेनात. ते वावटळीसारखे येत, तेही ठिकाणं बदलून आणि एकाच वेळी अनेक ठिकाणी अशी वाटमारी करत. रोजच्या रोज कानावर येणाऱ्या या अशा बातम्या ऐकून अहिल्या अस्वस्थ होई. आपण प्रजेची होणारी गैरसोय लक्षात घेऊन काही सोयी-सुधारणा करू पाहतो आहोत, तर हे लुटारू आपल्या प्रजेला असा त्रास देत आहेत हा विचार तिला त्रास देई. या लुटारूंचा बंदोबस्त करण्यासाठी काय करावं, कोणाला सांगावं, हेच तिला सुचेना. एवढी धोरणी असलेली अहिल्या; पण या चोर-लुटारूंनी तिचं मन:स्वास्थ्य बिघडवलं. त्या दिवशी तर कहर झाला. इंदूरचा एक प्रसिद्ध जवाहिऱ्या आपल्या कुटुंबकबिल्यासह दक्षिणेत निघाला होता. त्याच्यासोबत त्याची पत्नी, चार मुलं,

त्याचा भाऊ, भावाची पत्नी आणि त्याची तीन मुलं, एक नोकर असे दहा-बारा जण होते. वाटेत लुटारूंनी त्यांच्या बैलगाड्या अडवल्या, त्यांच्याकडचा सगळा मौल्यवान ऐवज लुटला, दोन बायकांना पळवून नेलं. त्यांची अब्रू लुटून त्यांना मारून टाकलं आणि उरलेल्या दहा जणांना ठार मारून, दहशत बसावी म्हणून त्यांची शिरं कापून ती वाटेत ठिकठिकाणी झाडांना लटकवून ठेवली आणि धडं दुसऱ्या झाडांना. लुटीचा हा एवढा मोठा घातपात झाल्यावर वाटसरूंनी त्या रस्त्यानं जाणंच बंद केलं आणि अहिल्येच्या दरबारात धाव घेतली. झालेला प्रकार ऐकून सगळे जण सुन्न झाले. आता यावर काहीतरी उपाय काढायलाच हवा होता. तोही तातडीनं. बरं, सैन्य पाठवून बंदोबस्त करावा म्हटलं, तर या लुटारूंचं वस्तीचं ठिकाण एका जागी कधीच नसायचं आणि ते सापडायचेही नाहीत. शिवाय वेशांतर करण्यातही ते निष्णात होते. त्यामुळं सैनिकांना ते व्यवस्थित चकवा देत. त्यांचा बंदोबस्त कसा करायचा हे कुणालाच सुचेना. अहिल्येची तर झोप उडाली.

त्या दिवशी रात्री असाच मध्यान्हीचा समय असावा. अहिल्या आपल्या मंचकावर उठून बसली. शेजारी मुक्ता निजली होती. शांतपणे. दहा-बारा वर्षांची मुक्ताही आता लग्नाला आली होती. मालेरावांच्या लग्नाआधी तिचं लग्न झालेलं बरं असं अहिल्येला बऱ्याचदा वाटलं होतं. पण या जहागिरीच्या धामधुमीत मुक्ताच्या लग्नाचा विचार जरा बाजूलाच पडायचा. त्यातच तिला शोभेल असा मुलगा तरी मिळायला हवा. त्याकडं लक्ष द्यावं तर ही लुटारूंची टोळी जीव खात होती. आता आधी त्याचा बंदोबस्त करायला हवा होता. मुक्ताच्या अंगावरची चादर सारखी करून अहिल्येनं सुस्कारा टाकला. पलंगावरून ती खाली उतरली. देवघरात गेली. तिथं ठेवलेली महाभारताची पोथी घेऊन ती देव्हाऱ्यासमोर बसली. समईतली वात चांगली मोठी करून तिनं त्या तेवत असलेल्या समईत तेल घातलं. छान उजेड देवघरभर पडला. अहिल्येनं पोथी उघडली. तिच्या पदरी असलेल्या कृष्णाजी पुरोहितांकडून ती वाचायला शिकली होती. द्रौपदी स्वयंवराचा प्रसंग होता. ब्राह्मण वेशधारी एका युवकानं स्वयंवराचा पण जिंकला होता. पाण्यात पडलेलं माशाचं फिरणारं प्रतिबिंब बघून, त्यानं वरती फिरणाऱ्या माशाच्या डोळ्याचा आपल्या बाणानं वेध घेतला होता. त्यानं पण जिंकला होता. पण त्याच्या ब्राह्मण असण्यावर (कारण त्या वेळी अर्जुनासह सगळे पांडव ब्राह्मणवेशात होते) आक्षेप घेतला जात होता. त्या वेळी सगळ्यांचा विरोध पत्करून द्रुपद राजानं जाहीर केलं, की या पराक्रमी युवकालाच द्रौपदी माळ घालेल. पराक्रम हाच पुरुषाचा धर्म असतो आणि पराक्रम हीच जात असते. पराक्रमी पुरुषच आपल्या पत्नीचं आणि आपल्या कुटुंबाचं रक्षण

करू शकतो. द्रौपदी स्वयंवराची ती कथा वाचून झाली आणि आपल्याला झोप लागेल आता या विचारानं अहिल्येनं पोथी मिटवली. एकदा मस्तकाला लावली आणि पुन्हा ठेवून दिली. ती जाऊन पलंगावर पडली. पण तरीही बऱ्याच वेळानं तिला झोप लागली. लुटारूंचा बंदोबस्त आणि द्रुपदराजाचे शब्द या दोन्हींचा एकत्रित मेळ तिच्या मनात विचारांचा गोफ विणत होता.

दुसऱ्या दिवशी अहिल्येनं दरबार भरवला. त्या आधी तिनं आपला विचार गौतमाबाईंकडे मांडला. थोडेसे आढेवेढे घेत पण त्यांनी अहिल्येच्या विचाराला सहमती दर्शवली. अहिल्या दरबारात आली. सगळ्या परगण्याचे सुभेदार, नाईक, कमाविसदार, सैन्यदलाच्या पथकाचे प्रमुख आज दरबारात हजर होते. अहिल्येची तशी आज्ञाच होती. दरबार सुरू झाला. सुरुवातीचे काही किरकोळ तंटे-बखेडे मिटवून अहिल्येनं विषय काढला. चोरांच्या, त्या वाटमारी करणाऱ्या लुटारूंच्या टोळीच्या बंदोबस्ताचा. त्या लुटारूंच्या बंदोबस्तासाठी कोणाकडे काही उपाय आहे का तेही तिनं विचारलं. पण सैनिकांची दोन-चार पथकं अपयश घेऊन परत आली होती. तिनं आत्ता त्यासाठी मोठं बक्षीसही जाहीर केलं. पण कुणीच पुढं आलं नाही. अहिल्या खंतावली क्षणभर आणि तिला द्रुपद राजाचं वाक्य आठवलं. तिचा चेहरा उजळला. ती आसनावरून उठून उभी राहिली आणि घनगंभीर आवाजात म्हणाली, ''दरबारी जनहो! त्या लुटारूंचा बंदोबस्त करणं हे माझं प्रमुख ध्येय आहे. त्यांच्या त्रासानं माझी रयत त्रस्त झाली आहे. मी अहिल्या होळकर, मल्हारराव होळकरांची सून आज या दरबारात असं आव्हान करते, की जो कोणी तरुण त्या लुटारूंच्या टोळीचा कायमचा बंदोबस्त करेल, त्याच्याशी मी माझी कन्या मुक्ता हिचं लग्न लावून देईन. तो पराक्रमी तरुण होळकरांचा जावई होईल. माझ्या मुलीचं लग्न त्याच्यासोबत करून तर देईनच, पण त्याला जहागिरी इनाम म्हणून दिली जाईल. माझ्या लेकीसाठी, मुक्ताईसाठी मी हा पण लावला आहे असं समजा!'' अहिल्येनं असं जाहीर केलं आणि अवघा दरबार स्तब्ध झाला. चिडीचुप झाला. काहींना अहिल्येचं हे धाडस वाटलं तर काहींना अविचार. काहींना हे खूपच चुकीचं वाटलं, तर काहींना विचित्र. हे खरं की कुणालाच हे मनापासून पटलं नाही. पण तसं उघड बोलायची कुणाची हिंमतही नव्हती आणि कारणही नव्हतं. बराच वेळ झाला तरी सगळा दरबार शांत आहे, कुणीच काही बोलत नाही म्हटल्यावर अहिल्या थोडी निराश झाली.

'मल्हारराव होळकरांसारख्या तलवार गाजवणाऱ्या शास्त्याच्या राज्यात एकही पराक्रमी वीर असू नये?' तिच्या जिवाला खंत वाटली. त्याच दुखावलेल्या स्वरात ती म्हणाली, ''ठीक आहे! दरबारात तसा कुणी वीर नसेल, तर मग

आम्हालाच तलवार हाती घ्यावी लागेल. आम्ही हातात बांगड्या घातल्या असल्या, तरी त्याच हातानं आम्ही समशेर पेलू शकतो. आम्हीच जातो त्या लुटारूंचा बंदोबस्त करायला. आम्ही उद्याच कूच करू.'' सुरुवातीला खंतावलेला अहिल्येचा स्वर नंतर नंतर वीरश्रीनं भरला. तिच्या स्वरातली वीरश्री, तिच्या विचारातला ठामपणा, तिच्या निर्णयातली आक्रमकता, तिच्या यशस्वी योजनेची जणू ग्वाही देत होते.

अहिल्येनं एकदा दरबारावरून नजर फिरवली. आता ती दरबार बरखास्तीचा आदेश देणार तोच ''थांबावं, सरकार! क्षमा असावी! पण मी काही बोलू इच्छितो!'' एक कोवळा पण ठामपणा दर्शवणारा आवाज तिला ऐकू आला. आवाजाच्या दिशेनं तिनं नजर टाकली. वीस वर्षांचा एक तरुण दरबारात अगदी पाठीमागच्या रांगेत उभा होता. तो एक साधा सैनिक असावा. दरबारातील इतर सर्व अधिकारी वर्ग गप्प बसलेला असताना या एका साध्या शिपायानं आपल्याला अडवायचं, थांबवायचं धाडस करावं याचं अहिल्येला नवल वाटलं. तिनं त्या शिपायाला पुढं येण्याचा इशारा केला. दरबारी लोकांतून वाट काढत तो तरुण पुढं आला. अहिल्येच्या आसनासमोरच्या रिकाम्या जागेत तो येऊन उभा राहिला. अहिल्येनं त्याच्याकडं बघताच त्यानं वाकून मुजरा केला. अहिल्या त्याचं निरीक्षण करत होती. सरळ नाक, भव्य कपाळ, बुद्धीचं तेज दाखवणारे डोळे, बेतास बात शरीरयष्टी आणि संपूर्ण चेहऱ्यावरून ओसंडणारा आत्मविश्वास. अहिल्येला तो तरुण भावला.

''सरकार, मी यशवंतराव फणसे. मी आपल्या सैन्यात शिपाई आहे. एक साधा सैनिक आहे. पण या लुटारूंचा बंदोबस्त करण्याचा प्रयत्न करण्याची माझी इच्छा आहे. आपली अनुमती आणि आज्ञा असेल, तर मी तसा प्रयत्न करू इच्छितो.'' त्या तरुणानं, यशवंतराव फणसे नाव सांगणाऱ्या त्या सैनिकानं अत्यंत नम्र स्वरात आपला मनोदय सांगितला. अहिल्या काही बोलणार तोच तो पुन्हा पुढं म्हणाला, ''सरकार, आपल्या हातातल्या समशेरीच्या पराक्रमावर आमचा विश्वास आहेच. पण आमच्यासारखे शिपाईगडी असताना या कामगिरीवर आपण स्वतः जावं, किंवा आपल्याला स्वतःला जावं लागावं ही आमच्यासारख्या सैनिकांसाठी नामुष्कीची गोष्ट आहे. मला माहीत नाही मी यात यशस्वी होईन की नाही. मला माहीत नाही मी यात जिवंत राहीन की नाही. पण मी प्रयत्नच केला नाही या विचारानं माझी मलाच लाज वाटेल आणि मी जीव तोडून प्रयत्न करेन. तेव्हा सरकारांनी मला परवानगी द्यावी.'' त्या तरुणाचं अदबशीर वागणं, सुसंस्कृत बोलणं, विचारांतली सुसूत्रता आणि यातून ठायी ठायी प्रगट होणारा त्याचा आत्मविश्वास. हे सगळं बघितलं आणि हा तरुण यशस्वी होणार असं अहिल्येला वाटायला लागलं. तिचा चेहरा प्रसन्न झाला.

स्वरही प्रसन्नतेनं उमटला, ''यशवंतराव, तुम्हाला आम्ही संधी देतो आहोत. तुम्ही त्या लुटारूंचा बंदोबस्त करा. त्यासाठी तुम्हाला लागेल ती रसद पुरवली जाईल!'' असं सांगून अहिल्येनं बुधाजीला हाक मारून सांगितलं, ''बुधाजी, यांना मानाचा मंदील बांधा आणि मोहिमेवर जाताना यांना काय हवं ते द्या!'' 'जी सरकार' म्हणून बुधाजीनं मुजरा केला. अहिल्येनं परवानगी दिलेली ऐकून यशवंतरावांचा चेहरा खुलला. त्यानं पुन्हा एकदा अहिल्येला मुजरा केला. अहिल्येनं दरबार बरखास्त केला आणि ती अंत:पुरात गेली.

आतल्या दालनात मुक्ताई गौतमाबाईंकडून केस विंचरून घेत बसली होती. मुक्ताईला बघितल्यावर अहिल्येच्या नजरेसमोर यशवंतराव उभे राहिले. 'हा तरुण आपल्या लेकीला शोभेलसा आहे! एकलिंगजी त्यांना यश देवो!' तिच्या मनात आलं. तसाच प्रसन्न चेहरा घेऊन ती दिवाणखान्यात गेली. काही पत्रव्यवहार पूर्ण करायचा होता. काही खलिते पाठवायचे होते. पेशव्यांकडून काही खलिते आले होते, त्यांची उत्तरे द्यायची होती. मल्हाररावांना इथल्या सर्व घटना कळवायच्या होत्या. दोन कारकून हाताशी धरून अहिल्या मग या कामाला लागली. ती जवळपास दिवस मावळेपर्यंत तिथंच होती. त्याच वेळी तिनं खासगीतून काही नवनवीन सुधारणा, काही ठिकाणी नदीवर घाट बांधण्याचं काम सुरू केले होते. काही देवस्थानांना मदत, काहींचा जीर्णोद्धार. या सगळ्या खर्चाचा तपशील घ्यायचा होता. दिवस मावळला तरी अहिल्या या कामात बुडून गेली होती. मल्हाररावांच्या मार्गदर्शनाखाली आणि गौतमाबाईंच्या तालमीत अहिल्या आता चांगलीच तरबेज झाली होती. एकीकडे राजकारण, एकीकडे समाजकारण आणि एकीकडे प्रजेसाठी सुधारणा या तिन्ही आघाड्या तर ती सांभाळत होतीच, पण त्याचबरोबर खंडेराव गेल्यापासून एकटीच्या खांद्यावर पडलेला सगळा संसारही ती सांभाळत होती. अहिल्येचं हे असं अष्टावधानी असणं दिवसेंदिवस असं समृद्ध होत होतं. परिपूर्ण होत होतं. पण तरीही अहिल्येला मालेरावाबद्दल चिंता वाटत होती. एका आईचं हृदय होतं ते. राज्यकर्ती म्हणून ती वरून कितीही खंबीरपणाचा आव आणत असली, तरी तिचं मातृहृदय मात्र आतल्या आत जळत होतं.

मालेराव आता चौदा-पंधरा वर्षांचे झाले होते. त्यांचं लग्नही ठरलं होतं. त्यांना जहागिरीच्या कारभाराची आवड नव्हती. ना त्यांना युद्धाची कला शिकायची होती, ना तलवार गाजवावीशी वाटत होती! त्यांना फक्त त्यांच्या भोवतालचे प्राणी आवडत असत. दिवसचे दिवस, नव्हे महिनोन्‌महिने ते त्या प्राण्यांच्या सोबत घालवत असत. त्या प्राण्यांशिवाय त्यांना दुसरं काही सुचत नसे. मालेरावांचं

हे वागणं अहिल्येच्या मनाला आत्यंतिक त्रासदायक होत असे. तिनं किती समजावलं, सांगितलं, धाक दाखवला, रागावली, तरी मालेरावांच्या स्वभावात किंवा वागणुकीत फरक पडत नसे. दिवसभर जहागिरीच्या कामकाजात बुडलेली अहिल्या रात्री निजायला गेली की आपल्या नशिबाला बोल लावी, अश्रू ढाळी. धास्तीनं तिला झोप लागत नसे. पण तशाही परिस्थितीत तिची लोककल्याणाची कार्यं चालूच होती.

स्त्रिया जात्याच अष्टावधानी असतात. अहिल्या तर होतीच होती. तिची सात अवधानं ती अत्यंत जबाबदारीनं, विचारपूर्वक आणि कर्तव्यदक्षतेनं पार पाडत असे. पण तिचं आठवं अवधान, जे मातृत्वाचं होतं, त्याची जबाबदारी पार पाडण्यात आपण कुठंतरी अपयशी ठरतो आहोत अशी खंत आणि त्यापायी एक अपराधीपणाची भावना तिचं काळीज कुरतडत असे. इतर सगळ्या जबाबदाऱ्या आपण इतक्या हिंमतीनं आणि कर्तव्यदक्षतेनं पार पाडत असताना या एका आघाडीवर, तेही मातृत्वाच्या आणि तीही जिच्यावर होळकरांच्या संपूर्ण राज्याचं भवितव्य अवलंबून आहे अशा विषयात, आपल्याला अपयश येतंय आणि डोळ्यांनी ते बघितल्याशिवाय आपण काहीच करू शकत नाही, हे आपल्या मातृत्वाचं अपयश आहे अशी एक काळीज कुरतडणारी भावना अहिल्येच्या मनात सतत असायची. मग ती त्या एकलिंगजीला शरण जायची. पण रात्ररात्र अहिल्येला ही चिंता सतावत राहायची.

काही दिवस गेले आणि अहिल्येच्या हेरांनी खबर आणली, इंदूर-पुणे रस्त्यावर होणारी लूटमार थांबली आहे. वाटमारी थांबली आहे. सगळे लुटारू पकडले गेले आहेत आणि सगळ्यात शेवटी त्या लुटारूंचा म्होरक्याही पकडला गेला आहे. यशवंतराव फणसे यांनी ही कामगिरी चोख बजावली आहे. ही सगळी बातमी ऐकून अहिल्येचा चेहरा उजळला. आज किती तरी दिवसांनी चांगली खबर हेरांनी आणली होती. यशवंतराव फणसे यांनी घेतलेलं आव्हान पूर्ण केलं होतं. त्यांनी दिलेला शब्द राखला होता. आता शब्द राखण्याची वेळ अहिल्येची होती. एक राज्यकर्ता म्हणून, एक शास्ता म्हणून आता तिला आपली जबाबदारी पार पाडायची होती. आता यशवंतराव फणसे परत येण्याची खोटी होती. अहिल्याच नव्हे, तर अवघा दरबार त्यांची वाट बघत होता. अहिल्येच्या मनावरचं एक, एक म्हणण्यापेक्षा दोन मोठी ओझी उतरली होती. एक म्हणजे लुटारूंचा बंदोबस्त झाला होता. आता तिची प्रजा त्या मार्गावरून सुखेनैव यात्रा करू शकणार होती. आणि दुसरं म्हणजे मुक्ताईच्या लग्नाचा प्रश्न सुटला होता आणि तोही चांगल्या पद्धतीनं. तिला शोभेल असा वर मिळाला होता. अहिल्या यशवंतराव फणसे यांची वाट बघत होती.

आठ-दहा दिवस असेच गेले आणि यशवंतराव फणसे इंदूरमध्ये आल्याची खबर अहिल्येला मिळाली. विशेष म्हणजे इंदूरमध्ये आल्याआल्या यशवंतराव फणसे थेट दरबारात आले. येताना त्यांनी त्या पंधरा-वीस लुटारूंच्या मुसक्या आवळून, त्यांना जेरबंद करून आणलं होतं. त्या लुटारूंना बघितल्यावर अहिल्याच काय पण सगळे दरबारीही चकित झाले. अगदी किरकोळ शरीरयष्टी असलेली, चेहऱ्यावरून अतिशय गरीब, दीनवाणी, बापुडवाणी दिसणारी ती माणसं लुटारू असतील यावर कुणाचाही विश्वास बसला नसता. पण आपल्या पागोट्यांत, सदऱ्याच्या बाह्यांत, कमरेला बांधलेल्या दुशेल्यांत चाकू, बर्ची, सुरे असली हत्यारं लपवून ते येणाऱ्या जाणाऱ्याला लुटत असत आणि पुन्हा साळसूदपणे जमावात मिसळून जात असत. त्या लुटारूंना जेरबंद करून त्यांच्या सोबतच त्यांनी लुटलेला मालही यशवंतरावांनी सोबत आणला होता. विशेष म्हणजे एक न् एक लुटलेली वस्तू त्यात होती. हे सगळं बघून न राहवून अहिल्येनं विचारलं, ''यशवंतराव, हे सगळं तुम्ही कसं केलंत ते ऐकण्याची आम्हाला उत्सुकता आहे!''

अहिल्येनं जणू दरबारातल्या सगळ्यांच्या मनांतला प्रश्न विचारला. यशवंतराव समोर येऊन मुजरा करून उभे राहिले. एकवार दरबारावर नजर फिरवून त्यांनी सांगायला सुरुवात केली. ''सरकार, मी आणि माझ्या सहकाऱ्यांनी आधी बरेच दिवस यांच्या लूटमार करण्याच्या पद्धतीचा अभ्यास केला. एकदोनदा आमच्यापैकी काहींनी स्वत:ला लुबाडूनही घेतलं. आणि मग एकदा त्यांची पद्धती लक्षात आल्यावर आम्ही त्यांचीच चाल त्यांच्यावर उलटवली. आमच्यापैकी काही जण मुद्दाम एकटे-दुकटे त्या रस्त्यावरून हिंडायला लागलो. पण आम्ही पण त्यांच्यासारखंच चाकू, सुरी, कट्यार, बर्ची असली छोटी हत्यारं आमच्या कपड्यात लपवून ठेवायला लागलो. आमच्यापैकी कुणाला लुटायला आला, की आम्ही आमचं हत्यार काढून त्यांना जेरबंद करू लागलो. असं करत करत आम्ही एकेक लुटारू पकडला आणि सगळ्यात शेवटी त्यांचा म्होरक्या आम्ही तिघा-चौघांनी मिळून पकडला. अशा रीतीनं महिनाभरात सगळी टोळी आम्हाला सापडली. सरकार आता तो रस्ता पूर्णपणे सुरक्षित झाला. या लुटारूंनी झाडांच्या ढोल्यांतून लुटीचा सगळा ऐवज ठेवला होता. तोही सगळा आम्ही जप्त केला. तो सगळा ऐवज हा तुमच्यासमोर आहे!'' यशवंतराव फणसेंनी सगळी हकीगत इत्थंभूत सांगितली. त्यांनी वापरलेल्या युक्तीचं अहिल्येला कवतिक वाटलं. प्रसन्न चेहऱ्यानं ती म्हणाली, ''यशवंतराव, तुम्ही तुमचा शब्द राखलात आणि आमच्या जिवाचा घोर कमी केलात. आता शब्द राखण्याची वेळ आमची आहे. आम्ही आमचा शब्द तर राखूच; पण त्यासाठी सुभेदार इथं असायला

हवेत. तोवर आम्ही आपला सत्कार करू!'' अहिल्येचे शब्द ऐकून यशवंतराव फणसेंनी आनंदानं मान तुकवली.

त्याच दिवशी अहिल्येनं श्रीमंत राघोबादादा पेशव्यांसोबत उत्तरेच्या मुलूखगिरीवर असलेल्या सुभेदार मल्हारराव होळकरांना जासूदाकरवी सांगावा धाडला. गौतमाबाईंना तिनं घडलेली सगळी हकीकत सांगितली. यशवंतराव फणसेंचं गौतमाबाईंनाही कवतिक वाटलं. त्यांचा सल्ला घेऊन दुसऱ्याच दिवशी अहिल्येनं यशवंतराव फणसेंना दहा गावं इनाम दिली. त्यांना मानाचा मंदील बांधला. मनसबदार हा दर्जा दिला. आता मल्हारराव आले की ती आणि गौतमाबाई मिळून सगळा वृत्तान्त त्यांच्या कानावर घालणार होत्या. सगळं ऐकून मल्हारराव नक्कीच राजी झाले असते असा अहिल्येला विश्वास होता. अहिल्येचा हा विश्वास खरा ठरला. मल्हारराव इंदूरात दाखल झाले. गौतमाबाईंनी सगळा वृत्तान्त त्यांच्या कानावर घातला. अहिल्येकरवी निरोप पाठवून यशवंतरावना बोलावून घेतलं. त्यांना भेटल्यावर, बघितल्यावर मल्हाररावही खूश झाले. त्याचा पराक्रम तर आधीच त्यांना कळला होता. आता तो पराक्रमी तरुण पोरसवदा वयाचा आहे हे बघितल्यावर त्यांना समाधान वाटलं. मुक्ताई आणि यशवंतराव यांच्या लग्नाला मल्हाररावांनी मोठ्या आनंदानं संमती दिली.

अहिल्येचं मन आनंदानं भरून गेलं. तिचा निर्णय योग्य ठरला होता. तिच्या काळजाच्या तुकड्याला, तिच्या लेकीला, मुक्ताईला योग्य वर मिळाला होता. शिवाय मालेरावांच्या लग्नाआधी मुक्ताईचं लग्न व्हावं असं तिला सारखं वाटत होतं. तिची ही इच्छासुद्धा चांगल्या रीतीनं पूर्ण झाली होती. मल्हारराव आल्यावर ती त्यांना भेटायला गेली. मल्हाररावांना सगळी हकिगत गौतमाबाईंकडून समजलीच होती. अहिल्या भेटायला आल्यावर ते म्हणाले, ''सूनबाई, आम्हाला समदी हकीगत बैजवार समजली. त्या लुटारूंच्या बंदोबस्तासाठी तुम्ही हा असा निर्णय घेतला हे बी समजलं. रयतेच्या सुखासाठी स्वत:ची किंवा कुटुंबाची तमा करायची न्हाई हे तुमचं धोरन बी कवतिक करन्यासारखंच हाय. तो पोरगाही चांगला हाय. मुक्ताईला साजेसा हाय. त्या एकलिंगजीच्या कृपेनं समदं चांगलं व्हतंय! पर एक गोष्ट ध्यानात ठिवा, सूनबाई! रयतेचं रक्षन करनं हा आपला धर्म तर आहेच, पन त्यासाठी कुटुंबाचा जीव आणि त्यांचं सुख पनाला लावनं हे फार मोठं धाडस हाय. अर्थात तशी आनीबानीची येळ असंल तर ते करावंच लागंल. पन जरा इचार करा. आता तुमचा पन जिंकनारे हे येशवंतराव फनसे तरुन हायत, चांगले हायत. पन चुकून हाच पन एखाद्या पन्नास-साठ वर्षांच्या मानसानं किंवा एखाद्या

व्यसनी मानसानं जिंकला असता तर? लुटारूंच्या बंदोबस्तापायी आपल्या लेकीचं भविष्य, तिची जिंदगी पनाला लागली असती. आपलं अन् तिचं नशीब चांगलं, आनि एकलिंगजीची किरपा म्हणून तसं काही झालं न्हाई. तवा यापुढं इचार करून धाडस करत जावा.'' मल्हाररावांनी अनुभवाचे चार बोल असे अहिल्येला ऐकवले. तिलाही ते पटले. 'आपण भावनेच्या भरात या गोष्टीचा विचारच केला नव्हता. मामंजी म्हणतात ते बरोबरच आहे. आपल्याला अजून खूप काही शिकायला पाहिजे!' अहिल्येनं मनोमन तर हे कबूल केलंच; पण तिनं मल्हाररावांसमोरही हा आपला थोडा अविचार होता हे कबूल केलं. त्याचंही मल्हाररावांना कौतुक वाटलं. ''चला, सूनबाई! आता समदं चांगलं व्हनार हाय. आता दोनदोन लग्नं हायत होळकरांच्या घरात. चला, तयारीला लागा.'' आपल्या गडगडाटी आवाजात प्रसन्नपणे त्यांनी सांगितलं आणि होळकरांचा वाडाच काय, पण अख्खं इंदूर या दोन लग्नांच्या तयारीला लागलं.

आधी मुक्ताईचं लगीन झालं. मल्हाररावांनी आपल्या नातजावयाला लासलगावचा किल्ला आणि त्याच्या आसपासची दहा गावं बरदारीणा म्हणून दिली. अहिल्येनं एका डोळ्यात अश्रू, तर दुसऱ्या डोळ्यात आनंद घेऊन लेकीची पाठवणी केली. 'धनी गेले तेव्हा अवघी पाचसहा वर्षांची होती ही मुक्ताई. आपण कामकाज बघायला सुरुवात केल्यावर आपला पदर धरून आपल्या पाठोपाठ सगळ्या वाडाभर फिरायची. कधीकधी आपला डोळ्यांत अश्रू दिसले, तर आपल्या इवल्या हातानं पुसून बोबड्या बोलानं, 'आई, तुम्ही ललू नका. मी त्या बागुलबुवाला मालीन हं!' म्हणत आपली समजूत काढायची. ही आपली गुणी पोर आता आपल्याला परकी झाली.' अहिल्येच्या डोळ्यांतून अश्रू वाहत होतेच. त्यात जसे लेकीच्या विरहाचे अश्रू होते, तसेच आपली लेक चांगल्या ठिकाणी, चांगल्या घरात गेली याबद्दलचे आनंदाश्रूसुद्धा होते. लेकीची पाठवणी करताना मात्र अहिल्येला हुंदका आवरेना. खंडेराव गेल्यावर दिवस सगळा कामकाजात जात असला, तरी मुक्ताईच तिचं विसाव्याचं स्थान होतं. मालेरावांकडून तेव्हाही तिला काही अपेक्षा नव्हती आणि आता तर नाहीच नाही. मुक्ताईच्या, आपल्या बहिणीच्या लग्नातही मालेराव मुहूर्ताच्या वेळीच फक्त उपस्थित होते. नंतर ते लगेचच त्यांच्या त्या पशुपरिवाराकडं निघून गेले. त्यामुळंच मुक्ताईचं जाणं अहिल्येला फारच जाणवलं.

मुक्ताईची पाठवणी झाली आणि लगेचच वाड्यात मालेरावांच्या लग्नाची तयारी सुरू झाली. ही दोन्ही लग्नं आटोपून मल्हाररावांना पुन्हा श्रीमंतांबरोबर उत्तरेच्या मोहिमेवर जायला निघायचं होतं. मालेरावांच्या पत्नीकडचे, म्हणजे वधूकडचे

पै-पाहुणे जमले. बाहाडांनीही रीतीप्रमाणं होळकरांचा मानपान केला. श्रीमंतांनी मालेरावांना एक शुभलक्षणी घोडा दिला. बाकीच्या आहेरापेक्षा आणि भेटवस्तूपेक्षा मालेरावांना ही भेट फारच आवडली. मालेरावांचा विवाह पार पडला. अहिल्येला वाटायचं की मालेरावांनी राज्यकारभारात लक्ष घालावं, दरबारातल्या कामकाजाच्या वेळी दरबारात हजर राहावं. तिनं दहा वेळा सांगितलं, की मालेराव दरबारात यायचे खरं; पण येताना ते आपल्यासोबत साप, विंचू आणायचे. ते बघून दरबारातले लोक घाबरायचे. असं तीन-चारदा झाल्यावर अहिल्येनं त्यांना दरबारात बोलवायचंच सोडून दिलं. आता मालेरावांची पत्नी मैनाबाई ही तरी काहीतरी शिकेल अशी आशा अहिल्या मनात ठेवून होती. मल्हाररावांनीही निघताना मालेरावांना चार समजूतीच्या गोष्टी सांगितल्या. या एवढ्या मोठ्या जहागिरीचा ते एकटेच वारस आहेत, तेव्हा त्यांनी कसं जबाबदारीनं वागलं पाहिजे हे सांगितलं. त्यांच्या समोर मालेराव 'होऽऽ हो' करत उभे राहिले. हे अहिल्या ओळखून होती. मल्हारराव निघाले. या वेळी मात्र का कुणास ठाऊक गौतमाबाईंइतकंच अहिल्येलाही दुःख झालं. कदाचित मालेरावांकडूनचा अपेक्षाभंग आणि मुक्ताईचा विरह हेही याचं कारण असू शकेल. पण अहिल्येच्या डोळ्यांतून वाहणारं पाणी थांबत नव्हतं, हे खरं!

❀❀❀

१

मालेरावांचं लग्न झालं. नवी सून घरात नांदायला लागली, वावरायला लागली. तिचं वय अल्लड होतंच, पण तिला समजही थोडी कमी होती. आपला नवरा दिवसरात्र जनावरांच्या संगतीत असतो याचं तिला कौतुकच वाटायचं. अल्लड म्हणावं तरी ती दहा-बारा वर्षांची होती. अहिल्येला आपलं 'ते' वय आठवलं. त्या वयात आपण किती समजूतदार होतो तेही आठवलं. अहिल्येच्या मनातल्या या कल्लोळाचा अंदाज गौतमाबाईंना येत होता. 'व्हईल गं श्यानी! शिकवू या आपन तिला समदं! शिकलं ती बी हळूहळू!' असं म्हणत गौतमाबाई अहिल्येची समजूत काढायच्या. लग्नानंतर चारपाच दिवसांनी पूजा-गोंधळ झाल्यावर मल्हारराव पुन्हा श्रीमंतांना सामील होण्यासाठी परत गेले. याच दरम्यान अहमदशाह अब्दालीनं मराठी फौजांशी वाकडं घेतलं. त्याचे बगलबच्चे आणि मराठे यांच्यात ठिणग्या उडायला लागल्या. उत्तर हिंदुस्थानातली ही गंभीर परिस्थिती पुणे दरबाराच्या प्रथमच लक्षात आली आणि शिंदे, होळकर यांच्या मदतीला दक्षिणेतून मराठ्यांच्या फौजा नानासाहेब पेशव्यांचे चुलत बंधू सदाशिवराव भाऊंच्या नेतृत्वाखाली निघणार असे ठरले. दत्ताजी शिंदेंचा धारातीर्थी झालेला मृत्यू ही बाब उत्तरेत सुखेनैव चाललेल्या शिंदे-होळकरांच्या, म्हणजेच पर्यायानं मराठ्यांच्या राज्यकारभाराला धक्का देणारी ठरली होती. तरीही सदाशिवराव भाऊ स्वत: येताहेत हे न पटून मल्हाररावांनी त्यांना 'आपण दस्तूरखुद्द न येता खडी फौज पाठवावी' असा निरोप पाठवला. पण पेशव्यांचे सरदार असूनही मल्हारराव आपलं ऐकत नाहीत असा समज करून सदाशिवराव तसेच पुढे निघाले. मेहेंदळ्यांसारखे सरदार भाऊंच्या या विचारांना खतपाणी घालत होते आणि ते त्यांना बळी पडत होते. भाऊंनी नर्मदा पार केली. प्रत्येक वेळी मल्हारराव त्यांना 'पुढे येऊ नका' असा निरोप पाठवत होते. नर्मदा पार केल्यावरही 'आणखी पुढे येऊ नये, ग्वाल्हेरास छावणी करावी' असा निर्वाणीचा निरोप मल्हाररावांनी पाठवला. शिवाय त्यांनी असंही कळवलं की, 'हे अफगाण पठाण देशी यवनांसारखे

नाहीत. तरी आपण आणखी पुढे येऊ नये.' पण भाऊंनी ऐकलं नाही. इब्राहिमखान गारद्याच्या तोफखान्यासह ते दिल्लीला पोहोचले. पुण्याहून नानासाहेब पेशव्यांनीही दिल्लीकडे प्रयाण केलं. लहानमोठ्या ठिणग्या उडत लढाया पेटू लागल्या. अब्दालीने मराठ्यांना रेटत रेटत पानिपतच्या उघड्या मैदानात नेलं. दोन्ही सैन्यं समोरासमोर आली. कधी इकडे सरशी, तर कधी तिकडे. दोन्ही बाजू पराक्रमाने तुल्यबळ होत्या. मराठ्यांचे चपळ घोडेस्वार विजेच्या वेगाने दौडत दौडत नेमबाजी करत होते. पण अब्दालीचं सैन्य प्रचंड होतं. ते चारही बाजूंनी हल्ला करत होते. त्यातच जनकोजी शिंदे, बळवंतराव मेहेंदळे यांच्यासारखे मातबर सरदार धारातीर्थी पडले.

आणि १४ जानेवारी, १७६१ या दिवशी युद्धाचा रंग पालटला. नानासाहेब पेशव्यांचे चिरंजीव विश्वासराव गोळी लागून पडले. इब्राहीमखान गारदीची तोफेवरची माणसं गोंधळून गेली. त्यातच अब्दालीच्या गुलामांची ताज्या दमाची फौज मराठी फौजेवर तुटून पडली. नेतृत्वहीन मराठ्यांची फौज मग अवसान गळून सैरावैरा झाली. जे हातात सापडले ते पठाणांनी कापून काढले. सदाशिवराव भाऊ त्वेषाने युद्धात शिरले, ते बेपत्ता झाले. सैन्याची ही फरफट बघून मल्हाररावांनी युद्धभूमीवरून काढता पाय घेतला. पानिपतावर मराठ्यांचा असा दारुण आणि प्रचंड पराभव झाला. या पराभवाचं सावट नंतरही कित्येक दिवस मराठ्यांच्या राज्यावर पसरून राहिलं होतं.

या पराभवाची कारणमीमांसा करताना एक बोट मल्हाररावांकडेही दाखवलं जात होतं. मल्हाररावांची बाजू अशी होती की वारंवार सूचना देऊनही पेशव्यांनी त्यांचा सल्ला मानला नव्हता. तर पेशव्यांची बाजू अशी होती की राजकारणी धुरंधर पेशव्यांनी सुभेदार असलेल्या मल्हाररावांचा सल्ला मानायलाच हवा अशी गरज नव्हती. कारणं काहीही असोत, पानिपतच्या युद्धातल्या पराभवामुळं मराठ्यांचं बहराला आलेलं राज्य शंभर पावलं मागं नेलं, हे खरं! हे सगळं राजकारण, युद्धकारण अहिल्या न्याहाळत होती, समजून घेत होती. कोण बरोबर, कोण चूक याचे मनाशी आडाखे बांधत होती. अंदाज लावत होती. पानिपतच्या युद्धात मराठ्यांची झालेली जबरदस्त हार, विश्वासराव आणि सदाशिवराव भाऊ यांचं युद्धात कामी येणं आणि लाखो सैनिकांचा मृत्यू या घटनेनं अहिल्याही हादरून गेली. हे पठाण, रोहिले या देशातून घालवले पाहिजेत, त्यांचा पुरता बिमोड केला पाहिजे हा विचार सतत तिच्या मनात येत राहिला. आता मराठ्यांचं राज्य पुन्हा उभं राहिलं पाहिजे याकडं सगळ्या सरदारांचं, दरकदारांचं लक्ष लागून राहिलं. पण या पानिपतच्या युद्धानं जशी मराठ्यांना पराभवाची चव चाखायला लावली, तशीच या पानिपतच्या युद्धानं अहिल्याही बरंच

काही शिकली. यातून तिनं स्वत:पुरता एक धडा घेतला. मोठमोठ्या राजकारणाची खेळी श्रीमंत पेशव्यांनीच खेळावी. आपण आपली सुभेदारी, आपला परगणा, आपलं राज्य, आपली रयत राखून राहावं. अर्थात तरीही पेशव्यांचे सुभेदार असल्यामुळं होळकरांना त्यांच्या राजकारणातही कधी कधी मोहरा व्हावं लागे, हेही खरंच!

उत्तरेकडे निघालेल्या नानासाहेब पेशव्यांना पानिपतच्या पराभवाची वार्ता वाटेतच समजली. ते अर्ध्या वाटेवरून परत फिरले. वाटेत इंदूरला जाऊन मल्हाररावांची भेट घेऊन त्यांच्याकडून संपूर्ण माहिती घ्यावी या उद्देशाने ते इंदूरला आले; पण मल्हारराव इंदूरला नव्हते. अहिल्याही इंदूरला नव्हती. ती मंडलेश्वरला गेली होती. नानासाहेबांनी गौतमाबाईंची आणि मालेरावांची भेट घेतली आणि ते परत फिरले. अहिल्या मंडलेश्वराहून परतल्यावर तिला सगळा वृत्तान्त समजला आणि तिला नवल वाटलं. नानासाहेब इंदूरला येणार आहेत हे जरी मल्हाररावांना आधी माहीत नसलं, तरी ते इंदूरला येत आहेत याची वर्दी त्यांना पोहोचलीच असणार. तरीही मल्हारराव इंदूरला आले नाहीत. आले नाहीत की येऊ शकले नाहीत? मल्हाररावांनी नजीबखानाशी हातमिळवणी करून स्वत:चा जीव वाचवला अशी एक वदंता मल्हाररावांच्या बाबतीत बोलली जात होती. ती खरी की खोटी हे जरी सिद्ध झालेलं नसलं, तरी पेशवे याबद्दल आपल्याला जाब विचारतील आणि आपण काहीही जबाब दिला, तरी पेशव्यांचा उपमर्द होणार. त्यापेक्षा त्यांना टाळलेलंच बरं या विचारानं मल्हाररावांनी पेशव्यांची भेट घेणं टाळलं असावं अशी शंका अहिल्येच्या मनाला स्पर्शून गेली. पण आपण सून असल्याचा आब तिनं सोडला तर नाहीच, पण असं काही विचारून मल्हाररावांचा अपमान करण्याचं धाडसही तिनं केलं नाही. कितीही झालं तरी मल्हारराव तिचे सासरे होते, पेशव्यांचे विश्वासू सरदारही होते आणि तिच्यापेक्षाही ते राजकारणी धुरंधर होते. अहिल्या आपली मर्यादा सांभाळून राहिली.

दरम्यान अधूनमधून सुभेदारकीचं काम बघणाऱ्या मालेरावांनी सारंगखेडे गावात असलेले केसरसिंगाचे राऊळकीचे वतन त्याच्या भावजयीच्या गोड बोलण्यावर फसून, तिच्या कावेबाजपणाला भुलून जप्त केले. तसा खलिता त्यानं केसरसिंगाना पाठवला. केसरसिंग हा होळकरांचा निष्ठावान. त्याच्या हातून गैरवर्तन घडणं शक्य नव्हतं. पानिपतच्या युद्धावरून परतलेल्या मल्हाररावांनी जहागिरीचा कारभार पुन्हा बघायला सुरुवात केल्यावर त्यांच्या लक्षात ही बाब आली. त्यांनी तातडीने मालेरावांना ही कारवाई रद्दबातल करायला सांगितली. पण मालेरावांनी त्याकडे दुर्लक्ष केलं. या गोष्टीचं अहिल्येला दु:ख वाटलं. जनावरांना प्रेमानं हाताळणारे मालेराव माणसांशी वागताना विक्षिप्त वागायचे. मल्हाररावांनी त्यांना हाताशी धरून जहागिरीचा

कारभार शिकवण्याचा प्रयत्न केला, पण मालेराव त्यांनाही दाद देत नसत. अहिल्येचं मातृहृदय मग कळवळायचं. तिला मालेरावांचा राग यायचा. ती आपल्या परीनं चार गोष्टी समजावून सांगायची, पण मालेराव सगळं कानाआड करायचे. त्यांच्या बाबतीत आताशा मल्हाररावही निराश व्हायला लागले होते; मग अहिल्येच्या मनाची स्थिती किती वाईट झाली असेल याचा विचारही करवत नाही. जी जहागिरी नीट सांभाळण्यासाठी ती अहोरात्र धडपडत होती, त्याच जहागिरीचा सांभाळ करणारा तिचा एकुलता एक मुलगा बेफिकीर होता. आणि याचा दोष ती कुणाला देणार होती? आई म्हणून आपण कुठंतरी कमी पडतो आहोत अशी एक बोच तिच्या मनाला सतत लागून राहायची. मालेरावांनी जहागिरीत लक्ष घालावं म्हणून तिचा सतत प्रयत्न असायचा. पण यातल्या कोणत्याच गोष्टीला मालेराव बधत नसत.

असेच दिवस चालले होते. मराठ्यांचं राज्य पानिपतच्या पराभवातून हळूहळू सावरत होतं. तरीही मराठ्यांचे शत्रू डोकं वर काढत होते. राजपुतान्यात मराठ्यांची ठाणी उठवून माळव्यावर चढाई करण्याच्या प्रयत्नात मधोसिंग होता. नजीबखानाने दिल्ली हस्तगत केली. रोहिल्यांनी अंतर्वेदीवर ताबा मिळवला. पंजाबात शीख वरचढ बनले आणि या भागातल्या राज्यकर्त्यांच्या मराठ्यांशी असलेल्या दुष्मनीचा फायदा घेऊन इंग्रज जिथेतिथे मुसंडी मारायला बघू लागले. मल्हारराव मात्र याही परिस्थितीत शांतपणे आपल्या जहागिरीचा कारभार बघत होते. अगदी डोळसपणे मालेरावांना त्यांनी हाताशी धरलं. हे बघून अहिल्येचं मन आश्वस्त झालं. मंडलोई आणि कानुनगो, जे होळकरांचे विश्वासू रयत होते, त्यांचा जमीनजुमला सांभाळत होते, त्यांनी नव्या आंब्याची जात मल्हाररावांकडे पाठवली. त्याची लावणी रयतेनं आपल्या शेतातून करावी अशा विचारानं मल्हाररावांनी त्या आंब्यासाठी लागणारी जमीन, हवा, पाणी या सगळ्यांची माहिती घेतली आणि त्या प्रकारची शेती लोकांकडून करवून घेण्याचं काम त्यांनी मालेरावांवर सोपवलं.

सदाशिव बारगळ, जे होळकरांचे हिशेबनीस होते, त्यांनी शेवगावात जाऊनही काही काम केलेलं नव्हतं. मल्हाररावांनी मालेरावांना त्यांच्याकडून हिशोब घेण्यास बजावलं. मल्हारराव मालेरावांवर असं काही ना काही काम सोपवत होते ते बघून अहिल्येला समाधान वाटत होतं.

मल्हाररावांनी श्रीमंत नानासाहेब पेशव्यांना भेटायला जायचं ठरवलं. साधारण हा काळ १७६१च्या सप्टेंबर महिन्यातला. नानासाहेबांना भेटून पानिपतच्या युद्धाचा तपशील तर त्यांना द्यायचाच, पण त्यांच्या मनात आपल्याबद्दल जे किल्मिष आलेलं आहे तेही दूर करण्याचा आपण प्रयत्न करायचा असं मल्हाररावांनी

ठरवलं. त्यासंबंधी त्यांनी गौतमाबाईंशी आणि अहिल्येशी सविस्तर चर्चाही केली. मल्हाररावांचा हा विचार दोघींनाही पटला. कितीही झालं तरी पेशवे धनी होते, आणि होळकर चाकर. "वेळ-वखुत बघून बोलावं!" गौतमाबाईंनी सल्ला दिला. गौतमाबाई आजारी होत्या. जडी-बुटी, मात्रा, काढे असे औषधोपचार चालूच होते. पण त्यांच्या प्रकृतीला म्हणावा तसा उतार पडत नव्हता. कधी कमी, तर कधी जास्त असा त्यांच्या प्रकृतीचा काटा ढळत होता. तरीही जेव्हा त्यांना बरं असेल, तेव्हा त्या पेशव्यांच्या भेटीबाबत मल्हाररावांना चार समजुतीच्या गोष्टी सांगत. पण घटकेत त्यांना बरं वाटे, तर घटकेत त्या अस्वस्थ होत. यामुळं मल्हाररावांचा पायही इंदूरातनं निघत नव्हता. एकीकडं पेशव्यांना भेटणं गरजेचं होतंच. ते धनी होते म्हणून केवळ नव्हे, तर मल्हाररावांच्या तत्त्वात ते बसत होतं म्हणून. पण एकीकडे पत्नीचा आजार वाढत चालला होता. मल्हारराव पेचात सापडले होते. आपण नक्की काय करावं, कोणता निर्णय घ्यावा हेच त्यांना उमगत नव्हतं. आणि अचानक नको ते घडलं.

२९ सप्टेंबर १७६१ या दिवशी गौतमाबाईंनी प्राण सोडले. पहाटेपासूनच त्यांची तब्येत खालावत गेली. त्या दिवशी त्यांना घोटभर पाणीसुद्धा गिळता आले नाही. अहिल्या सदरेवरची, अंतःपुरातली सगळी कामं टाकून गौतमाबाईंजवळ बसून होती. त्यांचा हात आपल्या हातात धरून बसली होती. मल्हारराव अस्वस्थ आणि चिंतित मनानं आतबाहेर करत होते. बघता बघता दुपार टळली. मल्हाररावांच्या आमंत्रणावरून जोशी गुरुजी अनुष्ठानासाठी आले. महामृत्यूंजयाचा जप ते करणार होते. मालेरावांच्या बायकोनं, मैनाबाईनं सगळी तयारी करून दिली. गुरुजींनी उदक सोडलं. डोळे मिटले.

मृत्युंजयाय रुद्राय नीलकंठाय संभवे।
अमृतेषाय सर्वाय महादेवाय ते नमः।।

त्यांनी मंत्रोच्चारणाला सुरुवात केली आणि अहिल्येला जाणवलं. तिच्या हातावर असलेली गौतमाबाईंच्या हाताची पकड ढिली पडली, सैल पडली, निर्जीव झाली. अहिल्येनं चमकून गौतमाबाईंच्या चेहऱ्याकडं बघितलं. त्यांच्या चेहऱ्यावर एक आगळं तेज होतं; पण चैतन्य नव्हतं. "सासूबाईऽऽऽ!" अहिल्येचा आकांत ऐकून मल्हारराव गडबडीनं आत आले. गौतमाबाईंचा चैतन्यहीन चेहरा बघून ते क्षणार्धात समजले. धावतच ते आत गेले. गौतमाबाईंच्या पलंगाशेजारी उभं राहून त्यांनी हाक मारली. "गौतमाऽऽ! अगं, शेवटपर्यंत सोबत द्यायचं वचन आमास्नी तू दिलं व्हतंस! मग अशी मध्यातनंच सोडून कशी गेलीस?" मल्हाररावांना दुःख

आवरेना. त्यांचं ते दु:ख करणं अहिल्येला बघवेना. एवढे धीरगंभीर, हिंमतीचे, रणांगणात वाघ असणारे, सगळ्या माळवा प्रांतात दरारा असणारे पेशव्यांचे मानाचे सरदार मल्हारराव; पण गौतमाबाईंच्या मृत्यूनं त्यांचं सगळं अवसानच जणू खचलं. गौतमाबाईंनी जवळपास ४० वर्षं त्यांना सोबत केली होती. गौतमाबाईंशी विवाह झाला, तेव्हा मल्हारराव त्यांच्या मामांची पागा आणि मेंढरं राखत होते. पुढे पेशव्यांशी त्यांची मैत्री झाली आणि हळूहळू मल्हारराव यशाची, कीर्तीची, समृद्धीची शिखरं गाठत गेले. गौतमाबाई हुशार होत्या, चाणाक्ष होत्या. दौलतीच्या कारभारातही त्या लक्ष घालायच्या. वेळोवेळी मल्हाररावांना सल्ला द्यायच्या. त्यांचा सल्ला बऱ्याच वेळा मोलाचा आणि योग्य असे. त्यामुळं मल्हाररावही त्यांच्याशी चर्चा करूनच काही महत्त्वाचे निर्णय घेत. गौतमाबाईंची मल्हाररावांना अशी मोलाची साथ होती. त्याच गौतमाबाई आज मल्हाररावांची साथ सोडून गेल्या होत्या.

आणि अहिल्या? तिचा तर आधारच गेला होता. दहा वर्षांची पोर होती अहिल्या, खंडेरावांची पत्नी म्हणून, गौतमाबाईंची सून म्हणून होळकरांच्या घरी आली तेव्हा. तेव्हापासून ती गौतमाबाईंच्या सहवासातच तर होती सतत. पोरवयाच्या अहिल्येला एका बाजूनं काही बोधप्रद, शहाणपणाच्या गोष्टी सांगत, काही आडाखे समजावून देत, एका बाजूनं तिच्यावर माया करत, तर कधी तिला रागवून गौतमाबाईंनीच अहिल्येला वाढवली, घडवली, मोठी केली. कुशल, कर्तबगार केली. तिला एक वेगळीच दृष्टी दिली. तिच्या कठीण प्रसंगांतही गौतमाबाईच तिच्या पाठीशी खंबीरपणे उभ्या होत्या. वेळप्रसंगी तिच्या पाठीवरून हात फिरवून तिला धीर देणाऱ्याही गौतमाबाईचं होत्या. खंडेरावांचा बाहेरख्यालीपणा सहन करण्याची, त्याकडे कानाडोळा करून स्वत:चं मन आणि बुद्धी स्थिर ठेवून दौलतीच्या कारभाराकडं लक्ष देण्याची तिला प्रेरणा देणाऱ्याही गौतमाबाईच होत्या. अहिल्येचं मन, बुद्धी, विचार, आचार यांवर गौतमाबाईंचा विलक्षण प्रभाव होता. मुक्ताईच्या लग्नाचा निर्णय घेतानाही त्यांनीच समंजसपणा दाखवला होता. अहिल्येचा गौतमाबाईंशी असलेला संबंध म्हणूनच प्रचंड जिव्हाळ्याचा होता, हृदयस्थ होता. गौतमाबाईंनीसुद्धा अहिल्येचे गुण ओळखले होते. त्यांचाही तिच्यावर प्रचंड विश्वास होता आणि तेवढीच माया होती. आज अहिल्येचा तो आधार तुटला होता. आता तर ज्यांच्याकडं बघावं असं आशा देणारं कुणीच नव्हतं. खंडेराव तर नव्हतेच, मालेराव असून नसल्यासारखे होते. आणि आता गौतमाबाई गेल्यावर, अहिल्येचा आधार तुटल्यावरही तिला मल्हाररावांना सांभाळायचं होतं. अहिल्येला धाय मोकलून रडावसं वाटत होतं. जमिनीवर अंग टाकून दु:ख व्यक्त करावं, रडून मोकळं व्हावं असं वाटत होतं. पण

मल्हाररावांची अवस्था बघून तिला तेही शक्य होणार नव्हतं. पहाडासारखे बुलंद असलेले मल्हारराव पत्नीच्या मृत्यूनं कोसळले होते. त्यांना सावरणं महत्त्वाचं होतं. शेवटी आत्तापर्यंत ती जे करत आली किंवा तिच्या नशिबानं तिला जे प्रत्येक वेळी करायला लावलं तेच अहिल्येनं केलं. स्वतःला झालेलं प्रचंड दुःख, गौतमाबाईंच्या जाण्यानं मनात निर्माण झालेली पोकळी, त्यांच्या मृत्यूनं झालेली मनाची घायाळ अवस्था हे सगळं सावरून, आवरून, बाजूला ठेवून तिनं मल्हाररावांना धीर दिला. सुनेच्या कर्तव्यानं आणि लेकीच्या मायेनं त्यांना सावरलं. कदाचित प्रत्येक वेळी, प्रत्येक प्रसंगात काही ना काही, कुणाला ना कुणाला तरी सावरणंच नियतीनं तिच्या ललाटी लिहिलं असावं.

गौतमाबाईंचं जाणं अहिल्येला आतून हलवून गेलं. तिच्या मनामध्ये एक विचित्र पोकळी निर्माण झाली. पोटात खड्डा पडल्यासारखं झालं. रयतेच्या कल्याणाची कामं, मल्हाररावांच्या अनुपस्थितीत दौलतीचा कारभार, तंटे-बखेडे, न्यायनिवाडे, तक्रारींचं निवारण, दौलतीसंदर्भातला पत्रव्यवहार हे सगळं अहिल्या सांभाळत होती, ते गौतमाबाईंच्या पाठींब्यावरच. त्या तिच्या पाठीशी ठामपणे उभ्या आहेत या विश्वासावरच. पण आता गौतमाबाई गेल्या आणि अहिल्या मनातून जणू कोलमडून गेली. तिला अपेक्षा होती, या परिस्थितीत मालेराव पुढे येतील, तिला धीर देतील. तिच्या कोलमडलेल्या मनाला सावरतील, आधार देतील; पण तसं काहीच झालं नाही. मुक्या जनावरांच्या सोबतीत रमणाऱ्या, त्यांची न बोललेली भाषा जाणणाऱ्या मालेरावांना आपल्या आईच्या मनातलं उमजू नये, समजू नये, जाणवूसुद्धा नये हा दैवदुर्विलास होता. आणि असलाच तर तो अहिल्येचा होता. मल्हाररावांनी तर स्वतःला खोलीत कोंडूनच घेतलं होतं. पण अहिल्येला तसं करून चालणार नव्हतं. मनात कितीही पोरकेपणा वाटत असला, तरी दौलतीचा कारभार थांबवून चालणार नव्हता. ही गोष्ट तिला उमजत होती, पण मल्हारराव मात्र अजून दुःखात चूर होते. ते खोलीतून बाहेरही येत नव्हते. त्यांचं जेवणखाण, नाश्ता अहिल्या खोलीतच नेऊन देत होती. त्यांना या दुःखातून बाहेर काढणं गरजेचं होतं. विचार करून अहिल्येनं एक उपाय केला.

सलग दोन दिवस तिनं मल्हाररावांचं नाश्ता, जेवण, दूध सगळं मैनाबाईंच्या करवी पाठवून दिलं. पहिल्या दिवशी मल्हारराव काही बोलले नाहीत. त्यांनी काही विचारलंही नाही. दुसरे दिवशीसुद्धा मैनाबाईच त्यांचं जेवण घेऊन आली, हे बघून त्यांनी विचारलं, "आमच्या सूनबाई, अहिल्याबाई कुटं हायत?" त्यांच्या या प्रश्नाला अहिल्येनं शिकवल्याप्रमाणं मैनाबाईनं उत्तर दिलं. ती म्हणाली, "सासूबाई निजल्यात! त्यास्नी बरं न्हाई! गौतमासासूबाई गेल्यापासनं त्या जेवल्याला न्हाईत!

कालपासनं त्यानला उठवत बी न्हाई!'' मैनाबाईच्या तोंडून ही हकीगत ऐकल्यावर झोपेतून जागं व्हावं तसे मल्हारराव खाडकन भानावर आले. 'हे काय? आपन आपल्या दु:खात इतकं बुडालो, की आपल्याइतकंच अहिल्येलाही दु:ख झालं आसंल, तिनं आपल्याला सावरलंय, पन तिला सावराया कुनीच नाही हे आपल्या ध्यानातच आलं न्हाई.' हा विचार त्यांच्या मनात आला आणि मैनाबाईनं आणलेलं जेवणाचं ताट तसंच उचलून घेऊन मल्हारराव खोलीच्या बाहेर पडले.

आज कितीतरी दिवसांनी, म्हणजे गौतमाबाई गेल्यानंतर आणि त्यांचे अंत्यसंस्कार झाल्यानंतर जवळपास पंधरा दिवसांनी मल्हारराव बाहेर पडले होते. ते तडक अहिल्येच्या खोलीत गेले. बाहेरून तिला हाक मारून ते आत गेले. अहिल्या वाकळ अंथरून जमिनीवर झोपली होती. तिचा चेहरा निस्तेज दिसत होता. मल्हाररावांचा आवाज ऐकून ती धडपडत उठून बसली. तिला तशी अशक्त, निस्तेज बघून मल्हाररावांना खूपच वाईट वाटलं. 'आपला लेक खंडेराव गेला, तेव्हा त्याच्यासोबत सती जान्यापासनं आपण हिला थांबवलं. पन तसं करून आपन काय केलं? तर तिच्यावर कामाच्या जबाबदाऱ्या टाकत गेलो, फक्त. तिची काळजी कधीच केली न्हाई. अर्थात, इतकं दीस गौतमाबाई होती म्हनून समदं निभावून गेलं. पन आता अहिल्येकडं आपन लक्ष द्याया पायजे.' या विचारानं अस्वस्थ होऊन मल्हारराव आत आले. ''सूनबाई! तुमी जेवन केल्यालं न्हाई म्हणे! अवं, गौतमाबाई तर गेल्या. त्यांचं सोनं झालं. त्यांच्या जान्यानं झालेलं नुसकान भरून येनारं न्हाई. पन, सूनबाई, जाणाऱ्याबरोबर दुनिया जात न्हाई. बाकीचे समदे वेव्हार चालूच ऱ्हात्यात. सूनबाई, उठा. चार घास खाऊन घ्या. आज आमी बी तुमच्यासंगट जेवतो.'' असं बोलून मल्हाररावांनी मैनाबाईला हाक मारली. ''धाकल्या सूनबाई, अजून एक ताट वाढून घेऊन या! आम्ही आमच्या सूनबाईसंगं जेवनार हाय!'' आणि खरंच मैनाबाईनं ताट वाढून आणल्यावर मल्हारराव तिथंच बसून जेवले. तसं गौतमाबाई गेल्यापासून अहिल्येच्या घशाखाली घास उतरतच नव्हता. आज मल्हारराव सोबत आहेत म्हटल्यावर तिनंही चार घास खाल्ले. मैनाबाई ताटं उचलून घेऊन गेली. डोईवरचा पदर सावरत अहिल्या म्हणाली, ''मामंजी, जाणाऱ्याबरोबर दुनिया जात नाही असं आत्ताच आपण म्हणालात. मग, मामंजी, श्रीमंतांचा दोन वेळा सांगावा येऊन गेला. एकदा दुखवट्याचा आणि आत्ता दोन दिवस आधी तुम्हाला बोलावल्याचा. पण मामंजी, तुम्ही खोलीतून बाहेरच पडत नव्हतात. मी श्रीमंतांना उत्तरादाखल काय सांगावा पाठवावा तेही मला कळेना. मी आजारी आहे हे समजल्यावर तुम्ही खोलीतून बाहेर आलात. आता दु:खातनं बाहेर पडून श्रीमंतांना

निरोप धाडा. ते तुमच्या निरोपाची आणि तुमची वाट बघत असतील!'' अत्यंत अदबीनं, पण वास्तवाची जाणीव करून देत, चांगल्या शुद्ध भाषेत अहिल्या बोलत होती. दरबारी असलेल्या ब्राह्मण पुरोहितांकडून नित्यकर्म करून घेत असतानाच अहिल्या स्वत:ही शुद्ध बोलायला शिकली होती.

मल्हाररावांच्या डोळ्यांत पाणी भरलं. ते गौतमाबाईंच्या आठवणीनं होतं, अहिल्येच्या कौतुकानं होतं, की तिच्या बुद्धिचातुर्यानं होतं, ते त्यांचं त्यांनाच समजलं नाही. एका परीनं अहिल्येनं त्यांना शिकवलं होतं. त्यांनाही ते पटलं. आपल्या हातातल्या कपड्यानं आपला चेहरा पुसून ते म्हणाले, ''सूनबाई, तुमी म्हनतायसा ते आमास्नी पटलं. आनी चांगलंच समजलं. आमची वाईच चूकच झाली. आमी थोरलं, घरातलं कर्तं पुरुष. आमीच हातपाय गाळून बसलो आनी तुम्हा समद्यांना सावरलं पायजे, आधार दिला पायजे हे इसरूनच गेलो. तुमच्या सासूबाईंनी आमाला लयी मोलाची साथ दिली. त्या गेल्या आनी आमी कोसळलोच बघा. पर आता न्हाई. आता आम्ही स्वत:ला सावरलंय. आता आमाला श्रीमंतांस्नी पन भेटाय पायजे आणि जहागिरीकडं पन बघायला पायजे. सूनबाई, तुमी आमाला सावरलंत. पन आमी तुमाला आधार देण्यात कमी पडलो!'' मल्हारराव मनापासून बोलत होते. बोलता बोलता भरून आलेले डोळे पुन:पुन्हा पुसत होते. ते बघून अहिल्येलाही गहिवरून आलं. ''नाही, मामंजी! तुम्ही असं काही समजू नका. सासूबाई गेल्या आणि माझाही आधार गेल्यासारखं झालं. पण आता आपल्याला सावरायला पाहिजे.'' अहिल्येनं बोलता बोलता ओघळलेले आपले अश्रू पुसले. तिथून बाहेर पडताना मल्हाररावांच्या मनात मालेरावांचा विचार होता. आणि अहिल्येच्या मनातसुद्धा.

मालेरावांना मात्र या गोष्टीचं फारसं सोयर-सुतक नव्हतं. गौतमाबाईंचे अंत्यसंस्कार झाल्यावर ते जे जनावरांच्या पागेत गेले, ते आठ-पंधरा दिवस आलेच नाहीत. पण मल्हारराव दु:खातून बाहेर पडलेत हे त्यांना चाकर माणसांकडून समजलं आणि ते वाड्यावर दाखल झाले. कदाचित त्यांच्या मनांत मल्हाररावांबद्दल थोडी भीती असावी. मल्हाररावांनी खलिते बघायला सुरुवात केली. श्रीमंत नानासाहेब पेशव्यांच्या खलित्याला त्यांनी आदरानं आणि जिव्हाळ्याच्या भाषेत उत्तर लिहिलं. त्यात त्यांनी 'आपण भेटायला येण्यासाठी निघालो असतानाच गौतमाबाईंची प्रकृती बिघडली आणि त्यामुळं आपण भेटायला येऊ शकलो नाही' हे आवर्जून लिहिलं. श्रीमंतांचं दुखवट्याचं पत्रही मिळाल्याचं लिहून, श्रीमंतांचा स्नेह होळकरांवर असाच राहावा असंही नमूद केलं. ही दोन्ही महत्त्वाची पत्रं पाठवल्यावर त्यांना बरं वाटलं.

पानिपतच्या युद्धात मराठ्यांचं जे नुकसान झालं, त्याची गणतीच होऊ शकत नव्हती. शिंदे घराण्यातील महादजी शिंदे हे एकटेच पुरुष जखमी अवस्थेत परत आले होते. युद्धात त्यांचा एक पाय अर्ध्यातून कापला गेला होता. शिवाय ते राणोजी शिंद्यांच्या दासीचे पुत्र होते. त्यामुळं शिंदे घराण्याचा वारस कोण याचा निर्णय पेशव्यांना घेता येत नव्हता. महादजीसुद्धा होळकरांच्या मदतीनं बुंदेलखंड, राजपुताना इथून चौथाईची, सरदेशमुखीची वसुली करत कसेबसे राज्य सांभाळत होते. यामुळं माळवा प्रांतात होळकरांना प्रतिस्पर्धी उरला नव्हता, पण वेळप्रसंगाचा आधारही नव्हता. त्यातच पेशवाईवर आणखी एक आघात झाला. २३ जून १७६१ या दिवशी नानासाहेब पेशव्यांचा मृत्यू झाला. पानिपतच्या पराभवाला जबाबदार धरल्या गेलेल्या आणि स्वत:ची बाजू मांडण्यासाठी उत्सुक असलेल्या होळकरांची आणि नानासाहेब पेशव्यांची गाठच पडू नये हा दैवदुर्विलास असावा. नानासाहेबांच्या मृत्यूनंतर त्यांचे चिरंजीव माधवराव हे पेशवेपदी विराजमान झाले. २० जुलै १७६१ या दिवशी त्यांना पेशवाईची वस्त्रं मिळाली. मराठ्यांच्या राज्यात पुन्हा उत्साहाचं वारं खेळायला लागलं. राजपुतान्यातून मधोसिंगानं मराठ्यांची ठाणी उठवल्याची वार्ता आली आणि मल्हाररावांनी तिकडं कूच केलं. कोटा परगण्यात मांगरोळ इथं मधोसिंगाच्या फौजेची मल्हाररावांच्या सैन्याशी गाठ पडली आणि ३० नोव्हेंबर १७६१ या दिवशी मल्हाररावांनी मधोसिंगाचा पाडाव केला. होळकरांच्या या विजयानं सगळ्या हिंदुस्थानला बाणेदारपणे दाखवून दिलं, की कितीही नुकसान झालेलं असलं तरी पानिपतच्या पराभवात मराठे संपलेले नाहीत. मल्हाररावांची विजयी घोडदौड पुन्हा सुरू झाली. अहिल्या समाधान पावली. तिच्या घरावर आलेलं निराशेचं सावट आणि मराठ्यांच्या राज्यावर आलेलं संकटांचं सावट मल्हाररावांच्या विजयानं धुऊन काढलं होतं. अहिल्याही नव्या उत्साहानं, नव्या उमेदीनं दौलतीचा कारभार बघू लागली.

१०

मल्हारराव स्वाऱ्यांमध्ये आणि अहिल्या दौलतीच्या कारभारात पुन्हा गुंतून पडले. गौतमाबाई गेल्या होत्या, पण त्यांच्या आठवणी अहिल्येच्या मनात जाग्या होत्या. दिवसभर, म्हणजे अगदी पहाटेपासून ते रात्री उशिरापर्यंत ती कामकाजात व्यस्त असायची. तरी महालात वावरताना तिला सतत गौतमाबाईंची आठवण यायची. त्यातल्या त्यात एक बरं झालं होतं की, आजीच्या दुखवट्याला आलेली मुक्ताई बरेच दिवस राहिली. ती तिच्या सासरी सुखात होती. यशवंतराव फणसे फार चांगले होते. ते मुक्ताईची चांगली काळजी घ्यायचे. तिला आता दिवसही गेले होते. मुक्ताई माहेरी येऊन राहिल्यानं अहिल्येला जरा बरं वाटलं. त्यातच ती डोहाळतुली. तिचे लाड-कोडकौतुक-डोहाळे पुरवण्यात मग अहिल्येचा वेळ जायला लागला. गौतमाबाईंच्या जाण्यानं भकास दिसणारी कोठी मुक्ताईच्या कौतुकात पुन्हा हसू-बोलू लागली. थोडे दिवस माहेरी राहून मुक्ताई पुन्हा आपल्या घरी गेली.

अहिल्या पुन्हा सदरेवरच्या कामकाजात बुडून गेली. पानिपतच्या लढाईनंतर नानासाहेब पेशव्यांचा झालेला मृत्यू, माधवराव पेशव्यांना मिळालेली पेशवाईची वस्त्रं आणि या पोरसवदा माधवापेक्षा आपण पेशवे व्हायला योग्य आहोत असं मानणाऱ्या राघोबादादांनी माधवरावांशी घेतलेला वाकुडपणा यांमुळं काका-पुतण्यांमधला संघर्ष शिगेला पोहोचला. वडीलकीच्या नात्यानं मल्हाररावांनी पुण्याला जाऊन त्यात मध्यस्थी केली आणि सामोपचारानं हा संघर्ष मिटवला. या संघर्षापायी निर्माण होणारं दौलतीवरचं संकट सध्या तरी टळलं होतं. मल्हारराव मनाशी समाधान पावून वाफगावला परतले. परगण्यातले काही गुंतागुंतीचे तंटे-बखेडे त्यांनी सदरेवर बसून मिटवले, तर काहींना पत्रव्यवहाराद्वारे समज दिली. अहिल्येला एक प्रकारे ही शिकवणच होती.

पुण्याला असतानाही मल्हारराव पत्रव्यवहारातून काही पाठीमागचे हिशेब पूर्ण करत होते. पानिपतच्या युद्धाला दीड वर्ष उलटून गेलं होतं, तरी त्या वेळचे

राहिलेले हिशेब मल्हारराव अहिल्येला पत्राने कळवत आणि तिला पूर्ण करायला सांगत. हिशेबात चोख राहण्याचे धडेच जणू मल्हारराव अहिल्येला देत होते. त्यातही वेगवेगळ्या व्यवहारांत पत्रव्यवहाराची भाषाही वेगवेगळी. समोरच्या माणसाच्या वकुबानुसार आणि आपल्या अधिकारानुसार पत्रातली भाषा आणि मजकूर असला पाहिजे हा धडाही अहिल्येला यातून मिळत होता. याचाच परिपाक म्हणून सुलतानपूर परगण्याच्या कमाविसदाराला अहिल्येनं पाठवलेलं पत्र नमुना म्हणून पाहता येईल. या पत्रात अहिल्येच्या भाषेत अधिकार, हिशेबाचा चोखपणा आणि त्याबद्दलची सजगता दिसते. या पत्रात अहिल्या लिहिते,

"सरकारच्या पागेसाठी चौदा दिवसांचा शिधा पाठवावा. घोड्यांची हजेरी पाहावी. मग तूप आणि कणिक एक खंडी, सतरा मण, दोन शेर इतका माल घोड्यांसाठी पोहोचता करणे. माल पोहोचल्यावर सरकारातून पावती घेणे, म्हणजे नंतर सरकारातून रक्कम मंजूर होईल."

चोख हिशेब, मोजके शब्द, तोलून-मापून केलेला मालाचा हिशेब आणि पावती घेऊन ती दाखवल्याशिवाय सरकारातून रक्कम मिळणार नाही अशी गर्भित आज्ञा. मल्हाररावांच्या सहवासात राहून आणि त्यांचं सदरेवरचं कामकाज बघून अहिल्या कशी तयार होत होती हे यावरून स्पष्ट होतंच, पण त्याचा अवलंब ती आपल्या कारभारात कसा करत होती हेही दिसून येतं.

दक्षिणेत निजामानं जोर धरल्याची बातमी होती. पेशव्यांनी निजामाविरुद्ध लढण्यासाठी होळकरांना पाचारण केलं. माधवराव पेशव्यांनी मल्हाररावांना दहा लक्ष उत्पन्नाचा सरंजाम लिहून दिला, मग मल्हारराव पिंपळखेड इथं पेशव्यांना जाऊन मिळाले. बक्सरची लढाई झाली, त्यात इंग्रजांनी बादशाह, शूजा आणि मीरकासीम यांचा संयुक्त पराभव केला आणि त्यांनी अलाहाबादचा किल्ला काबीज केला. राजकारणात मुरलेल्या मल्हाररावांनी इंग्रजांचा हा धोका ओळखला. आता इंग्रज पुढचा मोहोरा मराठ्यांकडे वळवतील आणि लढाया अटळ आहेत हे ओळखून मल्हाररावांनी पावलं उचलायला सुरुवात केली. संभावित रणक्षेत्राजवळ दारूगोळा आणि युद्धसामग्रीचा साठा केला पाहिजे असा होरा बांधून त्यांनी अहिल्येला निरोप पाठवला. अहिल्या त्या वेळी बद्रीनारायण, केदारनाथच्या तीर्थयात्रेला गेली होती. बद्रीनारायण इथं श्रीहरी मंदीर, धर्मशाळा उभारण्यासाठी पाठवलेली मदत सत्कारणी लागली की नाही, केदारनाथलाही धर्मशाळा, पाण्याची कुंडं बांधली गेलीत की नाही याची पाहणी करावी, तीर्थयात्रा करावी अशा दुहेरी उद्देशानं ती तिथं गेली होती.

तिला मल्हाररावांचा निरोप मिळाला, 'असाल तिथून माघारी फिरावं. ग्वाल्हेरजवळ जाऊन लष्कराची तयारी करावी. दारूगोळ्याचा कारखाना लावून तोफखाना सिद्ध ठेवावा.' मल्हाररावांचा हा निरोप ऐकून आपलं देवदर्शन आवरतं घेऊन अहिल्या माघारी फिरली.

आपण स्वत: दक्षिणेच्या मोहिमेवर असताना दिल्लीकडच्या हालचालींवर लक्ष ठेवून, इंग्रजांची पुढची चाल ओळखून युद्धसामग्रीची जमवाजमव करायला सांगणारे मल्हारराव राजकारणी धुरंधर तर खरेच, पण ही तयारी करण्याचा आदेश अहिल्येला देण्यात त्यांचा अहिल्येच्या कर्तबगारीवर गाढ विश्वास होता हेही तितकेच खरे. शिवाय अहिल्येला दारूगोळ्याचा कारखाना लावण्याचा त्यांनी दिलेला निरोप, म्हणजे युद्धसामग्रीची आणि त्याच्या तयारीची संपूर्ण माहिती अहिल्येला होती हेही यातून स्पष्ट होतं. अहिल्या माघारी फिरली आणि ताबडतोब कामाला लागली.

तिनं तडक ग्वाल्हेर गाठलं आणि ग्वाल्हेरच्या गढीवर युद्धसामग्री, तोफा, इतर शस्त्रं यांचा साठा करण्यासोबतच गढीच्या पाठीमागच्या बाजूला दारूगोळ्याच्या कारखान्यालाही सुरुवात केली. तोफांसाठी बनवण्यात येणारा दारूगोळा तयार करण्यासाठी लागणारा व्याप प्रचंड होता. प्रचंड सामग्री, सामानसुमान, भरपूर कारागीर आणि सर्व प्रकारची तयारी. कारखान्यासाठी जागा निश्चित करण्यापासून ते तोफा आणि तोफगोळे वाहून नेणाऱ्या बैलांच्या चाऱ्यापर्यंतची सगळी व्यवस्था करावी लागणार होती. एका कारखान्यात सुमारे दीड-दोनशे माणसं आणि शेकडो प्रकारचं सामान यांचा समावेश असे. त्यात सुतार, लोहार, बाणांचे कारागीर, धनुष्यांचे कुशल कारागीर, बैलगाडीवान, गोलंदाज, खलाशी, जमादार, दर्यावर्दी जमादार, जेनालदार, ढालाईत, संदुकांचा हवालदार, खाणी खणणारे बेलदार, दगड फोडणारे पाथरवट, घणकरी, खोगिरं, लगाम इत्यादी कातडी सामान तयार करणारे जिनगर, भालदार, जासूद, खासदार, कामाठी, आदकस, बाणदार, शिंपी, पखाले, परीट, कलाल, लष्करासाठी लाकूड तोडणारे तबेलदार, बिछायती करणारे फरास, कोठावळे, खावान, गारदी, बारगीर, सांडणीस्वार आणि आचारी असे अनेक प्रकारचे कुशल लोक त्या कारखान्यात कामासाठी लागायचे. तोफांचे गोळे सात ते वीस शेर वजनापर्यंतचे असत. शिवाय तोफखान्यावर तोफंदाज, हातगोळे फेकणारे देगंवाज, गोलंदाज यांसारखे नोकर असत. पगार देण्याकरता आणि हिशेब ठेवण्याकरता दिवाण, मुजुमदार, फडणीस असे अधिकारी असत. पगार दर चांदरातीला म्हणजे पौर्णिमेला होत असे. तोफा ओढून न्यायला दीड-

दोनशे बैल लागत. शिवाय तयार होणाऱ्या तोफा, इतर शस्त्रसामग्री, तोफगोळे इत्यादी तयार होणारे उत्पादन, त्याचा दर्जा, त्यांची उत्पादकता, संख्या, त्यांची तपासणी हेही काम असे.

कारखाना सुरू झाला आणि अहिल्या त्या कामात पूर्ण बुडून गेली. त्यातच कारखाना सुरू झाला म्हटल्यावर या कामात कुशल असलेली माणसं शेकडोंच्या संख्येनं अहिल्येच्या भोवती जमा व्हायला लागली. जो तो कारखान्यात काम मिळण्यासाठी धडपडू लागला. कोणाला घ्यावं अन् कोणाला नाही असा अहिल्येला प्रश्न पडे. माणसं घ्यायची तीही पारखून घ्यावी लागत. काही जण तर अहिल्येच्या लवाजम्यात घुसून, अहिल्येची परवानगी न घेता तिच्याबरोबर यायला सिद्ध झाले होते. अशा प्रसंगाला ती कधी सामोरी गेली नव्हती. काय करावं ते तिला सुचेना. त्यातच दारूगोळ्याच्या कारखान्यासोबत घरातलेही पेच होतेच. पाहुण्या-रावण्यांचं राजकारण होतंच. त्यातही शत्रू कोण आणि मित्र कोण हे ओळखणं अवघड असलं तरी गरजेचं होतंच.

भरतपूरचा गाजुदीखान हा असाच होळकरांचा मित्र. त्याचं कुटुंब थोडे दिवस अहिल्येकडेच पाहुणचाराला होतं. त्या गाजुदीखानाचं पुन्हा पत्र आलं होतं. त्याची एक पत्नी आणि एक नातेवाईक उमदाबेगम या दोघींना भरतपूरला राहणं शक्य नव्हतं. म्हणून त्या दोघींना होळकरांच्या घरी ठेवण्याबद्दल त्याचं पत्र होतं. त्याचा आधीचा तिथे राहत असलेला कुटुंबकबिला आणि आता या दोघी यांना अहिल्येनं बंदोबस्तात आग्र्याला पोहोचतं करावं अशी अपेक्षा त्यानं पत्रात मांडली होती. का कोण जाणे, पण अहिल्येला यात काही राजकारण असल्याचा संशय आला. या गाजुदीखानाला काय उत्तर द्यावं हे तिला सुचेना. त्यातच मल्हाररावांच्या लष्करातले दिवाण गंगोबातात्या यांचं पत्रही आलं होतं. त्या पत्रात किती रक्कमेच्या हुंड्या पाठवायच्या हे गंगोबातात्यांनी विचारलं होतं. त्याचबरोबर मल्हाररावांच्या दुसऱ्या पत्नी बनाबाई यांना मल्हाररावांच्या तळावर पाठवायला सुभेदारांनी सांगितलं आहे असंही गंगोबातात्यांनी त्यात लिहिलं होतं. बनाबाई जाणार असं समजताच त्यांची तिसरी पत्नी द्वारकाबाई आणि खांडाराणी हरकूबाई जाणार म्हणून हटून बसल्या. बरं, त्या तिघी अहिल्येच्या सासवा. कोणाची ती कशी समजूत घालणार? एका बाजूला दारूगोळ्याच्या कारखान्याच्या अडचणी, एका बाजूला तिथं येऊ इच्छिणाऱ्या कारागिरांची भाऊगर्दी, एकीकडे गाजुदीखानाचे राजकारण, एकीकडे गंगोबातात्यांचा हुंड्या पाठवण्याबद्दलचा पत्रव्यवहार, एकीकडे सुभेदारांचा निरोप, त्यांच्या तीन स्त्रियांचा

हट्ट, या सगळ्यांबाबतीत असलेली मालेरावांची उदासीनता आणि या सगळ्याला तोंड देणारी एकटी अहिल्या.

शेवटी काहीच न सुचून अहिल्येनं ही सगळी परिस्थिती मल्हाररावांना पत्रानं कळवली. तिच्या पत्रातला संशय वाचून मल्हाररावांनी कारभाऱ्यांशी बोलणं केलं. त्यावरून गाजुदीखानाचा कुटुंबकबिला आग्र्याहून पुढे फराक्काबादला जाणार अशी कुणकुण त्यांना लागली. त्याच्यावर नजर ठेवणं आवश्यक होतं. अहिल्येचा संशय खरा ठरू पाहत होता. मल्हाररावांनी उलट पत्रातून अहिल्येला कळवलं -

''ढालाईत, कामाठी, बारूवान साज, परवानगी न घेताच रोजमुरा (एका दिवसाची मजुरी) घेऊन तुमच्यासोबत निघाले आहेत. ढालाईतांना ताबडतोब कामावरून दूर करावे. बारूदसाजांना (तोफेत दारू भरणाऱ्यांना) परत आमच्याकडे पाठवणे. कामाठ्यांमधले तेलंगे तेवढे ठेवून घेणे. बाकी सगळ्यांना परत पाठवणे.''

या नंतर गाजुदीखानाबद्दल सुभेदारांनी लिहिले,

''वजीर गाजुदीखानांबाबतचा मजकूर कळला. वजिरांना डीग भरतपूर येथे कुटुंब ठेवणे सोयीचे नाही. भरतपूरला उमदाबेगम आणि वजिराची स्त्री आहे. त्या तुमच्याकडे येऊन राहणार. तुमच्याकडे आधीचे कुटुंब आहेच. ते आणि भरतपूर येथून गेलेले दुसरे कुटुंब मथुरेहून आग्र्याला जाणार. तेथून फराक्काबादेस जाणार. म्हणून तुम्हास लिहीत आहे. तुम्ही एखादा शहाणा मनुष्य पंचवीस राऊत देऊन भरतपूरला पाठवणे. त्या ठिकाणी एखादा मुक्काम करून वजिराकडील कबिले सन्मानाने आपलेपाशी आणणे. त्यांना आपल्यासोबत सांभाळून आग्र्यापर्यंत नेणे. आग्र्याला जाताना एक मुक्काम मथुरेला जरूर करावा. एका मुक्कामाखेरीज जास्त मुक्काम न करणे. मग वजिराच्या कुटुंबाला आग्रा येथे पोहोचते करावे. तेथून ते फराक्काबादेच्या मार्गे रवाना होतील. तुम्ही ढवलपूराहून दरमजल पुढे ग्वाल्हेरास जावे. वजिराकडील कुटुंबास किंवा त्यांच्या कोणाही गृहस्थास, फराक्काबादची गोष्ट आपणांस माहिती असल्याचे तीळ मात्र कळू न देणे.

छ. ३. साबान. बहुत काय लिहिणे.

(२५ जानेवारी १७६५)

मल्हाररावांनी दोन प्रकरणांचा तर निकाल लावला, पण बनाबाई आणि बाकी दोघींच्या बाबतीत काय निर्णय घ्यायचा ते त्यांनी काहीच कळवलं नाही. शेवटी अहिल्येनं गाजुदीखानाच्या प्रकरणाचा निकाल लागेपर्यंत सगळ्यांचंच जाणं लांबवत असल्याचं सांगून टाकलं.

गाजुदीखानाच्या कुटुंबाला आग्र्यापर्यंत घेऊन जाताना मथुरेला एकच मुक्काम करावा असं मल्हाररावांनी अहिल्येला आवर्जून बजावलं होतं. पण ठिकठिकाणच्या मंदिरांना भेटी देणं, देवतांचं दर्शन घेणं, तिथं काही गरजेच्या सुधारणा करणं हे अहिल्येला फार आवडायचं. तशी ती देवभोळी होती, श्रद्धाळू होती. वेगवेगळ्या मंदिरांना भेट देणं, तिथल्या देवांचं दर्शन करणं हा तिच्या संघर्षमय आयुष्यातला विरंगुळा होता. याच पायी अहिल्येनं मथुरेला जरा अधिक मुक्काम करावा असं ठरवलं. पण ही वार्ता मल्हाररावांपर्यंत पोहोचली आणि या संदर्भात मल्हाररावांनी एकाच दिवशी अहिल्येला दोन पत्रं लिहिली. यातलं एक पत्र अहिल्येच्या कर्तृत्वावर गाढ विश्वास असणाऱ्या सुभेदार मल्हाररावांचं होतं, तर दुसरं पत्र आपलं न ऐकणाऱ्या, लेकीसारख्या असणाऱ्या तरुण सुनेला समज देणाऱ्या सासऱ्याचं होतं. त्यातलं पहिलं पत्र असं होतं,

> *"तुम्हाला दरमजल करीत ग्वाल्हेरला जाण्याविषयी अगोदर लिहिले आहेच. त्याप्रमाणे ग्वाल्हेरला जाणे. तेथे पाच-सात मुक्काम करावेत. थोरल्या तोफेचे हजार-पाचशे गोळे करवून घ्यावेत. जंबुरियाचेही गोळे जितके होतील तितके जरूर करावेत. याशिवाय शंभरपर्यंत जंबुरेही कारखाना लावून तयार करवावे. शेरभर दारू मावेल अशा बाणांच्या पालेका उत्तम निवडून घेणे. यात कोणतीही हयगय करू नये. निघतानाच तुम्हाला सांगितले आहे, त्याप्रमाणे जंबुरियाकरता गोळीचा साचा करून जंबुरे जरूर करविणे. ग्वाल्हेरीपलीकडे तुम्ही जाल तेव्हा तोफखान्याच्या खर्चाची एक महिन्याची बेगमी करून मग पुढे जाणे.*
> *छ. १४, साबान, मुक्काम आगर.*

मल्हाररावांच्या या पत्रात त्यांनी अहिल्येवर टाकलेल्या जबाबदाऱ्यातून त्यांचा अहिल्येवरचा, तिच्या कर्तृत्वावरचा, तिच्या कार्यकुशलतेवरचा गाढ विश्वास दिसून येतो. मल्हाररावांचं हे पत्र वाचून अहिल्या सुखावली. त्यांनी आपल्यावर दाखवलेला हा गाढ विश्वासच आपल्या भविष्यातल्या कार्याला उमेद देणारा ठरेल अशी ग्वाहीच तिला या पत्रानं मिळाली. पण तरीही, मथुरेला एक रात्रच मुक्काम

करण्याची त्यांनी केलेली आज्ञा आपण डावलली असल्याची एक बारीकशी रुखरुख तिच्या मनाला लागून राहिली होतीच. आणि त्याचं प्रत्यंतर तिला लगेचच मिळालं. त्या पत्रापाठोपाठ मल्हाररावांचं लगेचच दुसरं पत्र आलं. त्यात त्यांनी अहिल्येनं मथुरेला चार-पाच दिवस मुक्काम करण्याचा बेत केल्याचा जो प्रमाद केला होता त्याबद्दल तिला समज दिली होती. ते पत्र असं,

''तुम्हास जाताना कळविले होते की मथुरा अगर आग्रा येथे मुक्काम न करता भारी मजली मारून ग्वाल्हेरीस पोहोचावे. तरीही मथुरेला तुम्ही दोन-तीन दिवस मुक्काम करणार असे ऐकले. समक्ष आज्ञा केली तरी ती दुर्लक्ष करून मथुरेला मुक्काम केलात तर ते उत्तम नाही. आम्ही सांगितले ते न ऐकून स्वतःच्या मनाप्रमाणं वागलात तरी तीर्थक्षेत्री सुखरूप असा. म्हणून पत्र लिहिले. यापुढे मथुरेस पाणी पिण्यासदेखील न थांबता मोठ्या मजला मारीत चमेल उतरून ग्वाल्हेरीस जाणे. तेथे चारपाच मुक्काम करणे. तेथे तोफखान्याचे पाहावे. ग्वाल्हेरी अलीकडे मुक्काम न करणे. आम्ही वरचेवर लिहू त्याप्रमाणे वर्तणूक ठेवणे. मोठा तोफखाना ग्वाल्हेरीस ठेवून महिनाभराची बेगमी खर्चाची करून मग पुढे जाणे. चौक पहारा मार्गाचा राबता करीत जावा.''

या पत्रात मल्हारराव अहिल्येवर थोडेसे संतापलेले दिसतात. अहिल्येला जेव्हा ते पत्र मिळाले, तेव्हा मथुरेत मुक्काम करण्याचा बेत रद्दबातल करून तिनं तातडीने मथुरा सोडली. या पत्रातून मामंजी आपल्यावर रागावलेले दिसत असले तरी त्या पाठीमागे त्यांना आपल्याबद्दल वाटणारी काळजीच दिसते आहे, आणि ही काळजी आपल्यावरच्या मायेपोटी, आपल्याविषयी वाटणाऱ्या चिंतेपोटीच आहे. एवढेच नव्हे, तर तिथे परमुलखात असतानासुद्धा मामंजीना आपल्या सुरक्षिततेविषयी, सुखरूपतेविषयी चिंता वाटतेय हे बघून अहिल्येला भरून आलं. गौतमाबाई तर नव्हत्याच, खंडेरावही आधीच गेले होते. ज्याच्याकडं बघून दिलासा वाटावा असा मुलगा मालेराव जनावरांच्या सहवासात होता. भवताली सतत माणसांचा राबता असूनही, पहाटे सूर्योदयापासून मध्यरात्रीपर्यंतचे कामकाज असूनही मनानं एकटी पडलेल्या अहिल्येला इतक्या लांबूनसुद्धा मामंजी आपली, आपल्या सुखरूप राहण्याची, आपल्या सुरक्षिततेची चिंता करताहेत हे बघून तिच्या मनाला एक दिलासा मिळाला. शांतता मिळाली. एक भरभक्कम आधार

देणारं कुणीतरी आहे ही भावना तिला एक उमेद देऊन गेली, उत्साह देऊन गेली. मल्हाररावांच्या पत्रात जरी तिला समज देणारा मजकूर असला, तरी त्या मागची माया अहिल्येला समजली आणि अहिल्या आश्वस्त झाली. शिवाय मथुरेच्या मुक्कामात, देवदर्शनाच्या नादात अहिल्येचं गाजुदीखानच्या कुटुंबकबिल्याकडं दुर्लक्ष होईल आणि काहीतरी पेचप्रसंग निर्माण होईल अशी भीती मल्हाररावांना वाटत असावी. म्हणूनच त्याबद्दल समज देत असतानाच 'तीर्थक्षेत्री सुखरूप असा' असाही आशीर्वाद मल्हाररावांनी दिला, हेसुद्धा अहिल्येच्या लक्षात आलं. मल्हारराव आपले सासरे तर आहेतच, पण आपले वडील, आपले मार्गदर्शक, आपले गुरू, आपले हितचिंतक, आपल्या कल्याणाचा विचार करणारे, आपले भविष्याचे कर्तेही आहेत ही भावना अहिल्येची होती. म्हणूनच मल्हारराव सतत पेशव्यांसोबत स्वाऱ्यांत गुंतलेले असतानाही एकमेकांविषयी असलेला आदर, प्रेम, विश्वास यांच्या जोरावर एकमेकांची कदर करत, न पटणाऱ्या मतांना संघर्षाचं स्वरूप देण्याचं टाळून एकमेकांवर विश्वास टाकत, मायेच्या धाग्यानं एकमेकांना बांधून अहिल्या मल्हाररावांच्या मार्गदर्शनानुसार जहागिरीचा कारभार करत होते.

ग्वाल्हेरचा तोफगोळ्याचा कारखाना म्हणावा तसा प्रगती करत नव्हता. वेगवेगळ्या प्रकारच्या अनंत अडचणींना तिथे तोंड द्यावं लागत होतं. कारखान्यासाठी ग्वाल्हेरची ही जागा योग्य नाही हे अहिल्येच्या लक्षात आलं. तिनं माणसं पाठवून आसपासचा परिसर पिंजून काढला. बराच तपास केल्यावर सिरोज या गावी तोफखाना ठेवणं सोयीचं होईल असं तिच्या लक्षात आलं. या वेळी मात्र हा निर्णय तिनं तातडीनं अंमलात आणला. हा निर्णय घेण्यासाठी मल्हाररावांची परवानगी तिनं विचारलीही नाही आणि ती घेण्यासाठी अहिल्या थांबलीही नाही. कदाचित या निर्णयाच्या अचूकतेबद्दल तिला पूर्ण खात्री होती, की मल्हाररावांनासुद्धा हा निर्णय चुकीचा वाटणार नाही. अर्थात, तिच्याकडे तेवढा वेळही नव्हता. तिनं बेलाशक तोफखाना सिरोंजला हलवला आणि नंतर हा बदल मल्हाररावांना कळवला. त्याच पत्रात शागिर्दाच्या रोजखर्चाचा अंदाज करून ती यादीही तिनं पाठवून दिली.

या पत्राला मल्हाररावांनी उत्तरही लगेच पाठवलं. त्या पत्रात त्यांनी तिच्या या निर्णयाला हरकत घेतली नाही. फक्त पावसाळ्याच्या दिवसांत काय काय खबरदारी घ्यायची याची सूचना मात्र त्यांनी केली. दोर, दाह, खंड, कळ, कान वगैरे सर्व सामान सांभाळून सिद्धता करून ठेवायला सांगितलं. बैलांच्या चाराचंदीची बेगमी करायला सांगितली आणि नंतर तिनं इंदूरास जावं असा सल्ला देतानाच तिथे

गेल्यावर सुलतानपूर, सैंधव्याचा बंदोबस्तही करायला सांगितला. आपण दिल्लीहून कूच केलं असून, अंतर्वेदीतून बुंदेलखंडाच्या बाजूने येत आहोत असा आपल्या प्रवासाचा मार्गही सांगितला. आपण घेतलेल्या निर्णयाला मामंजीनी पाठिंबा दिला, निदान हरकत तरी घेतली नाही, यामुळं अहिल्या सुखावली.

आपण घेतलेले बहुतेक निर्णय अचूक असतात याचा जणू या प्रसंगानं तिला आत्मविश्वास दिला. मल्हाररावांसारख्या धुरंधर, राजकारणी सासऱ्याच्या तालमीत अहिल्या स्वत: अशी घडत होती आणि एकेक इतिहासही घडवत होती.

त्यातच एक घटना अशी घडली, की अहिल्येनं केलेली कामगिरी मल्हाररावांना रुचलीसुद्धा, पण रुचली नाहीसुद्धा. अहिल्या ग्वाल्हेरला होती. गोहदचं राज्य तिथून अगदी जवळ होतं. मल्हाररावांच्या मनात गोहदकरांचं पारिपत्य करण्याचा मनसुबा होता, हे अहिल्या जाणून होती. आता अहिल्येच्या हाताजवळ तोफखाना होता. लढाईतले डावपेचही तिला माहीत झाले होतेच. तिनं स्वत:च्या अधिकारात एक धडाकेबाज निर्णय घेतला. तिनं गोहदकरांच्या गढीवर तोफा रोखल्या. होळकरांच्या तोफा रोखल्या जाताच गोहदकर हादरले. त्यांनी गढी खाली करून दिली. हा निर्णय घेताना अहिल्येनं मल्हाररावांनी परवानगी घेतली नाही किंवा तिनं ही वार्ता मल्हाररावांना कळवलीही नाही. आपण घेतलेल्या या बेधडक निर्णयावर मल्हाररावांची काय प्रतिक्रिया होईल याचा तिला अंदाज येत नव्हता. म्हणून तिनं गप्प राहणंच पसंत केलं. अर्थात राजकारणातली ही मुरब्बी खेळी ती मल्हाररावांकडूनच शिकली होती, हेही तितकंच खरं! अर्थात मल्हाररावांना ही खबर बाहेरून समजलीच. पण इथं मल्हाररावांनीही आपला तोल ढळू दिला नाहीच. पण अहिल्येचं कौतुकही फारसं केलं नाही. उलट तिला सबूरीचा सल्ला देत त्यांनी लिहिलं,

> *"गोहदकरांकडील गढी तुम्ही तोफा लावून खाली केली, असे काशिदाने सांगितले. कारखाना लावून तोफेचे गोळे व जंबुरियाचे गोळे यांचा सरंजाम करवणे. या वर्षी गोहदकरांचे पारिपत्य जरूर कर्तव्य आहे. तुमची खात्री असली, भरवशाची सोबत असली तरच रवानगी (बनाबाईची) करावी. नाहीतर तेथेच असावे."*

(४ मार्च १७६५)

मल्हाररावांचं हे पत्र अहिल्येला मिळालं. पत्रातला मजकूर तिला सबूरीचा सल्ला देणारा असला, तरी दोन ओळींमधला मजकूर अहिल्येच्या लक्षात आला. आपण बेधडक केलेली ही कामगिरी मामंजींना फारशी पसंत पडलेली नाही, पण त्यांनी

राजकीय बुद्धिकौशल्य दाखवून तसं स्पष्ट लिहिलं नाही हे ती समजली. एवढंच नव्हे, तर हा किरकोळ झालेला मतभेद त्यांनी त्यांच्या जवळच्या माणसांजवळही उघड केला नाही, हा त्यांचा राजकीय धुरंधरपणा. हाही अहिल्येला एक धडाच त्यांनी घालून दिला होता. याच पत्राला त्यांनी पुरवणी जोडली आहे आणि त्यात मल्हारराव म्हणतात,

> *''गोहदकराकडे गढीतील जमाव किती तो अंदाज घेणे आणि तोफखाना पाठवणे. प्रतिष्ठेने, शक्य तितके दबावाने काम करून घेणे, अगदी शेवटी हल्ला करणे. तोफखाना दुसऱ्या कोणाच्या भरवशावर लांब पाठवू नये. स्वतः लक्ष घालावे.''*

हे पुरवणी पत्र वाचलं आणि अहिल्येला आपण काय खबरदारी घेतली पाहिजे याची जाणीव झाली. गोहदकरांनी गढी तर खाली करून दिली होती, पण त्यानंतर ते गप्प बसतील याची खात्री नव्हती. कदाचित लढाईला तोंड लागलं असतं. त्या संभाव्य धोक्याची कल्पना येऊन मल्हाररावांनी अहिल्येला लढाईच्या पूर्वतयारीची कल्पना आणि शिकवण दिली.

पण कधीकधी धुरंधर राजकारणी व्यक्तीचाही अंदाज चुकतो. मल्हाररावांचं इंग्रजांच्या बाबतीतही तसंच झालं. बक्सरच्या लढाईतील पराभवानं हिंमत खचलेला अयोध्येचा नवाब शूजा आणि गाजीउदीन यांना सोबत घेऊन फिरंग्यांना प्रयागला येऊ द्यायचं नाही या उद्देशानं मल्हाररावांनी इंग्रजांशी युद्ध पुकारलं. पण त्यांचा गनिमी कावा इथे उपयोगी पडला नाही आणि कुराच्या लढाईत मल्हाररावांचा आणि त्यांच्या मित्रपक्षाचा सपशेल पराभव झाला. फ्लेचरने डागलेल्या तोफांपुढे मल्हाररावांच्या सैन्याचा निभाव लागला नाही. अर्थात या पराभवानं मल्हारराव खचले नाहीत. गोहदचं राज्य जिंकण्याचे डावपेच ते आखायला लागले. पण ते डावपेच आखण्याचे वेळी मात्र त्यांनी आपले कारभारी आणि खांडाराणी हरकूबाई यांच्याशीच खलबत केलं. खरं तर तोफा डागून अहिल्येनं गोहदची गढी जिंकली होती, पण खलबत करताना मल्हाररावांनी अहिल्येला त्यात सामील करून घेतलं नाही. अहिल्येच्या मनाला ते थोडं खटकलंही. पण तरीही आपल्यापेक्षा अधिक जाणकार, मुरब्बी आणि राजकारणात मुरलेली मंडळी त्यांनी बोलावली असतील अशी स्वतःच्या मनाची समजूत घालून अहिल्येनं आपलं समाधान करून घेतलं. अर्थात मल्हाररावांनी आपल्यालाही तिथं बोलवायला हवं होतं ही रुखरुख तिच्या मनाला लागून राहिलीच. पण मल्हाररावांचं मुरब्बी राजकारण आणि आपण त्यांची सून आहोत या विचारांची मर्यादा अहिल्येनं सोडली नाही. अर्थात, खलबतं

होऊन डावपेच निश्चित झाल्यावर मल्हाररावांनी त्या डावपेचांना प्रत्यक्षात उतरवण्यासाठी मात्र अहिल्येला पाचारण केलं आणि ते डावपेच यशस्वीपणे पार पाडण्याची जबाबदारी मात्र त्यांनी अहिल्येवर सोपवली. मल्हाररावांनी अहिल्येला पत्रातून कळवलं,

> *''गोहदकराकडील एक दोन गढ्या घ्यावयाच्या आहेत. सामना गोहदकर जाटांशी आहे. खेतसी करमसी याजपासून दोन लक्ष रुपये लष्करासाठी घेतले. हे पत्र तुम्हाला हुंडीदाखल लिहिले आहे. चिठ्ठी मिळताक्षणीच इंदुरात या सावकारांकडे ऐवजाची भरती करून घेणे. तुम्हाला आमचे अगत्य आहे. तरी ऐवजाची सरबराई सावकार मजकुराकडे लगोलग करणे.''*

(२१ मार्च १७६६)

या पत्रावरून एका बाजूला अहिल्येची पाठ थोपटता थोपटता मल्हाररावांनी हे सूचित केलं की, या जहागिरीचे मुखत्यार आम्ही आहोत. निर्णय घेण्याचा अधिकार आमचा आहे. तुम्ही फक्त हुकमाची तामिली करायची आहे. आणि ती तुम्ही नीट करणार असा आमचा तुमच्यावर भरवसा आहे. मल्हाररावांचा हा अधिकार तर अहिल्येला मान्यच होता. अधिक-उणा शब्द न बोलता अहिल्येनं त्यांचा शब्द मानला. सून असण्याची मर्यादा आणि समाजाची मान्य केलेली चौकट यांना बांधील असलेली अहिल्या नंतर रणांगणात कधीच उतरली नाही. या घटनेचाच हा परिणाम असावा. रणांगण आणि राजकारण यांसोबतच मल्हाररावांचं कौटुंबिक बाबींतही लक्ष होतं. त्यांच्या पुतण्याची, तुकोजी होळकरांची पत्नी ऋतुस्नात झाली, म्हणून तिला चोळी, बांगडी, पैठणी पाठवून देण्याची सूचना मल्हारराव अहिल्येला करतात. असे सर्वंकष धडे अहिल्येला देत असतानाच ती अष्टावधानी कशी बनेल याचीही काळजी मल्हारराव घेत होते. आणि अष्टावधानच नव्हे, तर शतावधान ठेवण्यासाठी अहिल्या त्यांच्या तालमीत तयार होत होती.

बुंदेलखंडात शिरलेल्या मल्हाररावांनी दातिया, बोडसे इत्यादी ठाणी जिंकली. महादजी शिंदे यांना हाताशी धरून त्यांनी हे यश मिळवलं खरं, पण त्यांची तब्येत आताशा वारंवार नादुरुस्त होत होती. कानाचा ठणका वाढत होता. विश्रांतीसाठी ते आलमपूरला गेले. बनाबाई आणि इतर दोघी स्त्रिया सोबत होत्याच. मल्हाररावांच्या आजाराची बातमी ऐकून अहिल्या आलमपूरला गेली. आजारी असले, तरी मल्हारराव दौलतीची कामे निपटतच होते. १७ मे १७६६ दिवशी मल्हाररावांनी

लेकीला उदाबाईला बरेगाव, देवपुडी, देमेगाव, सनवा अशी चार गावं माहेरपणाचं आंदण म्हणून लिहून दिली. राघोबादादा पुण्याहून खंडण्या वसूल करत माळव्यात पोहोचले. त्यांना गोहदच्या गढीची बातमी समजली. मल्हारराव आणि महादजी शिंदे यांना गाठण्यासाठी राघोबा झाशीला विश्राम करून आलमपूरला आले. १८ मे १७६६ रोजी मल्हाररावांनी महादजी शिंदे यांना शिंदे घराण्याचा सरंजाम मिळवून द्यावा म्हणून राघोबांची भेट घेतली. त्यानंतर दोनच दिवसांनी, म्हणजे २० मे १७६६ रोजी मल्हाररावांचा आलमपूर येथे मृत्यू झाला.

११

मल्हाररावांचा मृत्यू...? अहिल्येला ही घटना पेलवेनाच. गेले काही महिने मल्हारराव आजारी होते, पण एवढेही आजारी नव्हते की त्यांचं प्राणोत्क्रमण व्हावं. मल्हाररावांसारखा खंबीर, निधड्या छातीचा, मर्द एवढ्या लहानसहान आजाराला शरण जाईल हे कदापि शक्य नव्हतं. रणमैदानात तर त्यांची तलवार अशी तळपायची, की शत्रूच काय, पण मृत्यूसुद्धा त्यांच्याजवळ यायला घाबरायचा. मल्हारराव होळकर पेशव्यांचे सरदार, पण पेशव्यांचा खंदा आधारस्तंभ. आपल्या आयुष्याच्या अखेरीपर्यंत त्यांनी फक्त आणि फक्त मराठा साम्राज्याचा आणि या राज्याच्या कल्याणाचाच विचार केला. भले काही वेळा त्यांच्यावर तोहमती आल्या, काही आरोपही झाले, पण मल्हाररावांची पेशव्यांशी निष्ठा अढळ राहिली. ते फक्त पेशव्यांचेच आधारस्तंभ नव्हते, तर सगळ्या माळवा प्रांताचे वडील होते. पोषणकर्ता होते. पालक होते. आणि अहिल्या... लग्न होऊन परकरी पोरीएवढी अहिल्या मल्हाररावांची सून म्हणून या घरात आली आणि मल्हारराव तिचे वडील झाले. सासरे तर ते होतेच, पण त्याबरोबरच ते गुरू झाले, मार्गदर्शक झाले. तिच्या मनाचा आधार आणि तिच्या जीवनाचे शिल्पकार झाले. समोरच्या पलंगावर मल्हाररावांचा धिप्पाड देह निपचित पडला होता. त्यांच्या भरदार, पिळदार मिशा मलूलल्या होत्या. नेहमी सावध असणारे त्यांचे डोळे मिटलेले होते. गंभीर, पण प्रेमळ असणाऱ्या चेहऱ्यावर बारीकशा वेदनेचे भाव होते. त्यांचा तो निष्प्राण, चैतन्यहीन देह बघितला आणि अहिल्या जणू बधीर झाली.

'राणोजी, आमी सून न्हाई, आमची लेकच घिऊन जातो हाओत' असं सांगणारे प्रेमळ मल्हारराव. खंडेरावांच्या मृत्यूनंतर ती सती निघाली असता, 'सूनबाई, थांबा! आमी समजतो आमची सून मेली पर आमचा ल्योक जित्ता हाय! तुमी सती जाऊ नका' असं विव्हलपणे सांगणारे मल्हारराव. 'सूनबाई, आता या जहागिरीचा कारभार तुमाला बघायचा हाय आणि राज्यकर्त्याला दहा दिशांवर नजर

ठेवाय लागती हे ध्यानात ठेवा' असं शिकवणारे मल्हारराव. मोहिमेच्या निमित्तानं घरापासून कितीही दूर असले, तरी वेळोवेळी पत्रातून घराची चौकशी करणारे, अहिल्येच्या सुखरूपतेची, सुरक्षिततेची चिंता करणारे मल्हारराव. 'सूनबाई, ही मराठ्यांची दौलत. आपण फकस्त त्या दौलतीचे रक्षक' अशी भावना ठेवणारे मल्हारराव. पानिपतच्या युद्धात मराठ्यांची कत्तल होताना पाहून नजीबखानाच्या एका मोठ्या सैन्याच्या तुकडीला आपल्या पाठीवर घेऊन मराठ्यांची होणारी कत्तल वाचवू पाहणारे मल्हारराव. पानिपतच्या पराभवानं घायाळ झालेले आणि त्याहीपेक्षा नजीबखानशी हातमिळवणी केल्याच्या आरोपाने विद्ध झालेले मल्हारराव. नानासाहेब पेशव्यांना समर्थन देण्यासाठी धडपडणारे मल्हारराव. राजकारणातल्या खाचाखोचा अहिल्येला समजावून सांगणारे, प्रसंगी प्रेमळपणे, सौम्य शब्दांत तिची कानउघडणी करणारे मल्हारराव. मृत्यू येण्याच्या दोनच दिवस आधी राघोबादादांना 'महादजींना शिंदे घराण्याचा सरंजाम द्यावा' असा सल्ला देणारे, शेवटच्या श्वासापर्यंत मराठ्यांच्या राज्याचा आणि पेशव्यांच्या कल्याणाचा विचार करणारे, पेशवाईचे प्रमुख आधारस्तंभ असलेले सुभेदार मल्हारराव होळकर निष्प्राण होऊन पडले होते. गात्रं बधीर झालेल्या अवस्थेतही अहिल्येला मल्हाररावांची ही सगळी रूपं आठवत होती. मल्हाररावांचा प्राण गेला आहे हेच मुळी तिला झेपेना. पापणीसुद्धा न हलवता, तारवटल्या नजरेनं, शुद्ध हरपल्यासारखी ती मल्हाररावांच्या निष्प्राण शरीराकडे बघत राहिली. दगडाचा पुतळा बनलेली, भान हरपलेली अहिल्या काही क्षण तशीच बसून होती. ती भानावर आली ती बनाबाईंच्या आकांतानं. "धनीऽऽऽ! असं कसं हो सोडून गेलासाऽऽऽ?" बनाबाईंनी टाहो फोडला आणि अहिल्या खाडकन भानावर आली. सावध झाली. इथंही मल्हाररावांनी दिलेली, 'कोणत्याही परिस्थितीत आपल्या मनावरचा ताबा सोडायचा नाही' ही शिकवण तिच्या कामी आली.

ती चटकन पुढं झाली. मात्र भानावर आल्यावर आता तिचे डोळे वाहायला लागले होते. ते पुसण्याची जराही तसदी न घेता अहिल्या पुढं झाली. नेहमी मल्हाररावांसोबत असलेलं आणि आता त्यांच्या पायाशी पडलेलं कांबळं तिनं उचललं आणि मल्हाररावांच्या कलेवरावर घातलं. ते त्यांच्या छातीपर्यंत सरकवताना त्यांची पावलं उघडी पडल्याचं तिच्या लक्षात आलं. आपले वाहणारे डोळे तसेच ठेवून ती मल्हाररावांच्या पायाच्या बाजूला गेली. त्यांच्या उघड्या पडलेल्या पावलांवर आपलं मस्तक टेकवून तिनं त्यांना नमस्कार केला. तिच्या डोळ्यांतून वाहणाऱ्या अश्रूंचे थेंब मल्हाररावांच्या पावलांवर पडले, त्याचंही तिला

भान नव्हतं. ते थेंब तसेच ठेवून तिनं ते कांबळं खाली ओढून त्यांची पावलं झाकली. ते कांबळं बघून अहिल्येला एक प्रसंग आठवला.

धिप्पाड देहाचे मल्हारराव अंगात बाराबंदी आणि घट्ट तुमान घालून वावरायचे. कमरेला घट्ट कमरबंद असायचा. त्यात म्यान आणि म्यानात तलवार. अशा पोशाखात नेहमी असलेले मल्हारराव हे कांबळं मात्र सतत सोबत ठेवायचे. अगदी श्रीमंतांना भेटायला पुण्याला गेले तरीही. एके दिवशी कुतूहलानं अहिल्येनं विचारलं, "मामंजी, तुम्ही कुठंही गेलात, तरी हे कांबळं सोबत नेता. ते कुठंही विसंबत नाही. का बरं?"

तेव्हा अहिल्येच्या या प्रश्नावर मल्हाररावांनी उत्तर दिलं होतं, "सूनबाई, अवं आपन धनगर. कांबळं ह्येच आपलं आसन, सिंहासन, वस्त्र आनि महावस्त्रसुदीक! आपन अंथरायचं बी तेच, आनि पांघरायचं बी तेच. अहो, कांबळ्याविना धनगर म्हंजी तलवारीशिवाय सैनिक." कांबळं आणि तलवार नेहमी आपल्यासोबत ठेवणारे, जमिनीवर पाय घट्ट रोवून असणारे मल्हारराव आज निपचित पडले होते. तेच कांबळं अहिल्येनं त्यांच्या कलेवरावर झाकलं. टाहो फोडून रडणाऱ्या बनाबाई, द्वारकाबाई आणि खांडाराणी या तीन सासवांना सावरण्यासाठी ती पुढं झाली. मल्हाररावांचा मृत्यू झाल्याची बातमी साऱ्या तळावर पसरली आणि सगळा तळ दुःखावेगात बुडाला. त्यांचे लाडके सुभेदार, त्यांचा आधार, त्यांचा पोषणकर्ता, त्या सगळ्यांचा तारणहार असलेले मल्हारराव, मल्हारबाबा आज त्या सगळ्यांना पोरकं करून गेले होते. कुणी कुणाचं सांत्वन करायचं हाच प्रश्न होता. आणि याचं उत्तर कुणाकडंच नव्हतं. अगदी निष्प्राण होऊन पडलेल्या मल्हाररावांकडंही.

मल्हाररावांचा मृत्यू झाला आणि अवघा माळवा प्रांत जणू पोरका झाला. मल्हाररावांसोबत त्यांच्या बाकीच्या तिन्ही पत्नी बनाबाई, द्वारकाबाई आणि खांडाराणी तिघी जणी सती गेल्या. या तिघींचाही अहिल्येला थोडासा का होईना आधार होताच. आता मल्हाररावही गेले आणि या तिघी जणीही. आपल्या पायाखालची जमीन सरकली आहे असंच अहिल्येला वाटायला लागलं. तिचं घायाळ मन कशाचा तरी आधार शोधायला लागलं आणि आधीच त्या वाटेवरनं जाणारी तिची पावलं देवभक्तीकडं अधिकच वळली. मल्हारराव गेले, आता जहागिरीला वारस मालेरावच. या गोष्टीची अहिल्येनं आणखीच धास्ती घेतली. जहागिरीच्या कामकाजात अजिबात लक्ष नसलेले, जनावरांच्या संगतीतच रमणारे मालेराव ही एवढी मोठी जहागिरी कशी सांभाळणार हा घोर तिच्या जिवाला पडला. रात्रंदिवस तिच्या मनाला हाच प्रश्न सतावत राहिला. आणि दुःखाची बाब अशी, की या प्रश्नाचं उत्तर देणारं कुणीच नव्हतं. आजोबा गेल्याचं समजल्यावर मुक्ताई चार-आठ दिवस

आली आणि परत तिच्या संसारात निघून गेली. आणि अहिल्येच्या उरात धसका बसवणारा तो दिवस उजाडला.

२० मे १७६६ला मल्हाररावांचा मृत्यू झाला आणि २ जून १७६६ या रोजी मालेरावांना सुभेदारीची सनद मिळाली. त्यात आलमपूरचं नाव मल्हारनगर केलं. त्या ठिकाणी मल्हाररावांची छत्री बांधणं आणि सदावर्त चालवणं यासाठी मालेरावांना पंधरा गावं इनाम देण्यात आली, असा मजकूर होता.

सुभेदारकीची जबाबदारी पडली म्हणून असेल, किंवा ज्यांच्या जिवावर आपण बेदरकारपणे वागत होतो ते आपले आजोबा मल्हारराव आता या जगात नाहीत म्हणून असेल, किंवा पेशवे दरबारी आपली प्रतिमा सुभेदार म्हणून उजळली जावी म्हणूनही असेल; पण सुभेदारकीची जबाबदारी पडल्यावर मालेराव जरा नीट वागू लागले. सुभेदारकीच्या कामात, दौलतीच्या न्यायनिवाड्यात लक्ष घालू लागले. त्यांनी दौलतीच्या कामकाजाच्या संदर्भात त्यांनी पाठवलेली काही पत्रं याची साक्ष देतात. अर्थात, कदाचित आपल्या लेकाची प्रतिमा जनमानसात उजळावी म्हणून अहिल्येनंही ही पत्रं लिहिली असतील. कारण, कितीही नाकारलं, तरी मालेरावांच्या कार्यपद्धतीवर अहिल्येचा ठसा दिसतोच दिसतो. पण काही का असेना, मालेराव दौलतीच्या कारभारात थोडंफार लक्ष घालू लागले, हेच अहिल्येसाठी फार होतं. असं लक्ष घालत घालतच ते शिकतील, चांगले तरबेज होतील आणि मग ते एकटे, एकट्याच्या जबाबदारीवर दौलतीचा कारभार सांभाळायला लागतील ही आशा हळूहळू अहिल्येच्या मनात जागी व्हायला लागली. मालेराव आता ब्राह्मणांना वर्षासन लिहून देऊ लागले होते. त्यांच्यातला हा फार मोठा बदल अहिल्येला सुखावून गेला. देवकार्यातलं आणि धर्मकार्यातलं तिचं लक्ष तिनं वाढवलं. ठिकठिकाणच्या तीर्थक्षेत्रांना भेटी देणं, तिथले जीर्णोद्धार करणं, तिथल्या पूजेची, सदावर्तांची व्यवस्था लावून देणं, यात्रेकरूंच्या राहण्याची, जेवणाखाणाची, आसऱ्याची व्यवस्था करण्याकडं आता तिचा कल आणखी वाढला. आधीही होताच; पण आता मालेरावांना दौलतीच्या कारभारात लक्ष घालताना बघून अहिल्येला लाभलेलं समाधान ती अशा कामातून जणू व्यक्त करायला लागली.

देवभक्तीकडं, धार्मिकतेकडं ओढा असलेल्या अहिल्येला आता जराशी सवडही मिळायला लागली. सुभेदार मल्हारराव होळकरांच्या सुभेदारीचा, दौलतीचा सगळा कारभार मालेरावांच्या हातात सोपवून आपण आता देवभक्तीतच आपलं मन गुंतवावं असं राहून राहून अहिल्येला वाटायला लागलं. आणि जवळपास भारत खंडातल्या सगळ्या देवालयांसाठी आणि तिथं दर्शनाला जाणाऱ्या यात्रेकरूंसाठी

तिनं धर्मशाळा बांधल्या, पाण्याची कुंडं बांधली, सदावर्तांची व्यवस्था केली. त्या मंदिरांना आणि त्याची व्यवस्था बघणाऱ्या पुजाऱ्यांना वर्षासनं बांधून दिली. काहींना गावं इनाम दिली. काहींच्या दरमहा खर्चाची कायमची व्यवस्था केली. मालेरावांची बदललेली वर्तणूक अहिल्येला असं आगळं समाधान देऊन गेली.

पण नियतीनं अहिल्येच्या ललाटी असं समाधान, अशी निश्चिंतता जणू लिहिलीच नव्हती. महालात एक अशी भयंकर घटना घडली, की सगळ्या महालाचंच स्वास्थ हरवलं. मालेरावांची दोन लग्नं झालेली होती. पहिलं लग्न बाहाडांची लेक मैनाबाई यांच्याशी, तर काही दिवसांनी त्यांचं दुसरं लग्न वाघांची लेक प्रीताबाई यांच्याशी झालं होतं. मालेराव जरी थोडेफार शहाणे झाले असले किंवा तसं वागत असले, तरी त्यांचे महालातल्या इतर स्त्रियांशी संबंध होतेच. पण अहिल्या तिकडे कानाडोळा करीत असे. कशी का असेना, पण मालेरावांची पावलं महालात रेंगाळत होती. आणि सर्वांत महत्त्वाचं म्हणजे मल्हाररावांच्या मृत्यूनंतर का होईना पण थोडेसे नीट वागणारे, दौलतीच्या कारभारात थोडंफार लक्ष घालणारे मालेराव छेडले गेले, तर पुन्हा बिथरायचे ही भीती अहिल्येला वाटत होतीच. पण महालात घडलेल्या एका दुर्दैवी घटनेचे परिणाम तिला भोगायला लागले. अर्धवट वयाचे मालेराव तर त्यात भरडले गेलेच, पण अहिल्याही भरडली गेली. घडलं होतं ते फार भयंकर होतं. फारच भयंकर! ना आतापर्यंत अशी घटना होळकरांच्या वाड्यात कधी घडली होती, ना पुढं घडायची शक्यता होती. अशा विचित्र प्रसंगाला कसं सामोरं जावं हे कुणालाच सुचत नव्हतं. मालेरावांचा लहरी, घटकेत असा तर घटकेत तसा होणारा स्वभाव याला, या सर्वनाशाला कारणीभूत ठरला होता. झालं होतं ते असं -

महालातल्या ज्या दासीशी मालेरावांचे संबंध होते अशी वदंता होती, त्या दासीसोबत वाड्यात येणाऱ्या एका विणकराचे संबंध आहेत अशी शंका मालेरावांना येऊ लागली. संशयपिशाच्चानं जणू त्यांना झपाटलं आणि मालेराव अस्वस्थ झाले. ते त्या विणकरावर नजर ठेवायला लागले. त्याचा पाठलाग करायला लागले. त्याच्यावर पाळत ठेवायला लागले. ही गोष्ट अहिल्येला जेव्हा समजली, तेव्हा ती हादरली. आपल्या मुलाचा लहरी, संतापी, शीघ्रकोपी स्वभाव ती जाणून होती. तिनं त्यांना कळणार नाही अशा बेतानं त्यांच्यावर चौकी-पहारे ठेवले. त्यांच्या सभोवती सुसंस्कृत आणि मनोरंजनाचे चांगले खेळ दाखवणारी माणसं ठेवली; ज्यायोगे त्यांचं मन रमेल आणि त्या विणकराचा विषय ते विसरून जातील. एवढंच करून अहिल्या थांबली नाही, तर तिनं गुप्तपणे या प्रकरणाची चौकशी सुरू केली. पण एके दिवशी घात झाला.

तो विणकर वाड्यात आला. त्याला बघताच मालेराव संतापानं वेडेपिसे झाले. भोवतालच्या माणसांना न जुमानता, त्यांची नजर चुकवून आपल्या दालनातून ते धावत बाहेर आले आणि त्या विणकरावर तुटून पडले. कोणाला काही कळायच्या आत त्यांनी त्या विणकरावर प्राणघातक हल्ला केला. वाड्यात सगळीकडं एकच हलकल्लोळ माजला, ''विणकर मेला, विणकर मेला'' असा एकच कोलाहल झाला. सगळीकडं धावाधाव झाली. अनेकांनी मालेरावांना आवरायचा प्रयत्न केला. त्यांना दहा-पंधरा जणांनी ओढून धरलं. त्यांना मागं खेचलं. पण तोवर फार उशीर झाला होता. त्या विणकराचा मृत्यू झाला होता. मालेरावांचा संताप आणि त्यांचा विक्षिप्तपणा यामुळं एक माणूस हकनाक मारला गेला होता. हा सगळा कोलाहल अहिल्येच्या कानावर पडला, तेव्हा ती सदरेवर एका प्रकरणाचा न्यायनिवाडा करत बसली होती. ते प्रकरण तसंच ठेवून तिनं वाड्यात धाव घेतली. पण तोपर्यंत तिलाही उशीर झाला होता. त्या विणकराचा मृत्यू झाला होता. हे सगळं बघून अहिल्येला प्रचंड धक्का बसला. स्वामीनं सेवकांचं, रयतेचं रक्षण करायचं असतं अशा मल्हाररावांच्या संस्कारात घडलेली अहिल्या. आपल्याच लेकानं आपल्याच सेवकाचा जीव घेतला हे बघितल्यावर तिच्या पायाखालची जमीनच सरकली. तिनं तिथल्याच आठ-दहा जणांना सांगून मालेरावांना त्याच्या दालनात न्यायला सांगितलं. तिथं त्याच्याजवळ पहाऱ्याला चार धट्टेकट्टे रखवालदार बसवले आणि सरदेवरच्या कमाविसदाराला बोलावून तिनं दोन कायदेतज्ज्ञाना बोलावलं. दोन खबरी बोलावले आणि त्यांच्याशी सल्लामसलत करून तिनं त्या प्रकरणाची चौकशी गुप्तपणे पुढं चालूच ठेवली. दुर्दैवानं उघडकीला आलं, की तो विणकर पूर्णपणे निरपराध होता.

अहिल्या जशी मालेरावांची आई होती, तशीच ती होळकरांच्या दौलतीची कारभारीण होती, सर्वेसर्वा होती. मनात आणलं असतं, तर हे सगळं प्रकरण ती परभारे मिटवू शकली असती. आपल्या लेकाला, दौलतीच्या वारसाला ती आपल्या अधिकाराचा वापर करून या प्रकरणातून बाहेर काढू शकली असती. तेवढे अधिकार तिला नक्कीच होते. तिच्या शब्दाला तेवढा मान खचितच होता. पण सद्विवेकाची, धर्मवर्तनाची साथ कधीही न सोडलेल्या अहिल्येनं असं केलं नाही. त्यामुळंच त्या प्रकरणाच्या चौकशीत जे सत्य बाहेर आलं, ते मालेरावांच्या कानापर्यंत पोहोचलं आणि तो विणकर निरपराध होता हे समजल्यावर मालेराव अस्वस्थ झाले. स्वत:ला अपराधी मानायला लागले. भेदरून गेले. होळकरांच्या राज्यात अशा घटना घडत नव्हत्या. पण इथं मात्र आपल्या हातून एका निरपराध

माणसाचा खून झाला या भावनेनं मालेरावांचं मन त्यांना खायला लागलं. संतापी, लहरी, हट्टी असलेले मालेराव अगदी निःत्राण झाले. त्यांचा स्वतःच्या मनावरचा, बुद्धीवरचा ताबा सुटला. त्यांना कसले कसले भास व्हायला लागले. स्वप्नात, जागेपणी, झोपेत त्यांना तो विणकर दिसायला लागला. 'मी तुझा सूड घेईन, तू मला ठार मारलंस, मी तुला सोडणार नाही' असं तो ओरडून सांगत असल्याचे भास मालेरावांना व्हायला लागले. मालेराव पुनःपुन्हा तेच ओरडून सांगायला लागले. महालातून ते सैरावैरा धावत सुटायचे. चार-चार लोकांनी आवरलं, तरी आवरायचे नाहीत. त्यांनी खाणंपिणं सोडलं. त्यांना रात्र-रात्र झोप लागेना. त्याची तब्येत दिवसेंदिवस खालावू लागली. 'त्या विणकरांच्या भुतानं यांना झपाटलं' अशी लोकांची खात्री पटली. लोक तसं उघडउघड बोलायला लागले.

अहिल्येला काय करावं सुचेना. वैद्य, हकीम, वैदू, झाडपाल्याचं औषध देणारे, एवढंच नव्हे तर गंडे, दोरे, ताईत, करणी, भानामती बघणारे, मांत्रिक, जारण-मारण करणारे अशी सगळी माणसं बोलावून झाली. पण यातल्या कुणाच्याच हाताला यश आलं नाही. देव-देवस्की, नवस-सायास, पूजा-अर्चा, जप-अनुष्ठानं हे सगळं तर सुरूच होतं. अहिल्या सतत मालेरावांच्या अवतीभवतीच असायची. मालेराव ओरडायला लागले की तिला वाटायचं त्या विणकराचं भूत आत्ता त्याच्या अंगात आहे. मग त्या भुताला हात जोडून ती कळकळीनं विनंती करायची, "तू माझ्या मुलाला सोड. त्याचा पिच्छा सोड. मी तुझ्या कुटुंबाला जमीन देते. तुझ्यासाठी देऊळ बांधून देते. तिथे तुझ्यासाठी रोज जेवण ठेवते." अहिल्येचं बोलणं ऐकून चिरक्या आवाजात मालेराव ओरडत असत, "मी निरपराधी असताना तुझ्या मुलानं मला का मारलं? आता मी त्याला मारणार. त्याचा जीव घेणार. मला दुसरं काही नको. मी त्याचा जीव घेईन तेव्हाच मी तृप्त होईन." मालेरावांचं हे झपाटल्यासारखं बोलणं ऐकलं, की अहिल्या आणखी खचायची. सभोवतालची माणसं म्हणत, की मालेरावांच्या तोंडून हे विणकराचं भूतच बोलतंय. पण अहिल्या आपल्या मुलाचा स्वभाव जाणून होती. मालेरावांना आतल्या आत कुठेतरी फार अपराधी वाटत होतं, हेच खरं! आईच्या सात्त्विकतेचा, पापभीरूपणाचा थोडासा तरी अंश त्यांच्यात उतरलेला असणारच की. तेच त्यांचं अंतर्मन त्यांना खात असावं. अनेक प्रकारचे औषधोपचार झाले. अहिल्या तर त्यांच्या उशापायथ्याशी बसून होती. आपल्या एकुलत्या एक पोराची ही अवस्था तिला बघवतही नव्हती आणि साहवतही नव्हती. 'आपण सत्ताधारी आहोत. सगळा माळवा प्रांत होळकरांच्या आधिपत्याखाली आहेच, पण देवाधर्माची कार्यंही आपण मोठ्या प्रमाणात केली आहेत आणि अजूनही करतो आहोत. तरीही आपल्या

लेकाच्या तब्येतीला उतार पडत नाही' या विचारानं अहिल्या फार दुःखी व्हायची. सुरुवातीला हूड असलेले मालेराव आत्ता कुठं नीट वागायला लागले होते. तोवर हे असं झालं. बरं, या प्रकरणानं मालेरावांचं अंतर्मन त्यांना खात असलं, तरी त्यांची बुद्धी शाबूत होती आणि काही वेळा ते दौलतीचं कामकाज नीट पाहायचे असंही त्यांनी शेवटच्या काही दिवसांत पाठवलेल्या पत्रांवरून दिसतं. म्हणूनच आपला लेक बरा झाला, तर दौलतीचा कारभार तो नीट सांभाळेल ही आशा अहिल्येला वाटत होती. पण याही वेळेला नियती तिच्यावर रुसलीच होती.

दोन-तीन महिने या आजारपणाला तोंड देऊन, ही अपराधीपणाची, त्रास देणारी भावना मनातून न गेल्यामुळं २७ मार्च १७६७ रोजी मालेरावांनी प्राण सोडला. आपल्या लेकाच्या बरं होण्याची आस मनात बाळगून असलेल्या अहिल्येला हा फार मोठा धक्का होता. कितीही कठोर, कर्तव्यदक्ष, कारभार सांभाळणारी ती असली, तरी लेकाच्या मृत्यूनं, आणि तेही अशा मृत्यूनं अहिल्येचं काळीज फाटलं. तिचं आईचं अंतःकरण शतशः विदीर्ण झालं. मुलाच्या, तेही एकुलत्या एक मुलाच्या कलेवराकडं सुन्न नजरेनं ती बघत बसली. तिला दासीनं हलवल्यावर मालेरावांचे प्राण गेले आहेत यावर विश्वास न बसून ती मालेरावांना हाका मारत राहिली. त्यांच्या निष्प्राण कलेवराला पुन्हा पुन्हा हलवत राहिली. त्यांचं मस्तक उचलून हृदयाशी कवटाळत, त्याला हाका मारत राहिली. तिच्या मातृत्वाचा, वात्सल्याचा, मायेचा, अधिकाराचा पुन्हा पुन्हा दाखला देत मालेरावांना उठवण्याचा प्रयत्न करत राहिली. मल्हारराव होळकरांची सून असलेली, दौलतीचा कारभार समर्थपणे सांभाळणारी, लुटारूंचं बंड यशस्वीपणे मोडून काढणारी, रयतेसाठी अनेक कल्याणकारी कामं करणारी अहिल्या, मालेरावाची आई म्हणून कोसळून गेली होती. निःत्राण झाली होती. मनात नसूनही नियतीच्या या क्रूर खेळाला शरण गेली होती.

पण हे सत्य अत्यंत कठोर मनानं अहिल्येला स्वीकारायलाच लागलं. मालेरावांसोबत त्यांच्या दोन्ही पत्नी सती गेल्या. फाटलेल्या काळजानं आणि थिजलेल्या डोळ्यांनी सरणावर जळणारा आपला एकुलता एक मुलगा आणि त्याच्या सोबत जळणाऱ्या आपल्या सुना अहिल्या बघत राहिली. खरं तर आत्ता जागांची अदलाबदल अपेक्षित होती. सरणावर आपण असायला हवं होतं आणि आपण जिथं उभं राहिलो आहोत, तिथं मालेराव असायला हवे होते. पण नियतीनंच या अशा जागा ठरवल्या होत्या, त्याला कोण काय करणार? अहिल्येच्या मनात विचार आला. अंत्यसंस्कारासाठी जमलेले लोक जवळ येऊन दुःख व्यक्त करत होते, काहीबाही सांत्वनाचं बोलत होते, नमस्कार करून निघून जात होते. हे लक्षात आलं आणि

अहिल्येनं स्वत:ला सावरलं. मालेरावांच्या जळणाऱ्या चित्तेवरून आपली खिळलेली नजर हटवून भेटणाऱ्या, बोलणाऱ्या माणसांकडं तिनं आपलं लक्ष वळवलं. दु:खानं बेभान झालेल्या मनाला आवर घातला. आपण फक्त मालेरावांची आई नसून होळकर घराण्याची, दौलतीची, जहागिरीची एकमेव का होईना, वारस आहोत ही जाणीव तिनं स्वत:च्या मनाला करून दिली आणि अहिल्या सावरली. मालेरावांच्या निधनानंतर केवळ तीनच दिवसांनी अहिल्येनं ब्रह्मगिरी महादेव, मुक्काम चांदवड यांना पत्र लिहिलं. त्यात ती लिहिते,

> *"चिरंजीव मालबाचा काळ फाल्गुन वद्य द्वादशी, शुक्रवारी जाहला. ईश्वरे मोठाच क्षोभ केला. त्याच्या उत्तरकार्यास खेतसी करमसी यांजपासून २५००० येथे घेऊन तुम्हांवर चिठी केली असे. तरी सदरहू चिठीप्रमाणे ऐवज देखतपत्र शिवाय हुंडणावळ रु. १५०० असे एकूण साडेसव्वीस हजार पत्र दर्शनी देवविणे. ऐवज बीना दिक्कत देणे. एक घडीची ढील न करणे. चैत्र शुद्ध २ मुक्काम इंदूर"*

(३१ मार्च, १७६७)

या पत्रावरून अहिल्येनं स्वत:ला किती कमालीचं सावरलं होतं हे लक्षात येतं. पण तरीही स्वत:ला असं सावरताना तिला, तिच्या मनाला किती यातना सोसाव्या लागल्या असतील, याची कल्पनाही करवत नाही. त्यातच एक अफवा अशी उठली की मालेरावांच्या दुर्वर्तनाला कंटाळून अहिल्येनंच त्यांचा वध करवला. ही जरी प्रचंड खोटी आणि अफवा असली तरी हस्ते-परहस्ते, खबऱ्यांकडून, पेरलेल्या माणसांकडून ती अहिल्येच्या कानावर पडलीच. या बातमीनं अहिल्येचं काळीज फाटून गेलं. ज्यांच्यावर जीवापाड प्रेम केलं, त्यांनी सुधारावं, नीट वागावं म्हणून प्रयत्नांची पराकाष्ठा केली, जप-तप, अनुष्ठानं केली, चौकी-पहारे बसवले, शहाणी माणसं भवताली पेरली, आजारपणात औषध-उपचारांची शर्थ केली, त्यांच्या उशा-पायथ्याशी बसून सेवा केली, नवस-सायास, गंडे-दोरे, ताईत सगळं काही केलं. पण त्याचा काही उपयोग न होता मालेराव निघून गेले. आणि आता आपल्यावर, त्यांच्या सख्ख्या आईवर ही अशी तोहमत? अहिल्या फारच दु:खी कष्टी झाली. आधीच पुत्रवियोगाचं दु:ख, तरण्याताठ्या सुना सती गेल्याची खंत आणि आता हे आरोप? पण शेवटी ती अहिल्या होती. होळकर घराण्याची स्वामिनी, दौलतीची, जहागिरीची कारभारीण. कुठल्याही गोष्टीचं दु:ख फार वेळ गोंजारत बसायला तिला वेळच नव्हता. अशा कठीण प्रसंगी दौलतीमध्ये हस्तक्षेप करून काही कारवाया

करणारे उपद्रवी लोक काही कमी नव्हते. अहिल्येला हे सगळं बघावं, सांभाळावंच लागणार होतं. आणि तिनं ते सांभाळलं.

होळकर राज्यातले राजपुतान्यातील रामपुऱ्याचे चंद्रावंत अधूनमधून काही पुंडावा करीत असतच. आत्ताच्या या अस्थिर परिस्थितीतही त्यांनी वेळ साधलीच. लक्ष्मणसिंग चंद्रावंत रामपुऱ्यात दंगे-धोपे करून धुमाकूळ घालायला लागला. हे प्रकरण सैन्याकडून बंदोबस्त करून हाताळण्याच्या मन:स्थितीत अहिल्या नव्हतीच. इथं मल्हाररावांनी दिलेली राजकारणाची शिकवण तिच्या कामी आली. तिनं जाहीर केलं, की लक्ष्मणसिंग चंद्रावंतला सुमारे पन्नास हजार सालाना उत्पन्न देणारी ३१ गावं देणार. हे करून चंद्रावंतांचा पुंडावा कमी करताना अहिल्येनं पत्रातून गावं इनाम दिली, तरी चंद्रावंतांनी हे लक्षांत ठेवावं की होळकरांनी दिलेल्या या गावांत चंद्रावंतांना किल्ले किंवा गढी बांधण्याची परवानगी नाही. चंद्रावंताना अशी अट घातली आणि त्यांच्या लष्करी ताकदीला लगाम घातला. या दु:खाच्या काळातही अशा पद्धतीची दौलतीच्या संदर्भातली अनेक कामं, कमाविसदार कृष्णराव यांच्याकडून पत्रव्यवहार करून अहिल्येनं करवून घेतली. लाखाचा पोशिंदा असणाऱ्याला आपली वैयक्तिक सुखदु:ख बाजूला ठेवून दौलतीच्या कारभाराकडे किती ठिकाणी आणि कसं कसं लक्ष द्यावं लागतं याचा परिपाठच जणू अहिल्येला यातून मिळत होता.

होळकरांच्या त्या वाड्यात तिचं दु:ख हलकं करायला आता कुणीच नव्हतं. चार-आठ दिवस मुक्ताई येऊन परत गेली. आणि पुन्हा त्या वाड्यात अहिल्या एकटीच राहिली. आधी खंडेराव गेले, मग गौतमाबाई, मग मल्हारराव आणि आता मालेराव. अहिल्येचं वय अवघं बेचाळीस वर्षाचं. पण इतक्या लहान आयुष्यात इतके मृत्यू बघून अहिल्येला आता होळकरांचा तो वाडा खायला उठला. ज्या इंदूरच्या वाड्यात ती नवी नवरी बनून पायातल्या पैंजणांची रुणझुण आणि हातातल्या हिरव्या चुड्याची किणकिण सोबत घेऊन आली होती, ज्या वाड्यात ती कौतुकानं न्हाली होती, तोच वाडा आता तिला नकोसा वाटायला लागला. घरातल्या सगळ्या माणसांच्या आठवणींची भुतं जणू तिच्याभोवती पिंगा घालू लागली. अहिल्येनं निर्णय घेतला. 'इंदूर सोडायचं.'

अहिल्या जसजसा विचार करत गेली, काही घटना-प्रसंग आठवत गेली, तसतसा तिचा हा विचार पक्का व्हायला लागला. वाड्यातली माणसं तर एकापाठोपाठ एक गेली होतीच, पण त्यांच्या संबंधांनी वाड्यात नेहमी असणारी माणसांची वर्दळही कमी झाली होती. पहाटेपासून रात्रीपर्यंतची वेळ कशीही जायची. पण रात्री, मध्यरात्री

अहिल्या आपल्या दालनात एकटीच असायची. अशा वेळी रात्रीतला प्रत्येक क्षण तिला खायला उठायचा. रात्रभर अहिल्या अंथरुणावर तळमळत असायची. अनेक आठवणींचा फेर तिच्याभोवती असायचा. तो रिकामा वाडा, त्या रिकाम्या खोल्या, त्या रिकाम्या भिंती, ती आसनं तिला बघवायची नाहीत. आता अहिल्येचं मन तिथं लागेना. तिला जेवण गोड लागेना, घास घशाखाली उतरेना. रात्रभर तळमळत राहिलेली अहिल्या तारवटलेल्या डोळ्यांनीच, उपाशी पोटानंच दौलतीचा कारभार बघत होती. कमाविसदारांकडून पत्रव्यवहार करत होती. पण त्यात मन नव्हतं. अहिल्येनं निर्णय घेतला, हा वाडा, इंदूर सोडायचं. आणि तिनं त्या दृष्टीनं शोध घ्यायला सुरुवात केली.

❀❀❀

१२

'इंदूर सोडायचं' अहिल्येनं नक्की केलं आणि आपल्या मुक्कामासाठी तिनं नवीन ठिकाणाचा शोध घ्यायला सुरुवात केली. नेमाडमध्ये नर्मदेच्या काठावरचं, पुराणात उल्लेख असलेलं 'मर्दाना' तिला पसंत पडलं होतं. पण ज्योतिषांनी सांगितलं की हे स्थान राजधानीसाठी योग्य नाही. मग परत नव्यानं शोध सुरू झाला. आणि नर्मदाकाठचे 'माहेश्वर' हे ठिकाण अहिल्येला फार आवडलं. नर्मदा नदीच्या काठावरच तर होतं ते. काही वर्षांपूर्वी मल्हाररावांनी वसवलेलं. नर्मदा नदीचं रुंदच्या रुंद पात्र, घनदाट झाडी आणि भुईकोट किल्ला. अहिल्येच्या पारखी नजरेला हे ठिकाण मनापासून आवडलं. नर्मदेला बघून तर ती सुखावलीच. आता 'माहेश्वर' हेच आपलं ठिकाण, आपली राहण्याची जागा, आपल्या जहागिरीची राजधानी. मग ज्योतिषी, दिशाशास्त्र जाणणारे ब्राह्मण यांना विचारलं. त्यांनी हीच जागा योग्य आहे असं सांगितल्यावर अहिल्येनं आपल्या वास्तव्याचं ठिकाण निश्चित केलं. पोथ्या-पुराणं चाळून तिनं माहेश्वरची माहिती जाणून घेतली आणि ती माहिती मिळताच तिचं मन आणखीनच सुखावलं.

प्राचीन साहित्यात माहेश्वरचा उल्लेख 'महिष्मती' असा आहे. रामायण, महाभारत, पुराणं, बौद्ध धर्मग्रंथ आणि त्या काळात येऊन गेलेल्या प्रवाशांच्या वर्णनांत या नगराचा उल्लेख आहे. महिष्मान नावाच्या राजानं या नगराची उभारणी केली असं हरिवंशात सांगितलंय. पुराणातील प्रसिद्ध राजा सहस्त्रार्जुन याने ज्या अनूप नावाच्या देशावर राज्य केलं, त्या अनूप देशाची राजधानी महिष्मतीच होती. या नगरीला 'सहस्त्रबाहुकी वस्ती' असंही म्हणत असत. वाल्मिकी रामायणात असा उल्लेख आहे की, लंकाधीश रावण सहस्त्रबाहुकीत आला असता त्यानं आपल्या बाहुबलानं नर्मदेचा प्रवाह कोंडून आपल्या सामर्थ्याचं दर्शन घडवण्याचा प्रयत्न केला. पण त्याच्या बाहूंतून निसटून नर्मदेचा प्रवाह सहस्त्रधारांनी बाहेर पडला आणि पुन्हा वाहू लागला. कवी कुलगुरू कालिदासानं रघुवंशात महिष्मती आणि नर्मदा

यांचा उल्लेख केला आहे. आद्य शंकराचार्य आणि मंडनमिश्र यांचा प्रसिद्ध शास्त्रार्थ संवाद याच नगरात झाला होता. पौराणिक काळाप्रमाणेच या नगराला ऐतिहासिक महत्त्वही होतं. हैह्य वंशी राजांचे राज्य इथंच होतं. चालुक्यांच्या राज्यात माहेश्वरी हे व्यापाराचं प्रमुख केंद्र होतं. नंतर ते मांडूच्या सुलतानांनी जिंकलं, तर नंतर गुजरातचा सुलतान अहमदशाह यानं हुशंगाबादकडून ते जिंकलं. सम्राट अकबराच्या काळातही माहेश्वर व्यापारासाठी प्रसिद्ध होतं.

दुसरं विशेष असं की, १७३०च्या सुमारास मल्हाररावांनी मोगलांकडून माहेश्वर जिंकून घेतलं होतं. त्या काळच्या पद्धतीप्रमाणं एक रुपया मर्दानं मिळवला, तर चार आणे त्याच्या पत्नीचे. या रिवाजाप्रमाणं मल्हाररावांनी ते गौतमाबाईंना दिलं होतं आणि गौतमाबाईंनी सून वारसा म्हणून ते अहिल्येला दिलं होतं. अहिल्येनं आपलं वास्तव्य इंदूरहून माहेश्वरला हलवणं आणि आपल्या होळकरांच्या राज्याची राजधानी माहेश्वर ठेवणं ही अहिल्येच्या राजकीय धोरणीपणाची, मुत्सद्दीपणाची कमाल होती. याचा उलगडा पुढे होणारच आहे.

अहिल्या माहेश्वरला राहायला आली. आसपास चाललेल्या राजकीय वातावरणावर आणि पेशव्यांच्या हालचालींवर अहिल्या नजर ठेवून होतीच. तिनं ठिकठिकाणी पेरलेली तिच्या विश्वासातली माणसं ठिकठिकाणची बारीकसारीक खबर तिच्यापर्यंत आणून पोहोचवत होती. होळकरांच्या घराण्यात आता अहिल्या एकटीच होती. मालेराव, होळकरांचे एकुलते एक आणि शेवटचे वारस मृत्यू पावले होते. त्यामुळं होळकरांच्या वारसाबद्दलचा प्रश्न अजून तसाच होता. अर्थात त्या प्रश्नाला म्हणावं तसं तोंड फुटलं नव्हतं. भवताली नजर टाकतच अहिल्येनं आपलं वास्तव्य इंदूरातून हलवलं. माहेश्वरला ती राहायला आली. तिनं तिथल्या भुईकोट किल्ल्याची दुरुस्ती केली. किल्ल्याच्या आतल्या बाजूला आपल्याला राहाण्यासाठी एक साधाच वाडा बांधला आणि ती तिथंच राहू लागली. तिथून नर्मदेचं दर्शन स्पष्टपणे घडत होतं. रोज पहाटे नर्मदेच्या दर्शनानं अहिल्येचा दिवस सुरू होई. तिनं वाड्यातच राजदरबारासाठीही एक प्रशस्त दालन बांधलं. आता प्रमुख कारभाऱ्यांसोबत अहिल्या आपला दरबार इथेच भरवू लागली. दरबारातही अहिल्या आसनावर बसत नसे. घोंगडं अंथरून ती त्यावर बसत असे. तिथं बसूनच काही खलबतं, काही मसलती, काही महत्त्वाचे पत्रव्यवहार, काही महत्त्वाचे निर्णय ती घेत असे. त्याच दालनाला लागून एक लहानसं दालन होतं. दरबाराच्या दालनातून ते सहसा दिसायचं नाही. एक प्रकारे गुप्त दालनच होतं ते. त्या दालनात अहिल्या आपल्या हेरांची, खबऱ्यांची भेट घेई. त्यांच्याकडून

मराठ्यांच्या राज्यात वाहणाऱ्या वाऱ्याचा ती अंदाज लावे आणि त्याप्रमाणं आपलं धोरण ती आखत असे.

त्या भुईकोट किल्ल्याला भक्कम तटबंदी होती. अहिल्येनं तिची खास दासी सुशीलेला हाताशी धरलं आणि तिच्याकरवी निरोप पाठवून तिनं काही महिलांना बोलावून घेतलं. त्या वेळी होळकरांच्या सैन्यदलाचा प्रमुख तेवढा तिथं हजर होता. त्या सगळ्यांना अहिल्येनं बेल-भंडार उचलून शपथ घ्यायला लावली, की इथं घडलेली किंवा ऐकलेली गोष्ट बाहेर कुठंही फुटणार नाही. त्यांनी तशी शपथ घेतल्यावर मग मात्र अहिल्येनं त्या सैन्यदलाच्या प्रमुखाला जे सांगितलं, ते 'न भूतो न भविष्यति' असंच होतं.

अहिल्या म्हणाली, ''सेनानायक होळकरांच्या सैन्यदलाचे तुम्ही प्रमुख आहात आणि सर्वांत अनुभवी. होळकरांच्या गादीशी तुमची निष्ठा वादातीत आहे. यासाठी तुमच्यावर एक जबाबदारी आम्ही टाकतो आहोत. सैन्यदलाचं कामकाज मार्गी लावून उद्यापासून तुम्ही रोज रात्री वाड्यावर यायचं. या ८० स्त्रिया इथं जमल्या आहेत. माझं त्यांच्याशी बोलणं झालेलं आहे. या ८० स्त्रियांना तुम्ही रोज शस्त्र चालवण्याचं शिक्षण द्यायचं. महिनाभरात या स्त्रिया सर्व प्रकारची शस्त्रं चालवण्यात वाकबगार झाल्या पाहिजेत. ही जबाबदारी तुमची. वाड्यावर एक मोठं अनुष्ठान केलं जाणार आहे. त्या तयारीसाठी रोज रात्री दुसऱ्या प्रहरापर्यंत महिनाभर या स्त्रिया वाड्यावर येतील असे निरोप त्यांच्या घरी पाठवले आहेत. तुमच्याकडे एक महिना आहे. तेवढ्या काळात ही ८० स्त्रियांची शस्त्रसज्ज फौज तयार झाली पाहिजे!'' अहिल्येनं सैन्यप्रमुखाला आपली योजना सांगत हुकूम दिला. आश्चर्यानं विस्फारलेल्या नजरेनंच अहिल्येला मुजरा करत सैन्यप्रमुखानं मान तुकवली. त्याच रात्रीपासून त्या स्त्रियांच्या शस्त्रशिक्षणाला सुरुवात झाली.

अहिल्येनं त्या किल्ल्याच्या आत आपल्या वास्तव्यासाठी वाडा बांधला, तशीच मंदिरंही बांधली. त्यात एक शिवलिंग होतं, तसंच इतरही अनेक देवदेवतांच्या मूर्ती होत्या. अहिल्या त्या मंदिरातून बराच काळ पूजाअर्चा करीत असे. मंदिरात सतत अनुष्ठानं चालायची, मंत्रघोष ऐकू यायचे. जप-तप-पठणाला ब्राह्मण बसलेले असायचे. अहिल्या त्यांचा आदरसत्कार करायची. तो मंत्रजागर, तो मंत्रघोष, ते मंत्रांचं उच्चारण तिच्या अस्वस्थ मनाला शांती द्यायचं. दौलतीचा कारभार कितीही लक्षपूर्वक आणि झोकून देऊन केला, तरी या पूजाअर्चेने आपल्याला एक वेगळंच समाधान मिळतं असं तिला जाणवायचं. अहिल्या स्वत: सतत जागरूक असायची. भवतालची माणसंही पारखून घेतलेली असायची. तुकोजी होळकर मल्हाररावांच्या

चुलत भावाचा नातू. तुकोजी मल्हाररावांच्या सैन्यदलात एका तुकडीचे प्रमुख तर होतेच, पण मल्हाररावांचे रक्ताचे नातेवाईक, त्यांचा उजवा हात, त्यांचे विश्वासूही होते. आता एकापाठोपाठ एक अशी सगळी जवळची माणसं नाहीत म्हटल्यावर अहिल्या या तुकोजींकडे आशेने बघत असे. तेही अनेक वेळा मोहिमेवर असायचे. आता माहेश्वरी राहून अहिल्या दौलतीचा कारभार उत्तमरीत्या पाहतेय, हे त्यांनाही ज्ञात होतंच. सगळं सुरळीत चाललेलं असतानाच आपल्याभोवती एक वादळ घोंघावतंय आणि आपल्या जहागिरीचा घास घेऊ पाहतंय अशी जाणीव अहिल्येला झाली आणि पुणे मार्गावर पेरलेल्या आपल्या गुप्तहेरांना तिनं सजग आणि सावध राहायला सांगितलं. नाक, कान, डोळे उघडे ठेवून लक्ष द्यायला सांगितलं आणि तिला बातमी कळली.

श्रीमंत राघोबादादा अजूनतरी मुलुखगिरीतून वसुली करत माळव्यात हिंडत होते. हेरानं अहिल्येला बातमी येऊन सांगितली, की होळकरांचे दिवाण गंगोबातात्या वारंवार राघोबादादांना भेटत आहेत. विशेषत: मालेराव गेल्यापासून त्यांच्या भेटीगाठी वाढल्या आहेत हे अहिल्येला समजलं आणि अहिल्या सावध झाली. पेशव्यांच्या दौलतीपायी राघोबादादा कसे अन् किती लालची आहेत आणि श्रीमंत माधवराव पेशव्यांशी त्यांचं फारसं चांगलं नाही हे अहिल्या जाणून होती. गंगोबातात्या आणि राघोबा यांच्या भेटी वाढल्यात म्हटल्यावर तिनं होळकरांचे दिवाण म्हणून गंगोबातात्या जी पत्रे पाठवत ती तपासण्यासाठी यंत्रणा कामाला लावली. त्यात गंगोबांनी राघोबादादांना लिहिलेलं एक पत्र सापडलं. पत्रातला मजकूर असा होता,

> *"सुभेदार मालेरावांच्या मृत्यूमुळे बाईसाहेब शोकार्णवात. दौलत बेवारस झाली. आपण थोरल्या सुभेदारांचे चिरंजीव मानले जात होतात हे सर्वांस माहिती. आपण दरमजल येऊन दौलतीचा कारभार समेटावा. येथे सर्वच दु:खात आहेत. आपले सत्वर येणे समयोचित आहे."*

वरवर पाहता हे पत्र म्हणजे एका सुभेदाराच्या दिवाणानं आपल्या धन्याला लिहिलेलं साधं पत्र होतं. बाईसाहेब दु:खात असल्यामुळं पेशवे घराण्यातल्या कुणीतरी दौलतीचा कारभार पार पाडायला मदत करण्यासाठी यावं हे सांगणं रास्त होतं. सौजन्याच्या आणि सहकार्याच्या अपेक्षेनं हे पत्र लिहिलं आहे असं वरवर पाहता कुणालाही वाटलं असतं. पण राघोबादादा चाणाक्ष होते. पैशांच्या गरजेत होते. त्यातच गंगोबातात्यांसारखा होळकरांच्या सुभेदारीतला आतला, महत्त्वाचा माणूस

आपल्याला 'येथे येऊन दौलतीचा कारभार समेटावा' असं सांगतोय. ते कशासाठी हे कळण्याइतके राघोबादादा नक्कीच चतुर होतेच, चाणाक्ष होते. 'होळकरांची संपत्ती पेशव्यांच्या सर्व सुभेदारांच्यात सर्वात जास्त, म्हणजे अंदाजे पाच ते पंधरा कोटींमध्ये आहे हेही राघोबादादा निश्चित जाणून होते. होळकरांच्या राज्याला आता कुणी वारस नव्हता. आता कारभार बघत होती ती बाईमाणूस, तिला गुंडाळायला असा किती वेळ लागणार? आणि सहज बधली नाही तर धाकदपटशा दाखवता येईल; पण होळकरांचं राज्य ताब्यात घेता आलं, तर त्या परतं दुसरं सुख नाही!' असा विचार करून राघोबादादा लगोलग माहेश्वरला येण्यासाठी निघाले.

इकडे गंगोबातात्यांचा वेगळाच हिशोब होता. राघोबादादांना सध्या पैशाची गरज आहे. शिवाय ते प्रत्यक्ष पेशव्यांचे काकाच, म्हणजे होळकरांचे स्वामी. मनात आणलं तर होळकरांचं राज्य ते ताब्यात घेऊ शकतात किंवा अहिल्याबाईंच्यावर दबाव आणून आपल्या अखत्यारीतला कुणीतरी त्यांना दत्तक घ्यायला लावू शकतात. काका-पुतण्यांत विस्तव जात नाही. या दोघांच्या भांडणात तिसऱ्याचा लाभ या उक्तीप्रमाणे आपल्याला स्वत:चाही काही लाभ करून घेता येईल असा गंगोबातात्यांचा हिशेब होता. 'राघोबादादांचा फायदा तो माझाही फायदा' असे मनात मांडे खात गंगोबातात्यांनी ही चाल केली. पण अहिल्या सावध होती. या सगळ्या बेताचा तिला सुगावा लागला. बातम्या काढणारी तिची हेरांची यंत्रणा तत्पर होती, चलाख होती. गंगोबातात्यांच्या अशा निरोपावर राघोबादादा माहेश्वरला यायला निघाले आहेत अशी बातमी तिला कळली. दोघांचेही अंत:स्थ हेतूसुद्धा ती जाणून होती. अहिल्या आता आणखी सावध झाली, दक्ष झाली. तिनं एक वेगळी चाल खेळली. दौलत तर वाचवायची होती. ती होळकरांकडेच राहू द्यायची होती. राघोबादादा धनी होते, त्यांना तर दुखवून चालणार नव्हतं. अहिल्येनं चतुराईनं लगोलग एक निर्णय घेतला. तुकोजी होळकर मुलुखगिरीवर होते. अहिल्येनं त्यांना तातडीनं पत्र पाठवलं. ''असाल तेथे फौज कायम ठेवून ताबडतोब निघा. जेवत असाल तर पाणी प्यावयास आम्हापाशी या!'' तिनं तातडीनं तुकोजींना निरोप धाडला. पेशवे घराण्यातल्या काका-पुतण्यांमधली दुही अहिल्या जाणून होती. तिनं लगोलग दुसरं पत्र श्रीमंत माधवराव पेशव्यांना पाठवलं. ते पत्र असं -

''राजश्री अहिल्याबाई होळकर गोसावी अखंडित लक्ष्मी आलंकृत यांचे राजमान्य स्नेहांकित माधवराव बल्लाळ पेशवे पंतप्रधान यांसी अनेक आशीर्वाद.

तीर्थरूप राघोबादादा पेशवे फौजेची तयारी करून नजराणा घेण्याकरिता किल्ले महेश्वरास येत आहेत म्हणून समजले. त्यावर विनंती आहे की, माझे सासरे मल्हारराव होळकर यांनी एकनिष्ठपणे धन्याची सेवा करून सर्व आयुष्य मुलूख सर करण्यात घालवले. माझा नवरा खंडेराव होळकर यांनीही सरकारी कामगिरीत देह सोडला. चिरंजीव मालेराव होळकर मृत्यू पावले. मी खासगी व दौलत असे दोन्ही अधिकार आजपावेतो चालवून होळकरांचे नाव कायम ठेवले असून, तुकोजीराव होळकर सरकार चाकरीचे उपयोगी समजून त्यांचे नांवे वस्त्रे यावीत म्हणून विनंती.''

अहिल्येनं माधवराव पेशव्यांना लिहिलेलं हे पत्र म्हणजे तिच्या मुत्सद्दीपणाची कमाल आहे. पत्रातली सूचकता तिची बुद्धिमत्ता दर्शवते. तिनं या पत्रात, 'मी खासगी आणि दौलत असे दोन्ही अधिकार आजपावेतो चालवून होळकरांचे नाव कायम ठेविले असून' असं विधान लिहून 'ते अधिकार यापुढेही तसेच ठेवावेत ज्यायोगे होळकरांचे नाव कायम राखता येईल' असं अत्यंत सूचकपणे माधवरावांना सुचवलं. तुकोजींसाठी सरकारी चाकरी करण्याचा थेट अधिकार मागितला होता, म्हणजे तुकोजी हे पेशव्यांच्या चाकरीत कायम राहतील आणि होळकरांवर पेशव्यांची मर्जी कायम राहील. विशेष म्हणजे 'सुभेदार' या पदाबद्दल एक चकार शब्द ना सुचवला होता, ना लिहिला होता, ना मागितला होता. सुभेदार कोणाला करायचं हा प्रश्न वाद निर्माण करणारा आहे याचा तिला अंदाज होता. हे पत्र पुण्याला माधवराव पेशव्यांकडे पाठवल्यावर अहिल्येनं आणखी एक खेळी केली. या पत्राच्या पाठोपाठ तिनं शिंदे, दाभाडे, गायकवाड, भोसले या सर्व सरदारांना पत्रं पाठवली. त्या पत्रांतून मजकूर असा होता,

''कैलासवासी सुभेदार यांनी श्रीमंतांचे दौलतीचा पाया खोदून, वीट आपले हाते टाकून इमारत उभी केली. ईश्वराने आज आमच्यावर क्षोभ केला. अशा वेळी दौलत जगवून आम्हांस हमराई करून सेवाचाकरी घ्यावी, ते बाजूलाच राहिले. दौलतीविषयी पापबुद्धी धरली. आज आम्हांवर आलेला प्रसंग उद्या तुम्हांवर येऊ शकतो. हे लक्षात घेऊन मदतीस फौज पाठवावी.''

अहिल्येचा दौलतीचा कारभार चोख होता. तिची पेशव्यांशी निष्ठा वादातीत होती. रयतेच्या सुखासाठी ती तन-मन-धन अर्पून झटत होती. तिची धार्मिकता, ईश्वरभक्ती

आणि रयतेच्या कल्याणाची चिंता अशा भरीव नैतिकतेच्या पायावर ती खंबीरपणे उभी होती. मल्हाररावांची ही सून होळकरांची दौलत स्वत:च्या जिवापेक्षा जपत होती असा अहिल्येचा सगळीकडे, सगळ्या सरदारांकडे, अगदी पेशव्यांकडेसुद्धा लौकिक होता. या सरदारांत हेवेदावे होते, मतभेद होते, पण सगळ्यांची निष्ठा पेशव्यांशी होती. सगळ्यांचे इमान तिथं एकवटले होते. यातल्या काही जणांना पेशव्यांच्या दरबारातले होळकरांचे वर्चस्व खुपत होते, तर काही जणांचा होळकरांच्या अमाप संपत्तीवर डोळा होता. हे जरी असलं, तरी अहिल्येच्या बाबतीत सगळ्यांचंच मत चांगलं होतं. तिच्याबद्दल आदर होता, सन्मान होता. तिची अशी पत्रं मिळाल्यावर या सरदारांच्या मनांत चलबिचल सुरू झाली. 'उद्या तुम्हांवरही वेळ येऊ शकते' हे अहिल्येच्या पत्रातलं वाक्य सगळ्यांच्या मनांवर परिणाम करून गेलं. राघोबादादांचा सत्तेचा आणि संपत्तीचा हव्यास सगळेच जाणून होते. पेशव्यांचे सरदार असले, तरी आपापल्या परगण्यात ते राजेच होते. सगळ्या सरदारांनी उलटसुलट चर्चा केली, पण अहिल्येचं म्हणणं रास्त असल्याचं सगळ्यांनाच पटलं होतं. त्यांनी अहिल्येला सहमत असल्याची आणि फौज पाठवण्यास राजी असल्याची उत्तरं पाठवली आणि अहिल्या आणखी ठाम झाली.

राघोबादादा उज्जयनीस येऊन थांबले. गावाबाहेर त्यांचा तळ पडला. गंगोबातात्या अहिल्येला भेटायला आले आणि साखरपेरणीच्या स्वरात बोलायला लागले, "गंगाजळ निर्मळ मातोश्री दु:खार्णवी आहेत. दौलतीचा व्याप चोहो दिशांनी पसरला आहे. तो समेटण्यास खावंद दादासाहेब मुद्दाम आले आहेत. कैलासवासी सुभेदारांना दादासाहेब पुत्राच्या ठिकाणी होते हे सर्वश्रुत आहे. दादासाहेबांचा सलाह ऐसा जे मातुश्रीनी दत्तकास अनुमती द्यावी. दादासाहेब सर्व पाहण्यास समर्थ आहेत. रीतीप्रमाणे दादासाहेबांस नजराणा देणे घडेलच. मातोश्रींची निवासाची, देवधर्माची सर्व व्यवस्था अनुकूल होईल. काही कमी पडो नये ऐसे खावंद पाहतील. खातरजमा असावी." गंगोबातात्यांनी अशी साखरपेरणी करत गोड शब्दांत दादासाहेबांचा मनसुबा आणि अहिल्येला आश्वासन असं मांडलं. अहिल्या शांत होती. डोईवरचा पदर सावरत गंभीर मुद्रेनं बसली होती. काही क्षण तिनं मान वर करून गंगोबातात्यांच्या नजरेला नजर दिली. त्या नजरेनंच गंगोबातात्या हादरले. 'परमेशाने आमच्यावर हा वाईट प्रसंग गुदरला. आम्ही बाईमाणूस. आम्ही करावे तरी काय? आणि कसे?' असे काहीतरी शब्द आपल्या कानावर पडतील या अपेक्षेत ते होते. पण अहिल्येची ठाम, दृढनिश्चयी नजर आणि त्या पाठोपाठ सिंहिणीच्या डरकाळीसारखे कणखर शब्द उमटले, "आम्हांस हे बिलकूल मंजूर नाही. कैलासवासी सुभेदारांची मी स्नुषा

आहे. त्यांच्या एकुलत्या एक वारसाची मी पत्नी आहे. आणि पुढच्या वारसाची माता! दत्तक वारस निवडायचाच असेल, तर तो अधिकार फक्त आम्हाला आहे. कारण तो आमचा सर्वथा अधिकार आहे. खुद्द पेशव्यांनीही त्यात ढवळाढवळ करणे नाही. मग खावंदाना नजराणा देणे कशासाठी? दु:खार्णवी आम्ही आहोत. खावंद दौलतीचे रक्षक. आमचे इमान त्यांच्या पायाशी नित्य आहे. दादासाहेबांना आमचे हे शब्द जसेच्या तसे सांगावेत. शिवाय हेही सांगावे की अकारण वाकुडपणा धरून खावंदानी बाईमाणसाशी लढायला येऊ नये. आमच्या हातात बांगड्या भरलेल्या असल्या, तरी आमचे हात तलवारबाजीही जाणतात. बांगड्या भरलेल्या, पण तलवार चालवणाऱ्या अशाच हातांची आमची फौज तयार आहे. दादासाहेबांनी उगा नसता युद्धाचा प्रसंग आमच्यावर आणू नये. त्यात त्यांची आणखी बेअब्रु होईल. आमचा हा निर्णय कायम आहे आणि राहील असेही त्यांना सांगावे.''

अहिल्येचा प्रत्येक शब्द जणू आसुडासारखा उमटत होता. आपण साखरपेरणी केल्यावर ही भोळसट बाई बधेल आणि दादासाहेबांचा मनसुबा तडीस जाऊन त्यात आपलाही काहीतरी फायदा होईल, असे मांडे खात असलेले गंगोबातात्या वरमले, शरमले, खाली मान घालून माघारी फिरले.

गंगोबातात्यांनी घडलेलं सर्व वर्तमान दादासाहेबांच्या कानावर घातलं. दादासाहेबांना हा फार मोठा अपमान वाटला. एका सुभेदाराच्या सुनेनं पेशवे घराण्यातल्या ज्येष्ठाला असं उत्तर द्यावं? ते संतापानं पेटून उठले.

'या बाई समजतात कोण स्वत:ला? पेशव्यांचा कोणताही मुलाहिजा न ठेवता आदेश धुडकावून लावतात म्हणजे काय?' ते इरेला पडले. आपल्या आसपासच्या माणसांना चढ्या आवाजात 'अहिल्याबाईंनी दत्तक घेणे कसे दौलतीच्या हिताचे आहे' ते सांगू लागले. आमचा अपमान म्हणजे खुद्द पेशव्यांचा अपमान' असं थयथयाट करून म्हणू लागले. 'याचा जाब बाईंना द्यावा लागेल!' असं धमकीवजा स्वरात बोलायला लागले. काही माणसं नुसत्या मुंड्या हलवायची. पण महादजी शिंदे यांच्यासारखे सर्व सरदार राघोबादादांना पुन:पुन्हा सांगू लागले, की 'मातोश्रींच्या वाट्याला खाविंदांनी जाऊ नये.' पण राघोबादादा ऐकत नव्हते. त्यांची 'होयबा' करणारी माणसं त्यांना चढवत होती. राघोबादादा चढाई करण्याची भाषा करून हवा तापवत होते. उज्जैनमधून या सगळ्या वार्ता माहेश्वरला अहिल्येच्या कानांवर पडत होत्या.

अहिल्या विचार करत होती. दादासाहेब म्हणजे पेशव्यांचे, प्रत्यक्ष माधवराव पेशव्यांचे चुलते. पेशवे होळकरांचे धनी. प्रश्न अवघड होता. उत्तर सोपं नव्हतं. तिढा

बसला होता. तो हलक्या हातानं, गोड बोलून सोडवायला हवा होता. विषय मोठा असला, तरी प्रश्न जसा पेशव्यांच्या इभ्रतीचा होता, तसाच होळकरांच्या इज्जतीचा होता, अस्तित्वाचा होता, अब्रूचा होता. त्यातही अहिल्येच्या जागी कुणी पुरुषमाणूस असता, तर एक तर हा प्रश्नच उद्भवला नसता आणि उद्भवला असता, तरी तो सहज मिटला असता. पण अहिल्या बाईमाणूस होती. एक तर तिनं असं उत्तर देणं, म्हणजे उद्दामपणात ते मोडत होतं आणि त्यातच ते उत्तर पेशव्यांना देणं हा तिच्या अमर्यादशीलतेचा कहर होता. हे सगळं अहिल्येच्या लक्षात आलं. तिनं हे सगळं प्रकरण जरा वेगळ्या रीतीनं, वेगळ्या पातळीवर हाताळायचं ठरवलं आणि तिनं निर्णय घेतला. इंदूरहून उज्जयनीला दादासाहेबांना भेटायला जायचा निर्णय.

अहिल्येनं हा निर्णय घेतला आणि त्याप्रमाणं तिनं योजना आखायला सुरुवात केली. हा निर्णय घेणंसुद्धा सोपं नव्हतं. आता गंगोबातात्या उघडउघड राघोबादादांची बाजू घेत होते. त्यामुळे सल्लामसलत करायला, विचारविनिमय करायला योग्य अशी कोणतीच व्यक्ती समोर नव्हती. हे पाऊल उचलण्याचा निर्णय घेणं तसं धाडसाचंच होतं. राघोबादादांना भेटायला जायचं होतं. कुणा सोम्या-गोम्याला नव्हे. पेशव्यांच्या घरातलं, घर भेदणारं राजकारण अत्यंत मुरब्बीपणे करणारे दादासाहेब कसेही असले, तरी श्रीमंत माधवराव पेशव्यांचे सख्खे चुलते होते. काही उलटसुलट झालं असतं, धाडसापोटी काही उणादुणा शब्द गेला असता, तर श्रीमंत माधवराव शेवटी राघोबादादांच्याच बाजूनं उभे राहिले असते आणि हे धाडस अंगाशी आलं असतं. जिवाशी खेळ नव्हता, पण होळकरांची अब्रू पणाला लागली असती, दौलतीवर संकट येऊ शकलं असतं. मल्हारराव होळकरांच्या नावाला बट्टा लागला असता. शिवाय, अहिल्या बाईमाणूस. तिचं एक बाई असणं, एक स्त्री असणं आणि एक राज्यकर्ती असणं हे सगळंच पणाला लागणार होतं. आत्तापर्यंत केलेल्या उत्तम राज्यकारभाराला, मिळवलेल्या पुण्यसंचिताला धक्का लागणार होता. पण...! पण अहिल्येचा स्वत:वर विश्वास होता, तसाच आपल्या रयतेवर आणि रयतेच्या आपल्यावर असणाऱ्या प्रेमावरही. आणि तिनं निश्चय केला, दादासाहेबांना उज्जयनीला जाऊन भेटायचं. ही बातमी उज्जयनीपर्यंत जाऊन पोहोचेल अशीही तिनं व्यवस्था केली. आणि अहिल्या निघाली.

अहिल्या निघाली ती शाही इतमामानेच. तिच्या आवडत्या हत्तीला, गणेशला शाही थाटमाटात सजवलं. त्यावर देखण्या बाजाची, हौदा असलेली अंबारी तयार केली. त्या हौद्याच्या चारी कोपऱ्यांना चार भक्कम भाते बांधले गेले. त्यात बाण गच्च भरून ठेवले. हत्तीच्या पाठीवरून दोन्ही बाजूला रेशमी कापडाची, गोंडे आणि

मोती लावलेली झूल चढवली गेली. अहिल्येनं सोबत १०० घोडेस्वारांचं पथक, १०० पायदळांचं भाला पथक आणि ५० शस्त्रसज्ज स्त्रियांचं पथक घेतलं. अहिल्या हत्तीवर आरूढ झाली. शंभर-सव्वाशे कोसांचं ते अंतर कापायचं होतं. वाटेत सगळीकडे होळकरांची रयत होती, अहिल्येवर आत्यंतिक प्रेम करणारी. अहिल्या निघाली. धीमी पावलं टाकत गणेश चालू लागला. ठिकठिकाणी अन्नछत्रं, सदावर्त चालवणाऱ्या, पाणपोया उघडणाऱ्या, धर्मशाळा बांधणाऱ्या, अनेक मंदिरांचा जीर्णोद्धार करणाऱ्या, तिथल्या पूजेची कायमची व्यवस्था लावून देणाऱ्या, स्वतःही देवधर्म आणि दानधर्म करणाऱ्या, गुणवंतांचं कौतुक करणाऱ्या, रयतेची काळजी घेणाऱ्या त्यांच्या राणीला, होळकरांच्या राज्याची स्वामिनी असलेल्या अहिल्येला रयत कौतुक डोळ्यांत साठवून बघत होती. गावोगावचे पाटील-देशमुख, कुळकर्णी, देशपांडे, पोतदार, चौगुले असे सगळे जण गावच्या वेशीवर सामोरे येत होते. फुलांच्या पायघड्या घातल्या जात होत्या. फुलं उधळली जात होती. सर्व जण मुजरा करत होते. अहिल्येच्या नावाचा 'मातोश्री अहिल्यादेवी होळकर' या संबोधनानं जयघोष होत होता. नारळ ओवाळून टाकले जात होते. नजराणे दिले जात होते. आरती ओवाळली जात होती, अहिल्येला बघायला, तिचं कौतुक करायला, तिचं फुलांच्या वर्षावानं स्वागत करायला लोक दुतर्फा गर्दी करत होते. प्रत्येकाच्या डोळ्यांत अहिल्येबद्दल प्रेम होतं, नजरेत कौतुक होतं, चेहऱ्यावर अभिमान होता. हत्तीवर बसून अहिल्या सगळीकडं नजर टाकत होती. रयतेचं आपल्यावरचं प्रेम बघत होती. कौतुक बघत होती.

दादासाहेबांची माणसं ठिकठिकाणी पेरलेली होतीच. अहिल्येचा हत्ती त्यांच्या समोरून पुढं गेला, की ती घोड्यावरून भरधाव पुढे जात आणि हे सगळं वर्तमान दादासाहेबांना जाऊन सांगत. अशा खबरी ऐकून राघोबांचं चित्त विचलित होऊ लागलं. त्यातच त्यांच्या आसपासची माणसं जी विचारी होती, ती राघोबांना एक पाऊल मागे घेण्याचा सल्ला देत होती. अहिल्येच्या लोकप्रियतेची, रयतेच्या तिच्यावरच्या प्रेमाची खोली बघून चाणाक्ष राघोबांनी ओळखलं की आपला होरा चुकला आहे. त्यांनी ओळखलं, की हे प्रकरण आपल्या अंगाशी येणार आणि जी बाई अशी कीर्तिवंत, कुलवंत, बुद्धिमंत आहे, तिच्याशी आपण हकनाक शत्रुत्व घेतलं, तर आपलं हे वागणं आपल्या पुतण्याला, म्हणजे श्रीमंत माधवराव पेशव्यांना अजिबात आवडणार नाही. ते आपल्याला या प्रकरणात साथ देणं शक्य नाही याचा त्यांना अंदाज आला आणि राघोबादादांनी पवित्रा बदलला. चाल बदलली. ते मग भवतालच्या माणसांना सांगायला लागले, "मातोश्री दुःखार्णवी

आहेत. त्यांच्या वंशीचा दिवा विझला. दुखवटा सांगावा आणि सलाह द्यावी म्हणून आलो.'' राघोबादादांचा हा बदललेला पवित्राही अहिल्येच्या माणसांनी तिला येऊन सांगितला. त्या वेळी ती उज्जैनपासून दहा कोसांवर होती. दादासाहेबांचे उद्‌गार तिला समजताच ती पुढं निघाली. हत्तीवर आरूढ अहिल्या आपल्या सगळ्या लवाजम्यासह उज्जैनला पोहोचली.

ती पायउतार होताच राघोबादादा स्वत: सामोरे आले. त्यांचं हे कृत्यच त्यांच्या बदललेल्या मानसिकतेचे संकेत देत होतं. दोघं आमने-सामने झाले. सभोवती इतर मराठे सरदार होते. अहिल्येनं डोईवरचा पदर सावरत दादासाहेबांना नमस्कार केला. त्यांच्या पेशवे घराण्याला मान झुकवत अभिवादन केलं. राघोबादादांनी प्रतिनमस्कार करत अहिल्येला सन्मान दिला. ''गंगाजळ निर्मळ मातोश्रींचा पुत्र गेला. दु:खार्णवी आहात म्हणून सांत्वनास आलो. प्रारब्ध! दुसरं काय? ईश्वरेच्छेपुढं इलाज नाही.'' असं काहीबाही ते बोलत राहिले. खाली मान घालून, अदबीनं उभं राहून अहिल्या त्यांचं बोलणं ऐकत राहिली. दादासाहेबांचा बदललेला विचार तिला आधीच समजला होता. सर्व काही उमजून ती गप्प राहिली. आपल्याला गंगोबातात्यांनी सांगितलेल्या सूचनेचा विषय न काढून तिनं राघोबादादांची इज्जत वाचवली. पेशव्यांची इज्जत वाचवली आणि अत्यंत समाधानानं, हा विजय शांतपणे घेत, चेहऱ्यावर काहीही न दाखवता अहिल्या त्याच डौलात माहेश्वरी परतली. संपूर्ण होळकरशाहीमध्ये अहिल्येच्या आणि राघोबादादांच्या या भेटीची चर्चा होतीच. पण त्याहीपेक्षा अहिल्या ज्या इतमामानं राघोबादादांना भेटायला गेली, त्याचीच चर्चा जास्त होती.

ही सगळी घटना घडून जाईपर्यंत अहिल्येचं पत्र श्रीमंत माधवराव पेशव्यांना पोहोचलं होतं. त्या पत्राला माधवरावांनी त्वरित उत्तर दिलं. तेही अहिल्येला अनुकूलच होतं. त्या पत्रात लिहिलं होतं,

> *''माहेश्वर वगैरे ही जागा खासगीची होळकरांचे कुटुंबास इनाम जहागीर दिलेली असल्याने तुमचा पूर्ण हक्क आहे. म्हणून तीर्थस्वरूप दादासाहेबांस निक्षून स्वरूपात ताकीद झाली आहे व तुकोजी होळकर यांचे नावे सनद व कपडे तयार होऊन येत आहेत. आता कांडी मात्रेची अंदेशा न धरता सुरळीतपणे आपले अधिकार आजवर चालत आल्याप्रमाणे चालविले जातील. जाणिजे!*
> *चंद्र १९ माहे रज्जब. बहुत काय लिहिणे.''*

(११ डिसेंबर १७६७)

या पत्रात 'सुभेदार' या शब्दाचा उल्लेख नव्हता, पण अहिल्येच्या पूर्वाधिकाराला मान्यता दिली होती. या पत्रानं सत्ता पुन्हा वैधरीत्या अहिल्येच्या हातात आली आणि अहिल्येचा धोरणीपणा, तिनं केलेले चाणाक्ष राजकारण कामी आले. माहेश्वर ही होळकरांची खासगी मालमत्ता आहे हे अहिल्या जाणून होती. म्हणूनच तिनं मालेराव गेल्यानंतर इंदूरहून माहेश्वरला जाऊन वास्तव्य करायचं ठरवलं. यात अहिल्येचा मुत्सद्दीपणा दिसतो, पण तिच्या दूरदृष्टीचंही कौतुक करावसं वाटतं. माधवरावांच्या पत्रात तसा स्पष्ट उल्लेख आल्यानं आता तर अहिल्या निश्चिंत झाली. आता तिला माहेश्वरहून कोणी उठवू शकणार नव्हतं. होळकरांच्या जहागिरीची अनभिषिक्त स्वामिनी म्हणून ती सुखेनैव राज्य कारभार करू शकत होती.

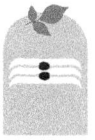

१३

कोणतीही बिरुदावली न मिरवता, तरीही विरोध करणाऱ्यांना तोंडावर पाडून अहिल्या सुभेदारकीच्या पदावर विराजमान झाली. पूर्वीचेच सगळे अधिकार, सगळी मानमान्यता आणि पूर्वीसारखंच राज्यकारभाराचं कामकाज तिनं सुरू केलं. पण कुठेही कसलाही गाजावाजा न करता, टेंभा न मिरवता ती निर्वेधपणे सुभेदारकीची कामं करायला लागली. मात्र आता तिच्या वाटेला जाण्याची कोणाची हिंमत उरली नाही. अगदी पेशव्यांचीसुद्धा. आणि पेशवे दरबारातलं अहिल्येचं वजन अधोरेखित झालं. मल्हारराव असताना तर ते होतंच; पण आता मल्हाररावांच्या माघारी, होळकरांचा कोणी वारस उरला नसताना अहिल्येचं नाव पेशव्यांच्या दरबारीसुद्धा अत्यंत सन्मानानं घेतलं जावं हा अहिल्येच्या धर्मप्रियतेचा, धार्मिक भक्तिप्रवण वागण्याचा, रयतेची काळजी घेण्याचा विजय होता. तिच्या चोख राज्यकारभाराचं हे संचित होतं. तिच्या मुत्सद्दीपणाची, धोरणीपणाची आणि तिच्या सकारात्मक राजकारणाचीच ही कमाई होती, पुण्याई होती. अहिल्येनं आता राज्यकारभारावर आपलं लक्ष पूर्ण केंद्रित केलं. खासगीतून अगदी दूरदूरच्या दक्षिणेकडच्या पंढरपूर, बीड, सातारा, कोल्हापूर इथल्या मंदिरांपासून ते अगदी दुसऱ्या टोकाला उत्तरेकडे केदारनाथ, पशुपतिनाथ, हृषीकेश, हरिद्वार इथंपर्यंत तिनं मंदिरं बांधली, काही मंदिरांचे जीर्णोद्धार केले, काही ठिकाणी सदावर्तं सुरू केली. काही जागी धर्मशाळा बांधून, पाणपोया उभ्या करून यात्रेकरूंच्या निवासाची व्यवस्था केली. नदीस्नानाची व्यवस्था करण्यासाठी ठिकठिकाणच्या नद्यांना घाट बांधले.

माधवराव पेशव्यांनी होळकरांच्या कारभाराची अशी दुपेडी व्यवस्था लावून दिली, म्हणजे त्यात मुलकी कारभार अहिल्येकडं आणि फौजी कारभार तुकोजींकडं. त्यानंतर लगेचच त्यांनी इतकी वर्षं लोंबकळत राहिलेला शिंद्यांच्या जहागिरीचाही निर्णय घेतला. १५ जानेवारी १७६८ या दिवशी महादजी शिंदे यांना सुभेदारकीची वस्त्रं देण्यात आली. १७६८पासून मग उज्जैनहून महादजी शिंदे, माहेश्वरहून अहिल्या

आणि इंदूरहून तुकोजी होळकर कारभार बघू लागले. या निर्णयामुळे माळवा प्रांत सध्या तरी शांततेत नांदू लागला. अहिल्येचा कारभारही सुखनैव चालू होता. मुलकी कामकाजात ती दक्ष होती. व्यवहारात चोख होती. एकुलती एक लेक मुक्ताई सोडली, तर जवळची सगळी माणसं गमावण्याचं दु:ख पेलून अहिल्येनं राज्यकारभार करायचं ठरवलं, तेव्हाच तिनं मनाशी एक निश्चय केला. नुसता निश्चय केला नाही, तर तो निश्चय सतत आपल्या आणि आपल्या कारभाऱ्यांच्या आणि रयतेच्या नजरेसमोर राहावा; एवढंच नव्हे, तर आपण भूतकाळात जमा झाल्यावरसुद्धा एक राज्यकर्ती म्हणून आपली भावना काय होती याची दखल इतिहासानंही घ्यावी अशीही तिची भावना होती. म्हणून तिनं आपली राज्यकारभाराप्रति, रयतेप्रति असलेली भावना, भूमिका माहेश्वरच्या वाड्याच्या भिंतीवर कोरून ठेवली, ज्यायोगे त्या भूमिकेची आठवण आपल्याला तर सतत होत राहील आणि आपल्या कारभाऱ्यांनाही.

माधवराव पेशव्यांनी पत्र दिलं आणि ज्या क्षणी अहिल्येनं राज्यकारभाराची सूत्रं सर्वमान्यतेनं स्वीकारली, त्या क्षणी तिनं देवघर गाठलं. देवघरात शंकरभटजी अनुष्ठान करत होते. त्यांच्या सोबतच मोरेश्वर भट आणि सोमेश्वर शास्त्रीही अनुष्ठानाला बसले होते. देवघरात जाऊन अहिल्येनं सर्वप्रथम खंडेरायाला, महादेवाला नमस्कार केला. आणि त्या तिघा पुरोहितांना म्हणाली, ''शास्त्रीबुवा, पेशव्यांकडून खलिता आला आहे, की होळकरांच्या दौलतीचा सगळा कारभार मीच सांभाळावा. आत्तापर्यंत मी जबाबदारी म्हणून सांभाळत होतेच, पण आता माझ्या त्या जबाबदारीवर राजमान्यतेची मोहोर उठली आहे. अशी राजमान्यता जरी माझ्या अधिकारांना मिळालेली असली, तरी शास्त्रीबुवा मला आपल्याला एक सांगायचं आहे. ही जहागिरी, ही दौलत, ही संपत्ती, हे राज्य होळकरांचं आहे. यात माझं स्वत:चं काहीच नाही. आत्तापर्यंत हीच भावना माझ्या मनात होती. राजमान्यतेच्या पत्रानं त्यात बदल झालेला नाही. तरीही भविष्यातसुद्धा माझ्या मनातल्या या भावनेत बदल होऊ नये, म्हणून मी, अहिल्याबाई होळकर, सुभेदार मल्हारराव होळकरांची सून, खंडेराव होळकरांची पत्नी, मालेराव होळकरांची आई आणि होळकरांच्या जहागिरीची कारभारीण आज या खंडेरायासमोर आणि महादेवाच्या साक्षीनं, तुम्हा ब्राह्मणांना समोर ठेवून अशी प्रतिज्ञा करते, की राज्यकारभारातला एकही पैसा मी माझ्या खासगी कामासाठी, चैनीसाठी किंवा कुठल्याही खर्चासाठी वापरणार नाही. ही सगळी जहागिरी, ही सगळी दौलत आणि माझं स्वत:चं आयुष्य हे केवळ रयतेच्या सुखासाठीच मी समर्पित करत आहे!'' असं बोलून, अहिल्येनं त्या तिन्ही उपाध्यायांसमोर प्रत्यक्ष महादेवाला साक्षी ठेवून, हातावर तुळशीपत्र ठेवून त्यावरून पाणी सोडलं.

एवढ्या मोठ्या जहागिरीची, संपत्तीची मालकीण असलेली, आपल्यासमोर बसलेली ही होळकरांच्या राज्याची अनभिषिक्त स्वामिनी एवढ्या मोठ्या दौलतीवर पाणी सोडते आहे हे बघून ते तिघेही विद्वान ब्राह्मण भारावून गेले. त्यांच्या डोळ्यांतून घळाघळा पाणी वाहायला लागलं. 'न भूतो न भविष्यति' असं हे दृश्य आपल्याला याची देही, याची डोळा बघायला मिळालं. आपण किती भाग्यशाली आहोत असे विचार त्यांच्या मनात आले आणि डोळ्यांतून वाहणारं पाणी पुसण्याचं भानही त्यांना राहिलं नाही.

न त्वमं कामये राज्यं, न स्वर्गम् न पुनर्भवम् ।
कामये दुःख तत्पानाम् प्राणिनाम् अर्थि नाशनम् ।।

हा विदुरनीतीतला श्लोक तिनं वाचला नव्हता. त्यामुळं 'मला राज्याची आकांक्षा नाही, मला पुनर्जन्माची आस नाही, स्वर्गाची इच्छा नाही. दुःखितांचं दुःख दूर करण्याचं सामर्थ्य मला दे' हा त्या श्लोकाचा अर्थ तिला माहीत नसणार.

देहे पातिनि का रक्षा यशो रक्ष्यमपातवत् ।
नरः पतितकामोऽपि यशः कायेन जीवति ।।

अर्थात, (केव्हातरी निश्चितपणे मृत्युमुखी पडणाऱ्या शरीराच्या रक्षणाबद्दल (अति चिंता) कशाला करायची? कीर्तीला जराही धक्का लागणार नाही याची काळजी घ्यावी. (कारण) मरून गेल्यावरसुद्धा मनुष्य कीर्तीरूपानं जिवंत राहतो, हेही तिनं वाचलं नसणार. पण तरीही, एक स्त्री असूनही तिनं सत्तेवर आणि संपत्तीवर पाणी सोडलं होतं. सत्तेचा हव्यास असणाऱ्या, दागदागिन्यांचा लोभ असणाऱ्या स्त्रिया त्यांनी पाहिल्या होत्या. दौलतीच्या हव्यासापायी, सत्तेच्या मोहापायी पेशवे घराण्यात चाललेला सुप्त संघर्ष ते ऐकत होतेच. या पार्श्वभूमीवर सत्ता, संपत्ती, अधिकार, दौलत, लोकमान्यता आणि राजमान्यता हे सगळं हाताशी असताना, पायाशी लोळण घेत असताना त्यांवर पाणी सोडणारी, तुळशीपत्र ठेवणारी ही साध्वी बघून, स्वतःला तिच्या दर्शनानं पुण्यवान समजून त्या तिघांनी अहिल्येला वंदन केलं. हे वंदन ती या वाड्याची मालकीण आहे म्हणून नव्हतं, या दौलतीची कारभारीण आहे म्हणूनही नव्हतं किंवा ती यजमानीण आहे म्हणून तर अजिबात नव्हतं. हे वंदन होतं तिच्यातल्या साध्वीला. हे वंदन होतं तिच्यातल्या पुण्यश्लोकत्वाला. हे वंदन होतं तिच्या निरीच्छ, त्यागी वृत्तीला. हे वंदन होतं तिच्या रयतेवरच्या प्रेमाला.

अहिल्या नुसतं एवढंच करून थांबली नाही, तर तिनं आपली ही भूमिका, या जहागिरीबद्दलची आपली धारणा, आपलं आणि आपल्या आयुष्याचं संचित काय आहे, ते माहेश्वरच्या वाड्याच्या भिंतीवर कोरूनही ठेवलं. ते शब्द असे आहेत...

'माझे कार्य प्रजेला सुखी करणे आहे.

माझ्या प्रत्येक कृतीला मी स्वत: जबाबदार आहे.

सत्तेच्या अधिकारामुळे मी येथे जे जे काही करत आहे, त्या प्रत्येक कृत्याचा जाब मला परमेश्वरापुढे देणे आहे. परमेश्वराने ज्या जबाबदाऱ्या माझ्यावर सोपवल्या आहेत, त्या मला पार पाडावयाच्या आहेत.'

माहेश्वरच्या वाड्याच्या भिंतीवर लिहिलेली अहिल्येची ही भूमिका, म्हणजे तिच्या व्यक्तिमत्त्वाचा आरसा आहे आणि त्या आरशात तिच्या कार्यकुशलतेचं आणि पुण्यसंचिताचंच प्रतिबिंब पडलं आहे. अहिल्येनं आता आपली दैनंदिनी ठरवली. ती पहाटे, अगदी सूर्योदयापूर्वी उठत असे. शुचिर्भूत होऊन देवाची पूजाअर्चा, भूपाळी हे सगळं रितीरिवाजानुसार चाले. नंतर ठरावीक वेळ पोथ्या-पुराणांचं वाचन, श्रवण, मनन, चिंतन चालत असे. धर्मग्रंथांचं श्रवण होई. मग ती स्वत: भिक्षादान करत असे. त्यानंतर बऱ्याच ब्राह्मणांना अन्नदान, शिधादान केलं जाई. हे सगळं आवरेपर्यंत जेवणाची वेळ होत असे. अहिल्या स्वत: शाकाहार करत असे. खरं तर समाजात मांसाहार ग्राह्य होता, पण अहिल्या मात्र शाकाहारच घेत असे. जेवणानंतर घटका-दोन घटका ती विश्रांती घेई. नंतर दोन वाजण्याच्या सुमारास अहिल्या शुभ्र पांढरं रेशमी लुगडं नेसून दरबारात हजर व्हायची. मग दरबारचं कामकाज संध्याकाळी सहा वाजेपर्यंत चाले. त्यात सगळ्या जहागिरीचा लेखाजोखा असे. सहा वाजता दरबार संपल्यावर दोन तास पुन्हा धर्मग्रंथांचं श्रवण. रात्री बेताचं जेवण करून पुन्हा रात्री नऊ वाजल्यापासून अकरा वाजेपर्यंत अहिल्या दरबारचं कामकाज करत बसे. त्यानंतर थोडं नामस्मरण करून अहिल्या निजायची. सण-समारंभ, उपवास, उत्सव किंवा इतर काही दंगा-धोपा झाला, तरच अहिल्येच्या या दिनचर्येत बदल होत असे.

अहिल्येनं पेशव्यांच्या मान्यतेनं राज्य कारभाराला सुरुवात केली आणि पहिल्यांदा तिनं शेजारच्या शिंदे यांच्या जहागिरीचा विचार केला. सध्या शिंद्यांचं घराणं आर्थिक अडचणीतून जात होतं. पानिपतनंतरची सात वर्षं महादजींनी अत्यंत बिकट अवस्थेत काढली होती. ते एकटे सोडले, तर घरचे सगळे कर्ते पुरुष मारले गेले होते. सगळा स्त्रीवर्गच होता. सुखवस्तू, श्रीमंतीत दिवस काढलेल्या या स्त्रियांना आता हलाखीत दिवस काढणं कठीण झालं होतं. ते जाणून अहिल्येनं स्वत:हून महादजींना तीस लाख रुपये दिले. कर्जफेडीचा दस्त लिहिला खरा, पण दोन्ही पक्ष हे जाणून होते, की हे कर्ज ना परत मागितले जाणार आहे, ना परत दिले जाणार आहे. महादजींनी मनोमन अहिल्येचे आभार मानले. कर्जात बुडणारी एक मराठी

दौलत वाचवत असतानाच आपला भक्कम शेजार आपल्याला पाठिंबा देणारा असावा असाही धोरणीपणा अहिल्येनं यातून दाखवला. महादजींनी तेही मनोमन ओळखलं. अहिल्येच्या या धोरणीपणाला त्यांनी मनोमन मुजराही केला. आपल्या जहागिरीचा भवताल हा सुरक्षित आणि आपल्या माणसांचा असावा हा अहिल्येचा उद्देश होता. आणि त्याप्रमाणं ती पावलं टाकत होती. तिनं प्रत्येक विभागाची, प्रत्येक शाखेची पुनर्रचना करायला सुरुवात केली. होळकरांच्या कारभारातून गंगोबातात्या आता दूर झाले होते. पण त्यांचे पुत्र यशवंत गंगाधर चंद्रचूड यांची अहिल्येनं पुणे दरबारातील आपले विश्वासू प्रतिनिधी म्हणून नेमणूक केली. विद्वान, व्युत्पन्न, व्यासंगी असा त्यांचा लौकिक होता. गंगोबातात्यांनी म्हणजे वडिलांनी राघोबादादांशी हातमिळवणी करून त्यांची पाठराखण केली हे त्यांना पटलेले नव्हते. या यशवंत उर्फ दादाजी गंगाधर यांचे इमान होळकरांच्या दौलतीशी पक्के होते. अहिल्येनं विठ्ठल गणेश यांची दुसरे पुणे प्रतिनिधी म्हणून नेमणूक केली, तर केसोपंत कुंटे तुकोजीचे पुणे प्रतिनिधी झाले. अहिल्येनं राज्यकारभाराची घडी अगदी चोख बसवली. कमाविसदारांना त्यांची कामं, त्यांच्या जबाबदाऱ्या आणि त्यांचे प्रांत नेमून दिले. वेळोवेळी त्यांची चौकशी केली जाऊन त्यांच्यावर नजर ठेवलेली असे. फंद-फितुरी, आफत, काही अधिकउणे, लांडी-लबाडी आढळली, तर वेतनातून अधिक-उणे केले जाईल आणि सोबत सजा ही फर्मावली जाईल असंही कळवलं. दरबारात प्रत्येक बाबीची दखल घेतली जाऊ लागली. त्याबाबत जाबसाल केले जाऊ लागले. सर्व बाजू नीट ऐकून मग अहिल्या निर्णय देऊ लागली. होळकरांच्या राज्यात सर्वत्र सुबत्ता, समाधान नांदू लागलं. रयतेच्या सुखासाठी जास्तीत जास्त प्रयत्न आणि विचार केला जाऊ लागला.

असं सगळं सुखेनैव चाललं होतं. अहिल्येच्या कारभाराचा, रयतेसाठी केलेल्या सुखसोयींचा आणि धार्मिक कार्याचा डंका आता सर्वत्र गाजू लागला. जवळच्या माणसांच्या मृत्यूनं रिकामा झालेला तिचा पदर आता दिगंत कीर्तीनं भरून गेला. सर्वांच्या मुखी अहिल्येचं नाव सन्मानानं, आदरानं, कौतुकानं घेतलं जाऊ लागलं. तिच्या दरबारात रोज कित्येक लहानमोठी प्रकरणं निकालात काढली जाऊ लागली. न्यायनिवाडे रोजच्या रोज होऊ लागले. तुकोजी बऱ्याचदा मोहिमेच्या निमित्तानं बाहेरच असत. पण ते तिला मानत असत. सध्या तरी ते अहिल्येसमोर नमून असायचे. तिचा आदर करायचे. तिच्याशी अदबीनं बोलायचे. तिच्यामुळं आपल्याला फौजेचा कारभार करायला मिळाला याबद्दल कृतज्ञता व्यक्त करायचे. रयत तर अहिल्येकडं अत्यंत सन्मानानं, विश्वासानं बघायला लागली.

तिच्या दरबारात जुलमांचं परिमार्जन होतं, न्याय मिळतो. परिश्रमांना फळ मिळतं. कारागिरांना योग्य बिदागी मिळते. हा विश्वास रयतेच्या मनात निर्माण झाला. शेतकरी अधिकाधिक श्रम करून धान्य पिकवू लागले. कारागीर अधिक देखणं, नेटकं काम करायला लागले. बारा बलुतेदारांच्या हाताला भरपूर काम मिळायला लागलं. माहेश्वर हे व्यापाराचं, उद्योगधंद्याचं, यात्रेकरूंचं, धार्मिक स्थळांचं, सांस्कृतिक कलांचं, वैचारिक देवाणघेवाणीचं माळवा प्रांतातलं एक प्रमुख केंद्र बनलं. प्रत्येक क्षेत्रात माहेश्वरचं नाव अग्रेसर राहू लागलं. अहिल्येच्या कीर्तीत, लोकप्रियतेत, लोकमान्यतेत, राजमान्यतेत भर पडत चालली. माहेश्वरचं होळकरांचं राज्य एका बाईच्या हाती असूनही ते इतकं सुरळीत चाललं आहे, हाही एक कौतुकाचा विषय बनला. माहेश्वर आणि अहिल्या आदर्शत्वाचे मापदंड बनले, मानदंड बनले.

दरम्यान अहिल्येच्या लौकिकात भर घालणारी आणखी एक घटना घडली. श्रीमंत राघोबादादा पेशवे उज्जयनीहून पुण्याला परतले. परतण्यापूर्वी माहेश्वरला ते अहिल्येला भेटायला आले. पाठीमागचं त्यांचं सारं कट-कारस्थान, त्यामुळं आलेला कडवटपणा सगळं विसरून अहिल्येनं त्यांचं थाटात स्वागत केलं. एवढंच नव्हे तर आपण सांभाळत असलेल्या दौलतीच्या कारभाराची जुजबी का होईना पण माहिती राघोबादादांच्या कानांवर घातली. पेशवे धनी आणि होळकर चाकर हा रिवाज इथंही तिनं सांभाळला. पण त्याचबरोबर 'आपण बाईमाणूस. आपण आपल्या रक्षणासाठी १०० स्त्रियांचं सशस्त्र पथक तयार केलं आहे' हेही तिनं आवर्जून सांगितलं. राघोबांना तेवढा इशारा पुरेसा होता हेही ती ओळखून होती. श्रीमंत माधवराव पेशव्यांनी आपल्याला आपले अधिकार कायम ठेवणारं पत्र दिलंय किंवा त्या पत्रात राघोबादादांना समज दिल्याचा उल्लेख आहे याबद्दल अहिल्या चकार शब्द बोलली नाही. तिनं राघोबादादांच्या त्या भेटीत यातलं काही दर्शवलंही नाही. उलट, स्वामी म्हणून, पेशवे म्हणून त्यांचं आदरातिथ्य करतानाच तिनं त्यांना पेशव्यांच्या आणि होळकरांच्या लौकिकाला साजेसा नजराणाही दिला. बाईंच्या धूर्तपणाचा, हुशारीचा, लोकप्रियतेचा, धोरणीपणाचा अनुभव राघोबादादांनी घेतलाच होता. इथं आल्यावर तेही धूर्तपणे वागले. तोंडात साखर ठेवूनच वागले, बोलले. अहिल्येला त्यांनीही नजराणा दिला आणि तोही पेशव्यांना, त्यांच्या धनीपणाला साजेसा. एक बाई असूनसुद्धा घडल्या गोष्टीबद्दल अहिल्येनं चकार शब्द काढला नाही किंवा कसलीही नापसंती दर्शवलीसुद्धा नाही या गोष्टीचंही राघोबादादांना विशेष वाटलं. मल्हाररावांची ही सून धोरणीपणात आणि मनाच्या मोठेपणात मल्हाररावांपेक्षाही एक पाऊल पुढे आहे. याची खात्री मनाशी बाळगूनच राघोबादादांनी पुढे कूच केलं.

असं सगळं सुखेनैव चाललं होतं. बघता बघता वर्ष-दीड वर्ष उलटून गेलं. पण आता काही घटना अशा घडत गेल्या, की त्याचा अहिल्येला त्रास होऊ लागला. तुकोजींचं वागणं बदलत चाललं. अहिल्येशी ते पहिल्यासारखेच आदरानं वागत. अदबीनं बोलायचे. पत्रव्यवहारातसुद्धा अदबशीर भाषा असायची, पण तुकोजी सारखे पैसे मागू लागले. फौजेच्या खर्चासाठी, मोहिमेवर असताना, तिथल्या खर्चासाठी पैशांची सतत मागणी करायचे. खरं तर मल्हाररावांनी घालून दिलेली पद्धत अशी होती की, ज्या मोहिमेवर फौज असायची त्याच मोहिमेतून फौजेचा खर्च चालवायचा. दरबाराकडं मागणी करायची नाही. पण तुकोजी फौजेच्या खर्चाच्या नावाखाली पैसे मागून ते खासगीत जमा करतात अशी कुणकुण अहिल्येच्या कानावर आली. तुकोजींच्या पत्नी रखमाबाई याबद्दल त्यांना भरीस घालत असत. हे सगळं हेरांकरवी अहिल्येला कळत असे. सुरुवातीला किरकोळ आणि घरची बाब म्हणून तिनं दुर्लक्ष केलं. पण तुकोजींचा हा त्रास आणखी वाढला. आता तर ते परस्पर पैसे उचलायला लागले. हुंड्या वटवायला लागले. शेवटी अहिल्येनं 'कोणत्याही परिस्थितीत आमच्या आज्ञेशिवाय तुकोजींना ऐवज देऊ नये' अशी एका कमाविसदाराला आज्ञा केली. ती सांगोपांगी सगळीकडं पसरली.

अहिल्या आणि तुकोजी यांच्यातला हा छुपा मतभेद अशा रीतीनं उघड झाला. पण अहिल्येचा नाईलाज होता. तुकोजींच्या कारवायांमुळं तिच्या मनस्तापात भर पडत होती. तुकोजींनी आपल्या वागण्यातून महादजी शिंद्यांशीही वैर धरलं. पेशव्यांनी 'दिल्लीवर धडक मारा' असा हुकूम दिला. माधवराव पेशव्यांची प्रकृती अधूनमधून ढासळत होती. मराठा सरदारांना पानिपतचा पराभव मनात खदखदत होताच. मोहिमेसाठी पैसा हवाच होता. कानडे, बिनीवाले, शिंदे, होळकर या बिनीच्या सरदारांनी चहूकडील मांडलिकांना शह देऊन खंडण्या वसूल करायला सुरुवात केली. मराठ्यांची ही आक्रमकता बघून रजपूत, जाट आदी लहानमोठे सत्ताधीश घाबरून गेले, तर नजीबखान धास्तावला. पानिपतचा सूड उगवण्यासाठी मराठे कधीतरी आपल्यावर चालून येणार आणि पुन्या ताकदीनिशी येणार हे तो जाणून होता. महादजी तर आपले तुकडे करायला संधीची वाट बघतोय हे त्याला माहीत होतं. त्यानं खेळी केली. तुकोजींशी संधान बांधलं. मल्हाररावांशी असलेल्या जुन्या संबंधांना उजाळा देण्याचा वायदा केला. तुकोजींना महादजींचं वर्चस्व खटकत होतंच. त्यांनी जमेल तशी नजीबखानची पाठराखण सुरू केली. त्यामुळं महादजी संतापले, पण होळकरांचा वारस म्हणून त्यांनी काही कारवाई केली नाही.

यानंतर थोड्या दिवसानं नजीबखानचा मृत्यू झाला. त्याचा मुलगा झाबेतखान गादीवर आला. माधवराव पेशव्यांनी सरदारांना निरोप पाठवला, ''काहीही करा आणि दिल्ली ताब्यात घ्या!'' या निरोपानं मराठ्यांना चेव आला. तरीही तुकोजी आणि रोहिले यांची हातमिळवणी हा मराठ्यांसमोर पेच होता. पण महादजी त्याला बधले नाहीत. त्यांनी झाबेतखानला उचलून आणून ओलीस ठेवला, ज्यायोगे रोहिले थंड पडतील. पण तुकोजींनी झाबेतखानला सोडवला. हे बघून महादजींचा संताप संताप झाला, पण त्यांनी 'तुकोजी ही आपली जबाबदारी आहे' असं मानलं होतं. त्यांनी कडक कारवाई केली नाही, पण मराठ्यांनी एकत्रितपणे हल्ला केला आणि दिल्ली काबीज केली. शुजाला वजीर जाहीर करून शाह-आलमला गादीवर बसवला. माधवरावांची आज्ञा मराठा सरदारांनी अशी पूर्णत्वास नेली. शाही शिक्के-कट्यार मराठ्यांच्या ताब्यात आली. पानिपतच्या पराभवानंतर जवळपास दहा वर्षांनी दिल्लीत मराठ्यांचं वर्चस्व स्थापन झालं.

हे सगळं राजकारण अहिल्या बघत होती. त्यातलं तुकोजींचं वागणं तिला फारच खटकत होतं. पण एक बाब दिलासा देणारी ठरली होती. मराठ्यांनी पानिपतच्या पराभवाचा वचपा काढला होता. अहिल्या त्यातल्या त्यात सुखावली होती. त्यातच मुक्ताई आता अधूनमधून माहेरी येत होती. अहिल्येला कामकाजात मदत करत होती. तिला आता आठवा महिना होता. ती बाळंतपणासाठी माहेरी येऊन राहिली आणि तिच्या कौतुकात अहिल्येचा वेळ जाऊ लागला. अहिल्येच्या मनाला समाधान वाटायला लागलं. होळकरांच्या रक्ताचं कुणीतरी जन्माला येणार होतं. या वाड्यात पुन्हा चिमुकली पावलं दुडुदुडु धावणार होती. पुन्हा तोडे, वाळे वाजणार होते. लेकीच्या कौतुकात अहिल्या मग्न होती. मुक्ताईला मुलगा झाला. त्याचं नाव नथ्याबा उर्फ धोंडिबा ठेवलं. मुक्ताई तीनचार महिने तिथंच मुक्कामाला होती. तेवढ्या काळात अहिल्येचं मन विसावलं.

इकडे पुणे प्रांतातून येणाऱ्या बातम्या काही चांगल्या नव्हत्या. माधवरावांचा आजार बळावत चालला होता. राघोबादादांच्या कारवायांना ऊत आला होता. या घटनेनं अहिल्या खिन्न होत असे. आपल्याच म्हणवणाऱ्या माणसांनी असा विश्वासघातकीपणा केला, की काय वेदना होतात हे ती स्वतः अनुभवत होती. अहिल्येनं तुकोजींना खर्चाची रक्कम पाठवणं बंद केल्यावर तुकोजींनी होळकरांच्या परगण्यातली अठरा गावं खासगीकडे जमा केली. या सर्व गावांचा मिळून एक वेगळा परगणा झाला. तुकोजींची ही खेळी अहिल्येच्या लक्षात आली. जी गावं खासगीकडं गेली, ती रखमाबाईंच्या, तुकोजींच्या पत्नीच्या नावावर जमा झाली. अहिल्या त्यात

काहीही फेरफार करू शकत नव्हती. अहिल्या सगळ्या राज्याचा न्यायनिवाडा करत होती. तंटे-बखेडे सोडवत होती. पण हा घरचा तंटा, घरातल्या माणसांनी निर्माण केलेला बखेडा तिला सोडवता येत नव्हता. माधवराव किती अगतिक झाले असतील आणि त्यांना किती क्लेश झाले असतील याची अनुभूती ती घेत होती. 'देव न करो आणि कुटुंबातल्या या कलहात माधवराव पेशव्यांसारख्या उमद्या राज्यकर्त्याला काही होवो!' अहिल्या रोज देवाजवळ प्रार्थना करत होती. राज्याचा कारभार सुरळीत चालला होता. पण तरीही कुणीतरी, कधीतरी अहिल्येच्या राजवटीविरुद्ध तक्रार करणारे होतेच. त्यात बडवानीच्या राणाजींनी पेशवे सरकारकडे होळकरांविरुद्ध तक्रार केली. होळकरांनी या राणाजींकडचा सेंधवे, नागलवाडी आणि इतर भाग केव्हाच आपल्या ताब्यात घेतला होता. आता राणाजींचे हत्तीही त्यांनी बळकावून आणले होते. या गोष्टीमुळे राणाजी अपमानित झाले होते. कारण होळकर हे एके काळचे त्यांचे चाकर होते, असं ते म्हणत होते. पण होळकर किती बलाढ्य आहेत आणि त्यांचे पेशवे दरबारी त्यांचे किती वजन आहे हेही ते जाणून होते. म्हणून त्यांनी या प्रकरणात नरमाईची भूमिका घेऊन पेशव्यांना पत्र लिहिलं की, 'जी दोन खेडी पेशवे आम्हास देतील, ती खाऊन आम्ही राहू!' म्हणजे त्या दोन खेड्यांच्या अधिकाराची शाश्वती बडवानीच्या राणाजींना हवी होती. हे कळल्यावर अहिल्येला चिंता वाटली. मागे कधीतरी होळकरांनी राणाजींची खेडी बळकावली असतीलही. पण तिला आठवत होतं तेव्हापासून सेंधवा, नागलवाडी हे होळकरांचेच होते. हा प्रदेश होळकरांनी बळकावलेला नव्हता. तिनं तसं पत्र पुण्याला पाठवलं.

माधवराव राज्यकर्ते म्हणून कामकाज बघत होतेच. त्यांची कर्तव्यनिष्ठा त्यांच्या दुखण्यावर मात करत होती. त्यामुळं या प्रकरणाचा निकाल लगेचच लागेल हे अहिल्या जाणून होती. खरोखरच त्याप्रमाणं पुणे दरबारानं बडवानी राज्य कोणाच्या कक्षेत येतं इथपासून शोध सुरू केला. अहिल्येनं पुणे प्रतिनिधी म्हणून नेमलेले विठ्ठल गणेश होळकरांच्या वतीनं काम पाहत होते. सखाराम बापूंनी होळकरांपासूनचे कागदपत्र विठ्ठल गणेशांना दिले. त्यात असा उल्लेख सापडला की, बडवानी पूर्वी पेशव्यांच्या आधिपत्याखाली होते. पण अलीकडे खरगोण इत्यादी प्रांत होळकरांना दिल्यावर बडवानी त्यात गृहीत धरले गेले. म्हणजे सेंधवे, नागलवाडी होळकरांनी बळकावलेली नव्हती. ती खरगोणबरोबर त्यांच्या ताब्यात आपोआप आली होती. सखाराम बापू आणि होळकरांचे पुणे प्रतिनिधी गोपाळशास्त्री आपल्या स्वार्थाचा विचार करून विठ्ठल गणेशांची समजूत घालू लागले. पण विठ्ठल गणेश बधले नाहीत. त्यांनी वस्तुस्थिती होळकर दरबारी कळवली. अहिल्येचं

समाधान झालं. बडवानीच्या राणाजींचा परस्पर न्याय झाला आणि राणाजींनी अहिल्येचा दरारा ओळखला. त्यांच्या परगण्यात आनंद सिंग प्रभू आणि खुमानसिंग फंदफितुरी करत होते. राणाजींनी केलेल्या खोट्या तक्रारींचा राग अहिल्येच्या मनात होताच. तिनं त्यांना आवरही घातला नाही. शेवटी पुणे दरबारातून पत्र आलं आणि होळकरांची यंत्रणा कामाला लागली. पुणे पत्रातला नेटका आणि नेमका मजकूर वाचून अहिल्या थक्क झाली. आजारी पेशव्यांच्या जागरूकतेचं तिला कौतुक वाटलं. आनंदसिंग आणि त्याचा मुलगा उमेदसिंग यांचा बंदोबस्त झाला. एक प्रकरण निपटल्याचं अहिल्येला समाधान वाटलं. आणखी एका गोष्टीचं समाधान तिला वाटलं, की पुणे दरबारचंही तिच्या राज्यकारभाराकडे लक्ष होतं. आपण ज्या धन्याची चाकरी करतो, त्याचं आपल्या चाकरावर चांगल्या-वाईट गोष्टींसाठी लक्ष असणं हेच तर सजग आणि सावध धनीपणाचं लक्षण आहे. आणि माधवराव तसे होते हे निर्विवाद होतंच. पण मराठ्यांचं आणि पेशवाईचं दुर्दैव असं, की माधवरावांच्या दुखण्यावर उतार पडत नव्हता.

अखेर एके दिवशी वार्ता आली. सगळ्या मराठी राज्याला हादरवून सोडणारी वार्ता. १८ नोव्हेंबर १७७२ला थेऊर इथं माधवराव पेशव्यांचं निधन झालं. रमाबाई सती गेल्या. अहिल्येला आपलं जवळचं कोणीतरी गेल्याचं दुःख झालं. कारण माधवराव पेशवे हा पेशवाईतला तळपणारा सूर्य होता आणि आता सूर्य मावळला होता. माधवरावांचे दिवस-वार चाललेले असताना राघोबादादा आणि आनंदीबाई यांच्या काहीतरी मसलती चाललेल्या होत्या. पण नाना फडणवीस, हरिपंत फडके, त्र्यंबकराव पेठे हे राघोबादादांना मोठेपणा देत 'तुम्ही आता वडील आहात, तुम्हीच नारायणरावांना सांभाळायचं आहे' असं सांगून त्यांना सबुरीनं घ्यायला भाग पाडत होते. माधवरावांचे दिवस झाले आणि राघोबादादांसह नारायणराव पेशवाईची वस्त्रं घ्यायला सातार्‍याला रवाना झाले. नारायणराव पेशवेपदी आरूढ झाले. दुःख मागं टाकून पेशवाईचा कारभार पुन्हा सुरू झाला. आपसांतले मतभेद तसेच ठेवून शिंदे, होळकर, बिनीवाले यांनी आपापल्या फौजा घेऊन मोहिमा सुरू केल्या. पण पेशवाईवरचं संकट अद्याप संपलं नव्हतं. गादीवर बसल्यावर आठ महिन्यांतच नारायणराव पेशवे यांचा शनिवारवाड्यात खून झाला आणि अवघी पेशवाई हादरली. राज्यकर्त्याचा त्याच्या राहत्या वाड्यात वध? हिंदुस्थानभर पसरलेले पेशव्यांचे सरदार पाय मागे घेऊन पुण्यात परतले. नारायणरावांच्या खुनाच्या कटात राघोबादादांचा हात होता अशी वदंता होती आणि या कारस्थानामागे आनंदीबाई होत्या असंही लोक म्हणत होते. हे सगळं अहिल्येच्या बुद्धीपलीकडचं होतं. रयतेच्या आनंदानं आनंदी

होणारी, रयतेच्या दुःखानं दुःखी होणारी अहिल्या आनंदीबाईंनी केलेल्या सख्ख्या पुतण्याच्या वधाच्या कारस्थानानं हादरली. स्तिमित झाली. माणूस एवढ्या थराला जाऊ शकतो? तिचं पापभीरू मन कळवळलं, घाबरलं.

नारायणरावांच्या खुनानंतर राघोबादादांनी स्वतः पेशवेपद घेतलं. स्वतःची पेशवे म्हणून दवंडी फिरवली. पण नाना फडणवीसांसारखे निष्ठावंत गप्प बसले नव्हते. नारायणरावांच्या मृत्यूचे वेळी नारायणरावांच्या पत्नी गंगाबाई गर्भवती होत्या. नाना फडणवीसांनी पेशव्यांशी एकनिष्ठ असलेल्या बारा लोकांना एकत्र करून बारभाईची स्थापना केली. राघोबादादांचं पेशवेपद चारपाच महिने टिकलं. नाना फडणवीसांनी गंगाबाईंची पेशवे म्हणून द्वाही फिरवली. एका स्त्रीचं नाव पेशवेपदी जाहीर होण्याची ही पहिलीच वेळ होती. पण नानांनी हे धाडस केलं. कदाचित अहिल्याबाई या होळकरांची एवढी विस्तृत आणि समृद्ध जहागिरी एक हाती सांभाळू शकतात, तर आपला सगळ्यांचा पाठिंबा आणि साहाय्य असताना गंगाबाई का नाही, असं वाटून त्यांनी गंगाबाईंच्या नावे पेशवाईची वस्त्रं आणवली असावीत अशी लोकांच्यात चर्चा होती. पण अहिल्येला एक वेगळंच समाधान वाटत होतं. ते म्हणजे नाना फडणवीसांनी बारभाईची स्थापना केली. त्यात सगळे पेशव्यांचे निष्ठावंत घेतले. त्यात स्वतः नाना फडणवीस, सखारामबापू बोकील, मोरोबा फडणीस, त्रिंबकमामा पेठे, हरिपंत फडके यांच्याबरोबरच मराठ्यांचे सरदार बाबूजी नाईक, मालोजी घोरपडे, मल्हारराव रास्ते, भवानराव प्रतिनिधी, महादजी शिंदे, फलटणकर आणि तुकोजी होळकर हेसुद्धा होते. नानांनी होळकरांचा प्रतिनिधी त्यात घेऊन होळकरांच्या स्वामिनिष्ठेवर एक प्रकारे शिक्कामोर्तब केलं होतं. पेशवेपदाशी असलेलं होळकरांचं ईमान जाणलं होतं, मानलं होतं. त्याची बूज राखली होती. या धामधुमीच्या काळातसुद्धा ही गोष्ट अहिल्येला समाधान देऊन गेली.

१४

गंगाबाई प्रसूत होऊन त्यांना मुलगा झाला. सगळ्या पेशवे प्रांतात आनंदीआनंद पसरला. राघोबादादांबद्दल कुणाचंच मत चांगलं नव्हतं. त्या बाळाचं नाव माधवराव ठेवलं. सवाई माधवराव म्हणून त्यांचा उल्लेख आहे. ते सव्वा महिन्याचे झाल्यावर साताऱ्याहून त्यांच्या नावाची पेशवेपदाची वस्त्रं आणून नानांनी त्यांच्या नावाची द्वाही सर्वत्र फिरवली आणि त्यांच्या नावानं बारभाईंचा कारभार सुरू झाला. पुण्यात हे सगळं भलं-बुरं घडत असतानाच अहिल्येला मात्र तुकोजींच्या त्रासाला तोंड द्यावं लागत होतं. होळकरांची दौलत वाढवण्याऐवजी ते खासगीकडेच दौलत वाढवायच्या नादात होते. आपल्याला आता तुकोजी जड व्हायला लागलेत हे अहिल्येच्या लक्षात यायला लागलं होतं. पण त्यांना अटकाव कसा करावा हे तिला उमगत नव्हतं. त्यातच तुकोजींचं अहिल्येशी वागणं अगदी अदबीचं, एखाद्या आज्ञाधारक मुलासारखं. एखाद्या मोहिमेसंबंधी अत्यंत अदबशीर भाषेत पत्र पाठवून ते अहिल्येची आज्ञा घ्यायचे. त्या मोहिमेतून काय आणि किती वसूली होईल याचा लेखाजोखा मांडून प्रत्यक्षात मात्र त्या मोहिमेच्या लुटीतला बराचसा पैसा खासगीत जमा करायचे. बारभाईंत त्यांचं नाव आल्यापासून तर त्यांचा पुंडावा वाढला होता. होळकरांना आपल्याशिवाय कोणी वारस नाही हे ते जाणून होते. त्यांच्या या दांडगाईला कसा आवर घालावा हेच अहिल्येला सुचत नव्हतं. आता अहिल्येचं सगळं लक्ष मुक्ताईचा मुलगा, अहिल्येचा नातू धोंडिबा याच्यावर केंद्रित झालं. मल्हाररावांचा तो थेट वारस होता. त्यांच्या नातीचा मुलगा. याच विचारानं आणि मुक्ताईच्या सुचवण्यावरून अहिल्येनं एक निर्णय घेतला.

दरबारी रिवाजाप्रमाणं एक दिवस मुक्ताईनं अहिल्येला पत्र लिहिलं. त्या पत्रात तिनं माहेरवशाची मागणी केली. त्यात तिनं 'आम्ही तुमचे पोटी जन्म घेतला आहे, तुमच्याकडे बहुत गावांची पाटीलकीची वृत्ती आहे. आम्हांस एखाद्या गावाच्या पाटीलकीची वृत्ती देणे' अशी मागणी केली. तिची मागणी रास्त होती. तरीही

अहिल्येनं हे पत्र दरबारासमोर सादर केलं. ती विचार करत होती, की मुक्ताबाईला कोणती गावं आंदण म्हणून द्यावीत, पण तिनं सर्वानुमते निर्णय घ्यायचं ठरवलं. एके दिवशी अहिल्येनं दरबारातलं महत्त्वाचं कामकाज झाल्यावर कारभारी मंडळींसमोर मुक्ताईचं हे पत्र ठेवलं. दरबारातल्या कारभाऱ्यांना हे योग्यच वाटत होतं. सर्वानुमते मुक्ताईला चांदवड परगण्यातल्या निफाड कसब्याची मुकादमी आंदण म्हणून द्यावी असं ठरलं. कारभारी मंडळींनाही ते पटलं. लेकीला गावं आंदण देण्याचा थोरामोठ्यांच्या घरचा रिवाजच होता. अहिल्येला समाधान वाटलं. लेकीवर तिची माया होतीच. तिला असं कायमस्वरूपी आपल्याला काहीतरी देता आलं याचा अहिल्येला आनंद झाला. तुकोजींच्या कारवायांना नजरेआड ठेवत तिनं आपला मुलकी कारभार चोख ठेवला. अनेक लहानमोठे खटले, अनेक लहानमोठी प्रकरणं, मग ती पेशव्यांची असोत, तुकोजींची असोत, गोविंदराव बुळेंसारख्या जहागिरदारांची असोत किंवा हुजुरातीच्या पागेत चाकरी करणाऱ्या कल्लू चाकराची असोत, कोणावरही अन्याय होऊ द्यायचा नाही, कोणाचं नुकसान होऊ द्यायचं नाही, शक्यतो तंटे-बखेडे सामोपचारानं मिटवायचे याकडे अहिल्येचा कल असे. निरनिराळ्या कामांवर नेमण्यासाठी चांगली, निष्ठावान, इमानी आणि कुशल माणसं ती सतत शोधत असे. तिची पारखी नजर अशा माणसांचा शोध घेऊन त्यांना राज्याच्या कारभारात आणत असे. त्यांच्या कुशल कारागिरीचा योग्य मोबदला देत असे. मग त्यात चांगले कीर्तनकार असत, विहिरी खोदण्यासाठी पाणी नेमकं कुठे लागेल हे अचूक सांगणारे असत, सदावर्त चालवण्यासाठी लागणारा योग्य माणूस असे किंवा होळकरांशी एकनिष्ठ राहून त्यांना कल्याणकारी ठरेल अशी धारणा असणारा प्रतिनिधी असे.

अहिल्या रत्नपारखी होतीच, पण तिची नजर समोरच्यातले कलागुण बरोबर हेरायची. एके दिवशी कल्हण म्हणून एक विणकर अहिल्येला भेटायला आला. अहिल्या त्या वेळी दरबारातला काही न्यायनिवाडा करत होती. दारावरच्या पहारेकऱ्यांनी कल्हणला आत आणून सोडले. अहिल्येला मुजरा करून कल्हण म्हणाला, "बाईसाहेब, मी कल्हण! एक विणकर आहे. इथलाच माहेश्वरातला. मी एक वस्त्र विणलंय. त्याचा पोत एकदम तलम आहे आणि ते विणत असताना मैंने बुनने के साथ ही कशिदाकारी भी की है। बाईसाहेब, यह वस्त्र मैं आप को दिखाना चाहता हूँ!" त्या विणकराचं ते बोलणं ऐकून अहिल्येला उत्सुकता वाटली. तिनं होकारार्थी मान हलवल्यावर पांढऱ्याशुभ्र कापडात गुंडाळलेली एक तलम पोताची घडी, केसरिया रंगाची त्या विणकरानं अत्यंत अलगद उचलली आणि तितक्याच

अलगदपणे ती सेवकानं आणलेल्या तबकात ठेवली. सेवकानं ते तबक अहिल्येसमोर ठेवलं. अहिल्येनं तबकातलं ते वस्त्र उचललं आणि ती स्तिमित झाली. अत्यंत तलम आणि आरसपानी वाटणारं असं ते वस्त्र होतं. विणकरानं पराकोटीच्या कौशल्यानं ते विणलं होतं. त्याच्या तलम पोतावर अहिल्येची नजर ठरेना. तिचा चेहरा आनंदानं आणि आश्चर्यानं स्तिमित झाला. अत्यंत प्रसन्न झाला. तिनं सेवकाला ते तबक भरून चांदीच्या मोहोरा आणायला सांगितल्या. त्या तबक भरून मोहोरा त्या विणकराला देत अहिल्या म्हणाली, ''कल्हण, तुमच्या कारागिरीची कमाल आहे. आम्ही तुमच्या कारागिरीवर खूपच प्रसन्न आहोत. कल्हण, अशाच तलम पोताचं लुगडं तुम्ही बनवू शकाल काय? दरबारातून तुम्हाला लागेल ती मदत मिळेल. तुम्ही असं लुगडं बनवा, जे माहेश्वरी लुगडं म्हणून सगळ्या भारतभर प्रसिद्ध होईल. माहेश्वरचं नाव जसं होळकरांच्या सुभेदारीमुळं इतिहासात अमर राहील, तसंच हे माहेश्वरी वस्त्र माहेश्वरी लुगडं म्हणून इतिहासात सोन्याचं पान बनून राहील.'' अहिल्येनं त्या विणकराचा सन्मान केला. तो विणकरही अत्यंत आनंदानं परतला, ते माहेश्वरी लुगडी बनवायची आणि तीही तलम पोताची, असा निश्चय करूनच. हा निर्णय घेणाऱ्या अहिल्येच्या तोंडातून जणू भविष्यातला वस्त्रप्रावरणाचा संकेतच उमटला होता.

अर्थात कोणताही निर्णय संपूर्ण माहिती करून घेतल्याशिवाय अहिल्या घेत नसे. यासाठी लागेल ते ज्ञानही मिळवण्याची तिची खटपट असायची. तिचं स्वतःचं असं एक ग्रंथदालन तिनं बनवलं होतं. त्यात चित्रषष्ठीमीमांसा, मुहूर्त चिंतामणी, कान्यकुब्ज माहात्म्य, गीत गोविंद - सटीक पत्रे, श्रीधरी अध्याय १८ असे अनेक ग्रंथ होते. वेळोवेळी या ग्रंथांचं वाचन वाड्यावर बसून ब्राह्मण करीत असत. अहिल्या ते ऐकायला बसे. त्यातले अर्थ विचारून त्यातलं ज्ञान माहीत करून घेत असे. त्यामुळे माहेश्वरात मल्हारभट मुळ्ये, जानोबा पुराणिक, रामचंद्र रानडे, काशीनाथ शास्त्री, मनोहर बर्वे, बलरामजी, गणेशभट्ट, त्र्यंबकभट्ट, महंत सुजानगिरी गोसावी, गोविंदराम पांडे, दाजी रघुनाथ अशा पंडितांची सतत ये-जा असे. परमेश्वर चिंतन, प्रजाहितरक्षण आणि संस्कृती संवर्धन अशा अनेक प्रांतांत अहिल्या आपला ठसा उमटवत होती. एकीकडं तुकोजींच्या कारवायांना तोंड देणं, दुसरीकडं पेशवे दरबारची नाराजी होऊ नये म्हणून पेशवे दरबाराशी ईमान बाळगून तिथल्या हालचालींचा मागोवा घेणं, त्याचबरोबर ठिकठिकाणी, अगदी पशुपतिनाथ नेपाळपासून दक्षिणेत रामेश्वरपर्यंतच्या देवस्थानांच्या ठिकाणी भक्तीनं जाणाऱ्या प्रजेच्या सुखाची, सोयीची कामं करणं - मग त्यात घाट, रस्ते, विहिरी, पाणपोया, धर्मशाळा, स्त्रियांसाठी खास आडोसे, जनावरांच्या चारापाण्याची ठिकठिकाणी केलेली व्यवस्था, शिवाय मंदिरांचं

बांधकाम, जुन्या मंदिरांचा जीर्णोद्धार, मंदिरांतल्या पूजेची, प्रसादाची कायमस्वरूपी व्यवस्था, तिथल्या पुजाऱ्यांना कायमस्वरूपी उदरनिर्वाहाचे साधन अशा एक ना दोन, अनेक गोष्टी तिनं केल्या. अहिल्येच्या चोख मुलकी कारभारासोबतच तिच्या कीर्तीचा, कर्तृत्वाचा वृक्ष असा चोहोबाजूंनी बहरत होता. अहिल्येच्या कानांवर अशी आख्यायिका आली की, शंकराचार्य जेव्हा महिष्मतीला आले, तेव्हा त्यांनी नदीवर पाणी भरणाऱ्या स्त्रियांना मंडन मिश्र कुठे राहतात असं विचारलं. त्या इतिहासाची स्मृती जपत अहिल्येनं नर्मदेवर तिथं घाट बांधला. तिनं पेशवे घाटही बांधला. एकाच वेळी इतिहासाची सांस्कृतिक जपणूक आणि धन्यांशी ईमान या दोन्ही गोष्टी समान पातळीवर सांभाळणारी अशी ती राज्यकर्ती होती.

फार दिवसांपासून अहिल्येची इच्छा होती, की जिथं भरताची आणि श्रीरामाची वनवासाला जाण्यापूर्वीची भेट झाली, त्या चित्रकूट पर्वतावर श्रीरामाचं एक देखणं मंदिर बांधावं. राज्यकारभार चोखपणे बघत असतानाच अहिल्येचं या मंदिराच्या बांधकामाकडंही लक्ष होतं. आता ते बांधकाम पूर्ण झालं होतं. सुनेल गावचा श्रेष्ठ मूर्तिकार खंडो अनंत यांनी बनवलेल्या श्रीरामाच्या देखण्या मूर्ती आणण्यासाठी सरकारी माणूस म्हणून आनंदराव यादव यांना पाठवण्यात आलं. अहिल्येच्या एका उत्कट इच्छेला मूर्त स्वरूप आलं होतं. मुलकी कारभाराच्या यशाबरोबरच या गोष्टीचं समाधान अहिल्येला फार मोलाचं होतं. राज्यकर्ती म्हणून ती यशस्वी होतच होती. पेशवे दरबारातही तिला मान होता. इतर मराठे सरदारही हे ओळखून होते; त्यामुळं तेही फारसा उपद्रव देत नसत. अहिल्येनं आपले वकील निरनिराळ्या राज्यात ठेवले होते. जसे खंडो जगदेवराव - अयोध्या, भगवंतराव जगताप - उदेपूर, बापूजी आनंदराव - कोटा, यमाजी मोरेश्वर - ग्वाल्हेर, मार्तंडराव आप्पाजी - जयपूर, व्यंकोजी शिवाजी - डुंगरपूर, बहादूरसिंग - दिल्ली, देवळे - प्रतापगड - विनायक सदाशिव, व्यंकोजी कृष्णराव - नागपूर, आप्पाजी जखदेव - पुणे, जिवाजी गिरमाजी - भोपाळ, मनोहर खंडेराव - लखनौ, माधवराव लक्ष्मण - हैद्राबाद. जवळपासच्या सगळ्या राज्यांत आपले वकील नेमून त्या राज्यातल्या राजकीय घडामोडींचा अभ्यास ती करत असे. हे वकील म्हणजे जणू अहिल्येचे नाक, कान आणि डोळे होते. निष्ठावंतांना अहिल्या फार मानत असे. त्यांची, त्यांच्या परिवारांची बूज राखत असे. गोविंदपंत गानू म्हणून अहिल्येचे सुरुवातीपासूनचे कारभारी होते. अतिशय सूज्ञ, निष्ठावान, होळकरांशी ईमान राखलेला, वेळ पडली तर अत्यंत अदबशीर शब्दांत अहिल्येच्या चुका दाखवून देणारा असा हा माणूस. त्यांनी आठ-दहा वर्षं ईमानानं केलेली चाकरी बघून अहिल्येनं त्यांना कायमच्या

उपजीविकेसाठी सावेर प्रांतातील बांगरदा गावाच्या उत्पन्नाची सनद त्यांच्या नावे करून दिली. या गावचे इनामदारीचे अधिकार सोडून बाकी सर्व अधिकार त्यांना देऊ केले. गोविंदपंत गानू भरून पावले.

या दरम्यान अहिल्येची लेक मुक्ताई हिच्या मुलाचे, धोंडिबांचे लागोपाठ दोन विवाह झाले. ते आठ वर्षांचे असताना त्यांचा पहिला विवाह अहिल्येच्या बंधूंच्या नातीशी झाला, तर चार वर्षांनी दुसरा विवाह माहेश्वरात झाला. मुक्ताई समंजस होती. अहिल्येच्या राज्यकारभारात ढवळाढवळ न करता ती माहेश्वरच्या वाड्यातली, मंदिरातली व्यवस्था पाहत असे. तिचे पती, यशवंतराव फणसे माहेश्वरच्या कारभारात किरकोळ हस्तक्षेप करीत, पण अहिल्येला त्यांचा कधी त्रास झाला नाही. आपल्या लेकीचा फुलत जाणारा संसार बघून अहिल्येला समाधान वाटलं. तुकोजींचा उपद्रव चालूच होता. पण काही प्रकरणं हाताळताना ते अहिल्येचा विचार घेत. असंच एक प्रकरण इंदूरमध्ये घडलं. माणिकचंद वाणी ओसवाल याच्या मुलीचा साखरपुडा नाथू वाणी याच्यासोबत झाला होता. पण नाथू वाणीला पित्रस नावाचा असाध्य रोग झाला असल्याचे समजले. त्या वेळी तुकोजींनी अहिल्येचा सल्ला घेऊन सरकार दरबारी आलेलं हे प्रकरण मिटवलं. नाथू वाण्यानं केलेला सगळा खर्च वधुपित्यानं त्याला परत द्यावा आणि हे लग्न मोडलं असं समजावं असा आदेश देणाऱ्या पत्रासोबतच त्या मुलीचा दुसरीकडे विवाह लावून द्यावा असाही आदेश तुकोजींनी दिला. असा पुरोगामी विचार करणारे तुकोजी अहिल्येच्या तालमीतच तर तयार झाले होते. अहिल्या नुसतीच श्रद्धाळू नव्हती, तर समाजधारणेच्या पुढे जाऊन विचार करणारी होती. अहिल्येचं जनकल्याणाचं कार्य अशा सगळ्या माध्यमांतून चालूच होतं. तिच्या मनात अनेक संकल्पना होत्या आणि त्या तिला साकार करायच्या होत्या. त्यात कलकत्ता ते काशी चांगला रस्ता तयार करायचा होता. गंगेचं पाणी रामेश्वरपर्यंत पोहोचवायचं होतं. रामेश्वरला मोठं अन्नछत्र उभं करायचं होतं. सोमनाथच्या मंदिरात देवतांची पुनःस्थापना करायची होती. या संकल्पना प्रत्यक्षात उतरवण्याची जिद्द तर तिच्यात होतीच. पेशव्यांशी एकनिष्ठ राहून, तुकोजींचा पुंडावा आणि ते निर्माण करत असलेला गृहकलह निभावून नेत अहिल्या आपलं काम नेटानं करत होती. तिच्या कीर्तीचा मानस्तंभ दिवसेंदिवस अधिकच उंचावत होता.

आणि हे बघून एकीकडे तिच्या कीर्तीची असूया वाटणाऱ्या आणि पेशवाईतून बेदखल झालेल्या, गर्भवती असलेल्या आनंदीबाई मात्र मनाशी काही मनसुबे रचत होत्या. दरम्यान राघोबादादा पुण्यातून आनंदीबाईंसह बाहेर पडले. इंग्रजांशी हातमिळवणी करून ते मुंबईला गेले. जाता जाता त्यांनी धारच्या किल्ल्यावर

आनंदीबाईंना सोडले. धारपासून माहेश्वर अगदी जवळ असूनही राघोबादादा माहेश्वरला गेले नाहीत. ते परस्पर निघून गेले हे अहिल्येला खटकले, पण ती गप्प राहिली. मात्र धारच्या किल्ल्यावर सुरक्षित असलेल्या आनंदीबाई गप्प राहिल्या नव्हत्या. १० जानेवारी १७७५ला त्यांची प्रसूती होऊन त्यांना मुलगा झाला. हाच दुसरा बाजीराव. आनंदीबाईंसंबंधीच्या लहानमोठ्या वार्ता माहेश्वरला पोहोचत होत्या. अहिल्या यावर लक्ष ठेवून होती, तर अहिल्येच्या संबंधातल्या सगळ्या बारीकसारीक घटनांवर आनंदीबाईंचं लक्ष होतं. अहिल्येचं वय आणि कर्तृत्व यांमुळं आनंदीबाई दबून होत्या; तर आनंदीबाई या पेशवे घराण्यातल्या म्हणून अहिल्या मनात आदर बाळगून होती. आपल्याला मुलगा झाला, एवढ्या जवळ असूनही अहिल्याबाईंनी त्याची दखल घेतली नाही म्हणून आनंदीबाई नाराज होत्या. पण अहिल्येनं कोणतीच प्रतिक्रिया दर्शवली नाही. वर्ष उलटून गेलं आणि आनंदीबाईंनी फौजेच्या मदतीनं भोवतालच्या भेलसा इत्यादी भागांत दंगे सुरू केले. लुटालूट, जाळपोळ सुरू केली, अशी वार्ता धारहून आली. बारभाईपर्यंत ही वार्ता पोहोचताच विसाजीपंत आठवले आणि ओढेकर यांनी ते दंगे मोडून काढून धारच्या किल्ल्याला वेढा घातला. अहिल्येला ही वार्ता समजली, पण ती शांत राहिली.

आनंदीबाईंनी चार महिने दाद दिली नाही, पण किल्ल्यातली रसद संपल्याने त्या ओढेकरांच्या स्वाधीन झाल्या. पण इथून निसटायचा मार्ग त्या शोधत होत्याच. एक तर पुण्याला जावं लागणार होतं, पण तिथं नाना फडणवीस होते. दुसरा मार्ग शेजारच्याच माहेश्वरात आश्रय घेणं. आनंदीबाईंनी तेच करायचं ठरवलं. त्यांनी ओढेकरांसमोर पर्याय ठेवले. पुणे किंवा माहेश्वर. पुण्यात लहानगा सवाई माधवराव होता. आनंदीबाई त्याला अपाय करतील या भीतीनं ओढेकरांनी आनंदीबाईंना धारच्या जवळ असलेल्या मंडलेश्वरला ठेवलं. खंडेराव पवारांचं आधिपत्य होतं तिथं, पण आनंदीबाईंना ना पवारांचा भरोसा वाटत होता, ना इंग्रजांचा. अशा वेळी सत्ताधारी अहिल्याबाईंच्या आश्रयाला जावं असं आनंदीबाईंनी ठरवलं आणि त्याप्रमाणं त्यांनी अहिल्येला पत्र पाठवलं. अहिल्या विचारात पडली. आनंदीबाईंना मदत करावी, तर पेशव्यांशी बेईमानी केल्यासारखं होईल; आणि मदत नाकारावी, तर शरण आलेल्याला अभय देण्याच्या आपल्या तत्त्वाला मूठमाती दिल्यासारखं होईल. अहिल्येची हुशारी, धोरणीपणा, मुत्सद्दीपणा यांची ही कसोटी होती. अहिल्येनं विचार केला आणि आनंदीबाईंना उत्तर पाठवलं; पण त्या उत्तरात जशी पेशव्यांशी असलेली निष्ठा होती, तसंच आनंदीबाईंना प्रेमानं निमंत्रणही होतं. अहिल्येनं लिहिलं, 'आम्ही पेशव्यांचे चाकर, त्यांचे उपकार विसरणार नाही. आम्ही वडील भावजय.

तुम्ही धाकटी नणंद. आपली साडी-चोळी माहेश्वरी दरबारी येऊन घेऊन जावी.' हुशार आनंदीबाईंनी त्यातलं आमंत्रणही ओळखलं आणि चतुराईही. पण आनंदीबाई अडचणीत होत्या. निदान या पत्राधारे मंडलेश्वराहून बाहेर तरी पडता येणार होतं. पवारांच्या पहाऱ्यातून बाहेर जाऊन कोणाशी तरी संपर्क करता आला असता. त्यांनी पुण्याहून परवानगी मागितली. नाना फडणवीसांचा अहिल्येच्या निष्ठेवर आणि बुद्धिचातुर्यावर विश्वास होता. त्यांनी परवानगीचं पत्र पाठवलं. एक मुक्काम आनंदीबाईंचा इंदूरला होणार होता. अहिल्येनं इंदूरच्या कमाविसदाराला तातडीनं पत्र पाठवून आदेश दिला, त्याचबरोबर इंदूरच्या खंडो बाबूरावला संदेश पाठवला, 'खंडो बाबूराव यांनी सतत आनंदीबाई यांच्या सेवेत असावे. त्यांना हवे-नको सर्व पाहावे. काहीही उणे पडू देऊ नये. आटा शिधा, शाकभाजी, पानपत्रावळ, गवत, लाकडे जेवढी पाहिजे तेवढी देणे. थोडे स्वार सैन्य त्या मागतीलच. सरदारीच्या इतमामाचे तेवढेच गरजेचे स्वार द्यावेत. अधिक नाहीत. त्यांनी अधिक स्वार मागितल्यास त्यांना समजावून सांगावे. या भागात रांगड्यांचा उपद्रव अधिक आहे. आमचे सैन्य हे जागच्या जागी नसल्यास रांगडे लगेच दंगा करतात.' इथे अहिल्येनं हे प्रकरण अत्यंत धोरणीपणानं हाताळलं. आनंदीबाईंना लष्करी मदत एकीकडे नाकारली, पण ती नाकारताना पेशवे घराण्यातल्या स्त्रीचा अपमान होणार नाही याची खबरदारी घेतली. ही तिच्या धोरणीपणाची, मुत्सद्दीपणाची कमाल होती.

इंदूरला चार दिवस मुक्काम करून आनंदीबाई माहेश्वरला आल्या. दागदागिन्यांनी मढलेल्या, देखण्या आनंदीबाई माहेश्वरच्या अहिल्येच्या साध्या वाड्यात आल्या. अहिल्येनं त्यांचं यथोचित स्वागत केलं. आपल्या समोर उभी असलेली, सावळ्या रंगाची, साधी पांढरी साडी नेसलेली, अंगावर एकही दागिना नसलेली अहिल्याबाई होळकर नावाची ही स्त्री होळकरांची दौलत अशा मुत्सद्दीपणानं आणि धोरणीपणानं सांभाळते आहे, की पेशवे दरबारातही तिला विरोध करायची कुणाची हिंमत नाही, हे जर परभारे कुणी सांगितलं असतं तर आनंदीबाईंनी विश्वास ठेवलाच नसता. पण ते सत्य होतं. अहिल्येनं आनंदीबाईंना माहेरवसा केला. सन्मानानं त्यांना साडी-चोळी, सुवासिनीचं लेणं देऊन, हळदकुंकू लावून त्यांचं यथोचित माहेरपण केलं. त्यांना हवी असलेली सगळी वस्त्रं-प्रावरणं, औषधं, भांडी-कुंडी इत्यादी देऊन त्यांची मदत केली. आनंदीबाई समाधान पावल्या. परत जाताना त्या अहिल्येला म्हणाला, ''आम्ही आपल्याबद्दल बरेच ऐकून होतो. आज प्रत्यक्ष पाहणे झाले. आपली पेशव्यांसोबत असलेली निष्ठा पाहून आम्ही संतोष पावलो. पेशवे म्हणून कोणीही गादीवर बसले, तरी आपली पेशव्यांशी असलेली निष्ठा अशीच

कायम राहील असा आम्हाला विश्वास आहे!'' अहिल्येनं मान तुकवली. म्हणाली, ''पेशव्यांशी आमचे ईमान कायम राहील.'' आनंदीबाई जशा आल्या, तशा गेल्याही. पेशव्यांशी ईमान ठेवून, बारभाईनं तिच्यावर घातलेले नियम पाळून, पेशव्यांची, आनंदीबाईंची आणि होळकरांची प्रतिष्ठा सुरक्षित ठेवण्यात अहिल्येला यश आलं होतं. तिच्या मनाला समाधान वाटलं.

हे सगळं असं चालू होतं. अहिल्या सगळ्या पातळ्यांवर धोरणानं आणि मुत्सद्दीपणानं राज्यकारभार करत होती. दरम्यान तुकोजींचंही वागणं बदललं होतं. अहिल्येला ते अजिबात जुमानत नसत. परस्पर खंडणी वसूल करणं, ती सरकारात जमा न करता खासगीत वळवणं, ठिकठिकाणांहून कर्ज काढणं, खोट्या हुंड्या देणं हे तर त्यांचं चालूच होतं. पण आताशी ते परभारे मुलखाचा बंदोबस्त करत होते. हिशेब देत नव्हते. विचारलं तर उडवाउडवी करत होते. अहिल्येनं यासाठी कडक धोरण अवलंबायचं ठरवलं. ते समजताच तुकोजींनी बाळारायांना मध्यस्थीसाठी पाठवलं. पण त्यांची मध्यस्थी तुकोजींना झुकतं माप देणारी होती. बाळारायांनी बोलता बोलता महादजी शिंद्यांचा उल्लेख केला. त्यांना वाटलं महादजींचं नाव ऐकून अहिल्या दबेल. पण अहिल्या संतापली. तिनं कडक शब्दांत बाळारायांना समज दिली, ''तुम्हांस वाटत असेल, बाईस चहूकडून उपद्रव केल्यावर बाई काय करू शकणार? परंतु तुम्हासही कळले असू द्या, मी सुभेदारांची सून आहे. केवळ तुकोजीबाबाच दौलतीचे धनी आणि मी कशात काही नाही असे समजू नका. तुकोजीबाबा हे माझे हातचे कामास लावलेले आहेत. त्यांनी निमकहरामीचे फंद आम्हासी केल्यास, पुढे सुखरूप दौलत करू म्हणतील, तर त्या गोष्टी दुरापास्त आहेत. फार खराब होईल. आजकाल पाटीलबाबांचा दम तुकोजीबाबा फार राखतात. पाटीलबाबांच्या चित्तात फंद असेल तर उभयतांही फौजेसुद्धा मजवर चालून यावे. सुभेदारांचे पुण्यप्रतापे येथेही कोणी बांगड्या लेऊन बसले नाही. श्री मार्तंड समर्थ आहे. जे ईश्वर घडवील ते खरे!'' अहिल्येचे हे बोल ऐकून बाळाराया तर चिडिचूप झालेच, पण सारीच स्तब्ध झाली.

अहिल्येचा राज्यकारभार असा रोखठोक होता. सवाई माधवरावांचे लग्न ठरले. अहिल्येनं भरजरी अहेर केला, पण लग्नाला गेली नाही. तुकोजींना जायला सांगितलं. आपल्याला अगदी आयत्या वेळी निमंत्रण आलं याची खंत, याचा रुसवा तिच्या मनात होता. उंटखान्याचे अधिकारी बापूजी आनंदराव यांच्यासोबत अहेर पाठवला. मुलखी कारभारात कितीही मनस्ताप झाला, तरी सामाजिक शिष्टाचार, धर्मकार्य, दानधर्म अहिल्या विसरत नव्हती. नाना फडणवीस, महादजी शिंदे, तुकोजी होळकर, शिवाजी नारायण, शिवाजी विठ्ठल, विठ्ठल शामराज, बाळाराया, नारो

गणेश, केसोपंत, मुकुंदराव दिवाण, नारायणरावांच्या हत्येत राघोबादादांना सहभागी असलेले बर्वे, बापू होळकर, एवढेच नव्हे तर दिल्लीचा पातशाह, खंडो जगदेव, हरीपंत फडके, दादाजी गंगाधर या सर्वांशी वेगवेगळ्या प्रसंगांनी, कधी प्रत्यक्ष भेट घेऊन, कधी सांडणीस्वाराकडून पत्र पाठवून, कधी दरबारी बोलावून, कधी खलिते पाठवून, तर कधी तोंडी निरोप पाठवून, कधी मसलती, कधी खलबतं, कधी चर्चा, कधी वादविवाद, कधी भविष्यकालीन योजना, कधी घडल्या गोष्टींचा न्यायनिवाडा, कधी साखरपेरणीची भाषा, कधी कडक शब्दांत समज, कधी पेशव्यांची ग्वाही, कधी पुणे दरबारचा विश्वास, आणि या सगळ्यांसोबतच धर्मकार्यं, अनुष्ठानं, जप-जाप्य, मंदिरांचं बांधकाम, धर्मशाळा, पाणपोया, विहिरी, अन्नछत्रं, सदावर्त, पूजेची वर्षासनं, आणि या सगळ्यासोबत जहागिरीची व्यवस्था, लोकांचे न्यायनिवाडे आणि सगळ्या भारतभरातली लोककल्याणाची कामं करणारी ही अहिल्या सव्यसाची होती. तिच्या देहाचा कणन्‌कण काम करत होता. कार्यरत होता.

अहिल्येची ही कीर्ती दक्षिणेतही पोहोचली होती. दख्खनमधले प्रसिद्ध शाहीर प्रभाकर यांनी तर अहिल्येवर पोवाडा रचला होता. पण ही गोष्ट अहिल्येला आवडली नाही. तिनं ते कागद फाडून नदीत फेकून दिले. अहिल्येला भेटायला येत असता दख्खनचे दुसरे शाहीर अनंत फंदी यांना भिल्लांनी पकडलं. पण ते अहिल्येला भेटायला निघाले आहेत हे समजल्यावर त्यांना सोडून दिलं. अनंत फंदी यांची कवनं अहिल्येला आवडायची. पण इतकं शब्दसामर्थ्य असलेला कवी तमाशाची कवनं रचतो हे तिला आवडलं नाही. तिनं अनंत फंदी यांना तमाशाच्या कवनांऐवजी भजन-कीर्तन रचण्याचा सल्ला दिला. अनंत फंदींनी तो मान्य केला आणि अंमलातही आणला. भारतातल्या माळवा प्रांतातच नव्हे, तर पुणे दरबारापासून ते दख्खन प्रांतापर्यंत अहिल्येच्या कीर्तीला कशाचीच मर्यादा राहिलेली नव्हती.

पण आणखी एक दुर्दैव अहिल्येची वाट बघत होतं. तुकोजी होळकरांच्या मनस्ताप देणाऱ्या कारवायाना कंटाळून अहिल्येनं आपला नातू, मुक्ताईचा मुलगा धोंडिबा यांना दत्तक घेण्याचं ठरवलं. तशा आशयाची विनंती करणारं पत्रही तिनं पुणे दरबारी पाठवलं. या पत्रावर विचार विनिमय करून नानांनी योग्य तो निर्णय घ्यावा अशी विनंतीही तिनं या पत्रातून केली. त्याचबरोबर तुकोजींचा मुलगा मल्हारबा यालाही दौलतीचा वारस नेमावा असं तिला वाटतं होतं. पण गोष्ट अशी होती की, धोंडिबा तब्येतीनं नाजूक होता. त्याच्या तब्येतीची सतत चीरचीर चालू असे, तर तुकोजींचा मुलगा मल्हारबा गुंड प्रवृत्तीचा होता. तो कोणालाच जुमानत नसे. आपल्या चार शब्दांनी तो सुधारेल या आशेनं, रखमाबाई नको म्हणत

असतानाही अहिल्येनं त्याला माहेश्वरी आणून ठेवलं. धोंडिबा तसे समंजस होते. पण मल्हारबा मग्रूर, माहेश्वरला आल्यावर अहिल्येशी तोंडदेखलं फार चांगलं वागून ते बाहेर अधिकच पुंडावा करू लागले. होळकरांच्या जहागिरीला चांगला वारस कोण? हा प्रश्न अहिल्येला सतावायला लागला. त्यातच एक दुर्दैवी घटना घडली. एक नव्हे तर दोन.

पहिली घटना म्हणजे धोंडिबा, ज्यांच्याकडं होळकरांचा वारस म्हणून मोठ्या आशेनं अहिल्या बघत होती, ते दीर्घ आजारात मृत्यू पावले. वैद्य, हकीम, गंडे-दोरे, ताईत, जप-जाप्य, नवस-सायास कशाचाही उपयोग झाला नाही. मुक्ताई आणि यशवंतराव त्यांच्या उशापायथ्याशी रात्रंदिवस बसून राहिले होते, पण मृत्यू थांबला नाही. अहिल्येनं दानधर्माचा कळस केला. त्या सगळ्यांचा दुवा, आशीर्वाद मागितले, पण मृत्यू थांबला नाही. यशवंतराव गलितगात्र झाल्यासारखे झाले. मुक्ताई आक्रोश करू लागली. एका नांदत्याखेळत्या मातबर कुटुंबाची जणू वाताहत झाली. अहिल्या स्थिर, सुन्न नजरेनं धोंडिबांच्या कलेवराकडं बघत होती. दाही दिशांना छेदणारा, काळीज कापत जाणारा मुक्ताईचा आक्रोश अहिल्येचं हृदय पिळवटून टाकत होता. एकटक नजरेनं, थिजलेल्या नजरेनं धोंडिबांच्या कलेवराकडं बघणारी अहिल्या जणू नियतीला विचारत होती, 'अजून काय काय बघायचं लिहिलंयस आमच्या नशिबात?' आणि नियती जणू खदखदा हसली.

त्याही परिस्थितीत अहिल्येनं स्वतःला सावरलं. मुक्ताईचा टाहो तिचं काळीज चिरत होता. आता मुक्ताईला सावरायला हवं होतं आणि त्याआधी स्वतःला अहिल्येनं तेच केलं. तिनं स्वतःला सावरलं आणि मुक्ताईला जवळ घेऊन तिला धीर द्यायला लागली. माणसं पुढच्या तयारीला लागली. पण शेजारच्या दालनात एक वेगळीच हालचाल सुरू झाली. धोंडिबाच्या दोघी बायका, एक अठरा वर्षांची, दुसरी दहा वर्षांची. त्या नववधूचा शृंगार करायला लागल्या. त्या सती जाणार होत्या. अहिल्येच्या पोटात कलकललं, हृदयात गलबललं. काळीज फाटतंय की काय असं वाटायला लागलं. अजून नवरा म्हणजे काय, संसार म्हणजे काय आणि सती म्हणजे तरी काय हेही न कळण्याचं त्यांचं वय. पण कोणीच काही बोलू शकत नव्हतं. अहिल्येचे तर शब्द मुके होते आणि मुक्ताईचं भान हरपलं होतं. भल्या घरच्या, मानाच्या सुना त्या. हत्ती आणला गेला, अंबारी सजवली गेली. दोन्ही सुना अंबारीत चढल्या. धोंडिबांचं शव पुढं पालखीत होतं. मागं सतींचा हत्ती होता. महायात्रा निघाली. लोक जयजयकार करत होते. अहिल्या महायात्रेसोबत निघाली. पासष्ट वर्षांची ती होळकर राज्याची अनभिषिक्त सम्राज्ञी जनतेसोबत हत्तींच्या पायाजवळून चालत निघाली.

महायात्रा अंतिम स्थळी पोहोचली. चिता रचली होती. धोंडिबांचं शव मांडीवर घेऊन त्या दोघी सती जाण्यासाठी बसल्या. चित्तेला अग्नी दिला गेला. एक बारीकशी किंचाळी अहिल्येला ऐकू आली. खरंच आली, की तिला भास झाला? ती दहा वर्षांची पोर कदाचित किंचाळली असावी. अहिल्येचं भान हरपलं. कानांवर हात ठेवून ती मागे वळली. धडपडत चालू लागली. भोयांनी पालखी आणली. तिला बळजबरीनं पालखीत बसवलं. उत्तररात्री अहिल्या घरी परतली. पण पुढं आणखी एक आघात वाढून ठेवला होता. तुकोजींचा मोठा मुलगा काशीराव यांची पत्नी आनंदीबाई बरेच दिवस आजारीच होती. ती उपचारासाठी अहिल्येजवळ राहिली होती. धोंडिबा गेले त्याच रात्री तिचाही मृत्यू झाला. सती गेलेल्या दोन नातसुना आणि मृत्यू पावलेली ही नातसूनच. तिचेही सर्व अंत्यसंस्कार करून, स्नान करून अहिल्या आली, तेव्हा रात्र संपली होती.

सृष्टीचक्रातील रात्र संपली आहे पण आपल्या जीवनात आता रात्रीचा अंधारच आहे की काय, असा ती विचार करत होती. अंधार दाटलेल्या आपल्या मनात सूर्योदयाची आस घेऊन ती थोडा वेळ पडून राहिली. का कोण जाणे, डोळे कोरडे ठाक झाले होते. मन मात्र आतल्या आत रडत होतं. आक्रंदत होतं. आकांत करत होतं. मुक्ताईसारखा आपणही टाहो फोडावा, आक्रोश करावा असं तिला वाटत होतं. पण तिच्या भवती सेवक-सेविका उभे होते. तिची काळजी त्यांच्या चेहऱ्यावर दिसत होती. आपली, नोकरचाकरांची आई बनून काळजी घेणारी अहिल्या खचली होती हे त्यांना दिसत होतं. ते तिच्याजवळून हलायला तयार नव्हते. या राज्यकर्तीला टाहो फोडून रडायचीही मुभा नव्हती. हासुद्धा कदाचित त्या क्रूर नियतीचाच खेळ होता. अहिल्येनं डोळे मिटून घेतले. मिटल्या डोळ्यांसमोर, सरणावर चढणाऱ्या त्या कोवळ्या पोरी दिसायला लागल्या. डोळ्यांतून आता अश्रूंची धार लागली. सतत. अविरत.

●●●

१५

धों डिबांच्या मृत्यूला पंधरा दिवस होऊन गेले, पण यशवंतराव आणि मुक्ताई अजून त्यातून सावरले नव्हते. यशवंतराव तर पुन्हा उभे राहतील की नाही अशी त्यांची अवस्था झाली होती. हातातोंडाशी आलेला, वीस वर्षांचा आपला गुणी मुलगा असा मरण पावला या धक्क्यानं यशवंतरावांनी अंथरूण धरलं. मनानं खचलेल्या यशवंतरावांची प्रकृती दिवसेंदिवस ढासळत चालली. कोणत्याच औषधाचा त्यांच्यावर परिणाम होईना. अनेक वैद्य, हकीम झाले, झाडपाल्याचे वैदू झाले; पण तब्येतीला उतार पडेना. आणि धोंडिबांच्या मृत्यूनंतर वर्षानं यशवंतराव फणसेंनी अखेरचा श्वास घेतला. आपल्या डोळ्यांदेखत मुलाचा, लहान वयात झालेला मृत्यू ते सहन करू शकले नाहीत. त्यांनी हाय खाल्ली आणि बरोबर वर्षानं त्यांनी जीव सोडला. मुक्ताईवर तर आभाळच कोसळलं. वर्षभरापूर्वीच पोटचा तरुण पोर सोडून गेला होता आणि त्याच्या मरणानं हाय खाऊन पतीचंही निधन झालं होतं. मुक्ताईला हा आघात सहनच झाला नाही. धरणीवर अंग टाकून ती गडाबडा लोळून आकांत करायला लागली, तर मध्येच उठून पतीच्या कलेवरावर पडून त्याला हाका मारून, गदागदा हलवून उठवायला लागली. पण तिचे पती यशवंतराव या सगळ्या हाकांच्या पलीकडं गेले होते.

बराच वेळ मुक्ताई आकांत करत होती. दोनचार जणी तिला आवरायचा, सावरायचा प्रयत्न करत होत्या. अहिल्या तिचा एक हात आपल्या हातात घट्ट धरून बसली होती. आपल्या त्या हाताच्या स्पर्शातून अहिल्या आपल्या लेकीला जणू दिलासा द्यायचा प्रयत्न करत होती, पण तिच्या प्रयत्नांना यश येत नव्हतं. दिलासा देण्याइतकं धैर्य अहिल्याच्याच अंगात उरलं नव्हतं, तर ते मुक्ताईपर्यंत कसं पोहोचणार होतं. बऱ्याच वेळानं मुक्ताई जरा शांत झाली. आपला हात हातात धरून बसलेल्या आईकडं, अहिल्येकडं स्थिर नजरेनं पाहत ती म्हणाली, ''आईसाहेब, आम्ही ठरवलं! आम्ही सती जानार! व्हयं आईसाहेब, आम्ही आमच्या धन्यांसोबत

सती जानार. आमची सती जान्याची वेवस्था करा. आमच्यासाठी सतीची वस्त्रं मागवा. आम्ही सती जानार, आईसाहेब!" मुक्ताईचं बोलणं ऐकलं आणि अहिल्येचा चेहरा विदीर्ण झाला. डोळ्यांतून पाण्याची धार वाहतच होती, पण काळीज फुटून आता डोळ्यांतून रक्ताची धार वाहते की काय अशी तिची अवस्था झाली. "पोरी, माझं ऐक. नको जाऊ सती. अगं, धोंडिबा गेले ती नियतीची क्रूर खेळी होती. जावईबापू गेले ते प्रारब्ध होतं. पण आता तू सती गेलीस, तर तो तुझ्या आयुष्याशी खेळ ठरेल. तू गेलीस तर आम्हाला कोण? आम्ही कुणाकडं बघायचं? आम्ही कुणासाठी जगायचं? आमचं ऐक, पोरी, तू नको जाऊ सती!" अहिल्या कळवळून सांगू लागली. 'आम्ही सती जाणार' हे मुक्ताईचे शब्द तिच्या कानांत उकळत्या तेलासारखे पडले. सगळी जवळची माणसं गमावलेली अहिल्या लेकीच्या सती जाण्याच्या विचारानंच घायाळ झाली. मध्ये चारपाच वर्षांपूर्वी तिचे मोठे बंधू निवर्तले, तेव्हाही अहिल्या एवढी घायाळ झाली नव्हती. पती गेला, मुलगा गेला, पण त्यातूनही अहिल्या सावरली होती. पण आता मुक्ताई? एक तर अहिल्येचं आता वय झालं होतं आणि मुक्ताईवर तिचा फार म्हणजे फार जीव होता. लेक होती ती. आणि लेकापेक्षा लेकीवर अंमळ जीव जास्तच असतो आईबापांचा. मुक्ताई होतीच तशी गुणी. आपल्या सासरचा व्याप सांभाळून ती माहेश्वरला येऊन अहिल्येला मदत करत असे. वाड्याची, वाड्यातल्या कामकाजाची, आल्यागेल्या पै-पाहुण्यांच्या उस्तवारीची जबाबदारी घेत असे. अहिल्येलाही तिचा आधार होता. मालेरावांना जाऊन वीस वर्षं होऊन गेली होती. त्यानंतर मुक्ताईच तर होती अहिल्येच्या जीवाचा आधार; आणि आता तीच सती जाणार होती. अहिल्येला एकटीला सोडून जाणार होती, कायमची.

मुक्ताई सती जाणार ही कल्पनाच अहिल्येला सहन होत नव्हती. तिनं हरतऱ्हेनं मुक्ताईला समजावण्याचा, तिला सती जाण्यापासून परावृत्त करण्याचा प्रयत्न केला. जीव तोडून प्रयत्न केला. पण मुक्ताई आपल्या निश्चयापासून ढळली नाही, की तिनं आपला हट्ट सोडला नाही. शेवटी अहिल्येनं क्षणभर तिला आपल्या अधिकाराचीही जाणीव करून दिली. म्हणाली, "आमचा शब्द कोणी मोडत नाही. इथले भवतालचे सगळे जण माझ्या आज्ञेत आहेत. माझा काहीच अधिकार नाही का तुझ्यावर?" अहिल्येचं असं बोलणं ऐकूनही मुक्ताई आपल्या निर्णयापासून विचलित झाली नाही. उलट ती आईला म्हणाली, "आईसाहेब, आम्हाला जाऊ द्या. आमचे समदे आधार गेले. तुमच्यासाठी आम्ही थांबलोही असतो. पन उद्या तुमचंच काही बरंवाईट झालं तर? आता तुमचंबी वय झालंय. तुम्हीच आम्हाला सोडून गेलात, तर मग

तुमच्यानंतर आम्हाला कोन? आम्ही कुनाकडं बघायचं? आम्हाला सती जाऊ द्या, आईसाहेब. आम्हाला सन्मानानं पुन्य मिळवायची संधी मिळत्ये ती घेऊ द्या.'' असं बोलून मुक्ताईनं अहिल्येला सांगितलं, ''आईसाहेब, रेवाजी (हा मुलगा मुक्ताईला नर्मदेच्या काठावर सापडला होता) आम्हाला सापडला हाय. फणसे कुलाचा तोच वारस समजून आमचं संस्थान चालवावं. आणि आमचं जे उपाध्याय हायत, त्यांचीही काही सोय करावी. आता आमास्नी जाऊ द्या!'' असं सांगून मुक्ताईनं आईचा निरोप घेतला. ती सतीची वस्त्रं घालायला गेली.

अहिल्येच्या लक्षात आलं की आपलं आता काहीच चालणार नाही. आपली लेक आपल्याला कायमची दुरावणार हे सत्य आता आपण स्वीकारायला हवं हेही तिला कळून चुकलं. पण अहिल्येचं मन ते स्वीकारायला तयार नव्हतं. आपलं सत्ताधीश असणंही इथं व्यर्थ होतं, हे राज्यकर्ती अहिल्येला कळून चुकलं आणि दैवगतीपुढं आपलं काही चालणार नाही हे तिच्या लक्षात आलं. परिस्थितीला आणि दैवगतीला ती शरण गेली. भेसूर वास्तव्याला सामोरं जाण्यासाठी तिनं मनाची तयारी केली खरं, पण...

यशवंतरावांची महायात्रा निघाली. मुक्ताबाई आपल्या दोन सवतींसह सती जायला त्या महायात्रेपाठोपाठ निघाली. सतीमाता हत्तीवर बसल्या होत्या. अहिल्या हत्तीसोबत अनवाणी चालत होती. हा हत्ती आपल्याला या क्षणी पायाखाली घेईल तर बरं असं तिला वाटायला लागलं. लोक सतीमातांचा जयजयकार करत होते. चिता रचली गेली. यशवंतरावांचं शव मांडीवर घेऊन मुक्ताई आणि दोघी सवती बसल्या. अहिल्या चितेजवळ उभी होती. चितेला अग्नी दिला. मुक्ताई अग्नीच्या ज्वाळांनी वेढली गेली आणि अहिल्येच्या मनाचा ठाव सुटला. तिनं चितेकडे धाव घेतली. आकांत करून चितेच्या अगदी जवळ जाण्याचा, मुक्ताईला त्या आगीच्या ज्वाळांतून बाहेर काढण्याचा तिचा मनसुबा होता. मंत्राग्नी देणाऱ्या दोन ब्राह्मणांनी दोन्ही बाजूंनी अहिल्येचे दोन्ही हात घट्ट धरून ठेवले. तरीही हिसडे मारून त्यांच्या हातातून स्वत:ला सोडवायचा प्रयत्न अहिल्या करत होती. चितेवरून दोन किंकाळ्या ऐकू आल्या. तो... तो मुक्ताईचा आवाज... अहिल्येनं ओळखला. तिला चटके बसत असावेत. माहेरी आणि सासरीही फुलासारखी लाडाकोडात आणि कौतुकात वाढलेली मुक्ताई त्या आगीच्या ज्वाळांनी वेढली गेली. तिचा आवाज ऐकून अहिल्येचा धीर सुटला. आपले हात हिसडे मारून सोडवण्यासाठी अहिल्या थयथयाट करायला लागली. आकांत करून मुक्ताईला हाका मारायला लागली. लोकांचा जयजयकाराचा आवाज वाढला होता. शिगेला पोहोचला होता. त्या आवाजात मुक्ताईच्या किंकाळ्या

विरून गेल्या आणि अहिल्येनं मारलेल्या हाकासुद्धा. चिता धडधडून पेटली. त्या अग्नीच्या ज्वाळांचा सोनेरी प्रकाश अहिल्येच्या चेहऱ्यावर पडला. सतीमातेचा जयजयकार करणाऱ्या लोकांनी त्या सोनेरी प्रकाशात बघितलं, की एरवी शांत, निश्चयी, धीरगंभीर असणारा, होळकरांच्या प्रचंड मोठ्या दौलतीची स्वामिनी असणाऱ्या अहिल्याबाई होळकरांचा चेहरा वेडावाकडा झाला होता, भेसूर झाला होता, निस्तेज झाला होता. एक निर्जीव आणि तीन सजीव शरीरं गिळंकृत करून चिता शांत झाली होती. उरली होती राख.

उरात धगधगती चिता घेऊन अहिल्या सुन्न मनानं नर्मदेच्या काठावर बसून राहिली होती. समोर विशाल पात्रातून नर्मदा वाहत होती आणि त्याच गतीनं अहिल्येच्या डोळ्यांतून अश्रू. अहिल्येची पाण्यानं भरलेली, ओली नजर नर्मदेवर खिळली होती आणि हजार प्रश्न विचारत होती. काय नव्हतं त्या नजरेत? 'माझं काय चुकलं? काय म्हणून माझं संचित असं आहे? गतजन्मी असं कोणतं पाप माझ्या हातून घडलं होतं, की त्याची इतकी भयंकर शिक्षा मला अशी या जन्मात मिळते आहे? तू माझी सखी आहेस ना? मग माझ्या या प्रश्नांची उत्तरं मला दे. मला माहीत आहे, अनंत प्रकारची पापं, अनेक प्रकारचं संचित पोटात घेऊन तू वाहते आहेस. तुझं माझं मैत्र आहे. म्हणून मग माझंही संचित तसंच आहे का? मीसुद्धा अनंत दु:खं आणि अनेक न्याय-अन्याय पोटात घेऊन जगतेच आहे ना? मग, नर्मदे, तू मलाही तुझ्या कुशीत घे ना! तिथं तरी मला शांती मिळेल ना गं? सांग ना, नर्मदे, सांग ना. सांग गं! तुझी ही अहिल्या अशीच दु:खाच्या आगीत होरपळत राहणार का गं? सांग, सखे सांग! होळकरांच्या जहागिरीची सर्वेसर्वा असणारी, माहेश्वरची स्वामिनी असणारी ही अहिल्या अशीच शापित म्हणून जगणार आणि शापित म्हणूनच मरणार का? सांग, नर्मदे, काहीतरी सांग!'

अहिल्येचं मन एकटंच आक्रोश करत राहिलं. भवताली सगळी माणसं होती, तरीही ती एकटीच होती. नर्मदेवर स्नान करून झाल्यावर आधार देऊन अहिल्येला त्यांनी वाड्यावर आणलं. कोणीच काही बोलत नव्हतं. कोण कुणाचं सांत्वन करणार? अहिल्येच्या सुन्न अवस्थेकडं बघत सगळी हळहळत होती. गेलं होतं, या साध्वीचं सगळंच गेलं होतं. कोट्यवधींच्या जहागिरीची मालकीण असूनही तिचा पदर रिकामाच होता. या आघातातून अहिल्या सावरली असती तर तो चमत्कारच ठरला असता, पण स्वत:पेक्षा जास्त रयतेचा विचार करणारी अहिल्या होती ती. आणि आता तर लेकीचा विचार करायचा होता. तिचं पाठीमागं पोरकं झालेलं घर सावरायचं होतं. अनेकांची, अगदी नाना फडणवीस, सवाई माधवराव

पेशवे, सेनासाहेब रघोजी भोसले, तुकोजी होळकर या सगळ्यांची सांत्वनपर पत्रं आली. तुकोजींनी तर एकापाठोपाठ एक अशी तीन पत्रं पाठवली. प्रत्येक पत्रात अहिल्येविषयी चिंता, काळजी आणि माया दाखवली होती. हैद्राबाद, पुणे, जयपूर, नागपूर इथल्या वकिलांचीही पत्रं आली. अहिल्येला त्या पत्रांतले शब्द दु:खाची आठवण ताजी करून देत होते, तर तेच शब्द दु:खावर फुंकरही घालत होते.

अहिल्या थोडी सावरली. मुक्ताईच्या घराचा डोलारा सांभाळायचा होता. तिनं फणसे यांच्या घरचा कारकून बोलावला. घरातल्या, वाड्यातल्या, किल्ल्यातल्या सगळ्या चीजवस्तूंचा शोध घेतला. सोनंनाणं, चांदीची भांडीकुंडी, इतर मौल्यवान ऐवज यांच्या याद्या केल्या. रोख रक्कम पाहिली. तो सगळा ऐवज जपून ठेवला. मुक्ताबाईचं सासरही तसं संपन्न होतं. त्यातूनच तिनं मुक्ताईची छत्री आणि तिच्या नावे घाट बांधण्याचं ठरवलं. मुक्ताईला सापडलेला रेवाजी याला या सगळ्याचा वारसदार नेमला. लेकीच्या सगळ्या जहागिरीची नीट व्यवस्था लावून अहिल्या माहेश्वरी परतली. पण तिला आता कशातच काही रस वाटेना. आपण आता या सगळ्यातून मुक्त व्हावं, विरक्त व्हावं, कुठंतरी काशीसारख्या तीर्थक्षेत्री जाऊन राहावं असं तिला वाटू लागलं. रखमाबाईचा निरोप आला, 'आम्ही भेटायला येणार आहोत, दुखवट्यासाठी येत आहोत. भेटायची इच्छा आहे!' पण अहिल्येला आता तेही नकोसं वाटत होतं. दोघींचा एकमेकींवर राग होता. 'मल्हारबांना माहेश्वरी नेऊ नका, ते सुधारणार नाहीत' असं सांगूनही अहिल्येनं त्यांना माहेश्वरी नेलं आणि ते आणखी मुजोर झाले. इतके, की ते आपल्याला, सख्ख्या आईला विचारेनासे झाले, याचा राग रखमाबाईंना होता; तर धोंडिबा इतक्या तरुण वयात मृत्यू पावले तेव्हा जवळच असूनही रखमाबाई दुखवट्याला आल्या नाहीत, तेव्हा आता न आलेल्याच बऱ्या असं अहिल्येला वाटत होतं. दु:खाच्या या समुद्रातसुद्धा एक लाट कुठंतरी मानापमानाची होतीच.

लेकीच्या सती जाण्यानं खचलेली अहिल्या कामकाजाकडं बघेना. सगळे कमाविसदार, जमीनदार, वकील आणि कामकाजाचे लोक असे शे-पाचशे लोक रोज येऊन जात होते. सगळ्यांची काही ना काही कामं अडली होती. कितीही टाळायचं म्हटलं, तरी अहिल्येला ही कामं टाळता येणार नव्हती. दिवसवार झाले तरी अहिल्येनं कामकाजात लक्ष घातलं नव्हतं. मात्र लेक आणि जावयाच्या नावे जवळपास ५० हजारांपर्यंत दानधर्म केला. ब्राह्मणांना वाडे दिले, गावे ईनाम दिली, जमिनी दिल्या, रोख रकमा दिल्या. ठिकठिकाणच्या तीर्थक्षेत्रांना रकमा पाठवल्या. हे सगळं करणारी अहिल्या दरबारच्या कामकाजातून मात्र अलिप्त राहत होती. ना

कोणत्या कामाची, पत्राची दखल घेत होती, ना कुणाच्या भेटीगाठी घेत होती. सगळे हैराण झाले होते. काय करावं, कसं करावं, कामकाज कसं पुढं चालवावं, कुणालाच काही सुचत नव्हतं. मोहिमेवर गेलेले तुकोजी अजून परत येऊ शकले नव्हते. लोकांचे अर्ज, त्यांच्या विनंत्या, तक्रारी, त्यांचे आग्रह यांतलं काहीच अहिल्येच्या कानांपर्यंत पोहोचत नव्हतं.

आणि अचानक सिद्धस्वामी विद्यार्णव सरस्वती माहेश्वरात दाखल झाले. आल्याआल्या त्यांनी अहिल्येची भेट घेतली. दरबारच्या बंद कामकाजाबद्दलच्या सगळ्या गोष्टी त्यांच्या कानावर पडल्याच होत्या. त्यांना आलेलं बघून अहिल्या उठली. लांबून जमिनीवर माथा टेकवून तिनं त्यांना नमस्कार केला. स्वामी म्हणाले, 'तुमचं दुःख आम्हाला समजलं आणि समजतं आहे, पण आपण लाखोंच्या पोशिंद्या आहात. कोण्या एकाच्या मृत्यूनं आपण असं विरक्त होणं योग्य नाही. मी ऐकलं, आपण दुःखात स्वतःला बुडवून घेतलं आहे म्हणून. ते दुःख स्वाभाविक आहे. पण ते दुःख तुमचे स्वतःचे, स्वतःच्या आयुष्याशी निगडित आहे आणि त्या दुःखाशी बांधिलकी फक्त तुमची एकट्याची आहे. प्रजेची नाही. त्यांची कामं थांबून उपयोगाचे नाही. समाजाचे हे चक्र चालू राहिले पाहिजे. त्या चक्राच्या धारिणी तुम्ही आहात. हे दुःख पाठीशी बांधून तुम्हाला उभं राहिलं पाहिजे.'' स्वामी बोलत होते. खाली मान घालून अहिल्या ऐकत होती.

स्वामी चौरंगावर मृगाजिन घालून बसले होते. अहिल्या पांढऱ्या घोंगडीवर बसली होती. स्वामींचं बोलणं लक्षपूर्वक ऐकत होती. स्वामी क्षणभर बोलायचे थांबले. अहिल्येनं एकदा नजर उचलून स्वामींकडं पाहिलं. स्वामींच्या स्नेहल नजरेत तिची नजर क्षणभर मिसळली आणि त्या नजरेतल्या वात्सल्याच्या वर्षावानं, आश्वासक दिलाशानं, आश्वस्त स्नेहानं, गाढ विश्वासानं, सेवाभावी आदेशानं, निखालस कौतुकानं, आधाराच्या वचनानं जणू अहिल्या शांतवली. तिनं स्वामींना प्रश्न केला, ''स्वामीजी, एक प्रश्न मनाला सतावतोय. अनुमती असेल तर विचारू?'' त्या तशाही परिस्थितीत अहिल्येच्या स्वरात उमटलेल्या अदबशीरतेचं स्वामींना कौतुक वाटलं. त्यांच्या डोळ्यांतही ते उमटलं. ''विचार!'' त्यांनी अनुमती देताच अहिल्येनं डोईवरचा पदर सावरला आणि खाली मान घालून म्हणाली, ''स्वामी, माझे पती जेव्हा मृत्यू पावले, तेव्हा मलाही प्रथेप्रमाणं सती जायचं होतं. मलाही सतीचं पुण्य मिळवायचं होतं, पण मामंजींनी थांबवलं आणि मी सती गेले नाही. पण, स्वामीजी, तेव्हा मी सती गेले असते, तर आत्ता माझ्या वाट्याला जे दुःखाचे, जवळच्या माणसांचे मृत्यू बघण्याचे जे भोग वाट्याला आले आहेत, ते तरी चुकले असते.

मीच नसते, मीच मेले असते, तर मागे काही का होईना, मला बघावं लागलं नसतं, मला भोगावं लागलं नसतं. राहून राहून मला सारखं असं वाटत राहतंय!'' अहिल्येनं कित्येक दिवसांपासून लागलेला मनातला सल बोलून दाखवला. स्वामीजींनी नकारार्थी मान हलवली. ''नाही, पोरी! चुकीचा विचार करते आहेस तू. चुकीची खंत मनाशी बाळगून बसली आहेस. एक गोष्ट लक्षात घे. सती जाणं हे तुझं प्राक्तन नव्हतंच. आप्तस्वकीयांचे मृत्यू सहन करत का होईना, पण लोककल्याणाचं कार्य करणं हेच तुझं प्राक्तन होतं. हीच तुझी दैवगती होती. तुझ्या सासऱ्यांच्या तोंडून त्या वेळी नियतीनंच जणू तो आदेश दिला होता. पोरी, तुझा जन्मच जर लोककल्याणासाठी झाला आहे, तर ते कार्य तुला पूर्ण करावंच लागेल. अगं, ज्ञानेश्वर माउलीनंही आईवडील गेले म्हणून स्वत:ही देहत्याग केला असता, तर जगाचं कल्याण करणारं कार्य त्यांच्या हातून घडलं असतं? जिजाऊनं असा सती जाण्याचा विचार केला असता, तर शिवबाच्या हातून हे स्वराज्य उभं राहिलं असतं? पोरी, आता स्वत:च्या दु:खातून बाहेर ये आणि जे कार्य तुझ्या प्रारब्धानं तुला नेमून दिलं आहे, त्याच्याकडे लक्ष दे!'' एवढं बोलून स्वामी उठले. अहिल्येनं पुन्हा जमिनीवर डोकं टेकवून त्यांना नमस्कार केला. ''कल्याणमस्तु!'' स्वामींनी आशीर्वाद दिला आणि ते निघाले. ते जाताना अहिल्येनं स्वत: त्यांचा आदरसत्कार केला. स्वामी गेले आणि दुसऱ्या दिवशीपासून मन घट्ट करून अहिल्येनं दरबारच्या कामकाजाला सुरुवात केली. अहिल्येनं कामकाजात लक्ष घातलं आणि दु:ख कमी व्हायला लागलं. पंधरा-वीस दिवस सगळीकडंच दुर्लक्ष झालं होतं. मनातला दु:खाचा सल एका कोपऱ्यात सरकवून अहिल्या कामाला लागली. दौलतीचा कारभार नीटनेटका पाहणं हा तिचा स्थायीभाव झाला होता. श्वासोच्छ्‌वास जितक्या सहजतेनं घ्यावा, तितक्या सहजतेनं अहिल्या पुन्हा कामकाजात शिरली.

थकलेल्या मनाला आणि शरीराला उभारी देत अहिल्या कामकाजात शिरली खरं, पण भोवतालची सगळी परिस्थिती निराशाजनकच होती. तुकोजींचा पैशाचा परस्पर कारभार चालूच होता. अहिल्येनं तुकोजींना दिलेली पन्नास हजारांची हुंडी त्यांनी दीवाण पाराजीपंतांना न दाखवता परभारेच वटवली. अहिल्येनं संतापून काशीरावांना पत्र पाठवलं. काशीरावांनी ते तुकोजींना कळवलं. अहिल्येनं देवळे संस्थानच्या कमाविसदाराला हिशेब घेऊन ताबडतोब बोलावलं. याच दरम्यान आणखी एक वाईट घटना घडली. महादजी शिंदे यांचे एकनिष्ठ आणि जिवाभावाचे दोस्त, शिंदे-होळकर दोन्ही घराण्यांचे हितचिंतक राणेखानभाई यांचा मृत्यू झाला. पानिपतच्या युद्धात पाय तुटलेल्या महादजींना घोड्यावर घालून सुखरूप आणणारे हे

राणेखानभाई. होळकरांशीही त्यांचं मित्रत्वाचं नातं. त्यांच्या मृत्यूनं अहिल्येला चटका बसला. त्यातच तुकोजी आणि मल्हारबा यांच्या कारवायांनी शिंदे-होळकरांच्यातली दरी वाढायची चिन्हं असताना राणेखानभाईंचा मृत्यू व्हावा? अहिल्येला हा दुष्ट, दैवी संकेतच वाटला. महादजींबद्दल आदर बाळगणारी अहिल्या कधीकधी दौलतीचा विचार करून त्यांच्या विरोधात स्वत:ही पाऊल उचलत असे. जांभेच्या घाटाबाबत असंच झालं. तो घाट होळकरांच्या राज्यात धरला जाई. तिथून ये-जा करणाऱ्याला हशील (कर) भरावा लागे. शिंद्यांच्या माणसांनी एकदा हशील दिला नाही. अहिल्येनं त्यांना पुढे जाऊ न देण्याचा हुकूम दिला. शिंद्यांनी तिथे दुसरा घाट रस्ता बांधून तिथून ये-जा सुरू केली. पानीचा घाट हे त्याचे नाव. हीच गोष्ट नेमावर महालाच्या बाबतीत घडली. पंचमहाल परगण्यातली, सत्वास किल्ल्याची पडझड होऊन उजाड झालेली जागा म्हणजे लुटारूंसाठी मोक्याचं ठिकाण होतं. अहिल्येनं तिथं सुधारणा करून ठाणं बसवलं. पण त्या परगण्याची व्यवस्था शिंदे-होळकर दोघांकडे होती. शिंद्यांनीही तिथं ठाणं बसवायचा विचार केला. पण अहिल्येनं तिथं सुधारणा केलेला खर्च मागितला. त्याला शिंद्यांनी नकार देताच तिथं त्यांचं ठाणं अहिल्येनं वसवू दिलं नाही. पण या बारीकसारीक घटनांमुळं शिंदे-होळकरांमधलं वैर वाढत होतं.

सवाई माधवराव अठरा वर्षांचे झाले. महादजी त्यांना भेटायला गेले, पण माहेश्वर वाटेत लागूनही ते तिथे थांबले नाहीत. अहिल्येला हे खटकलं. पण दोन पावलं मागं येऊन तिनं नारो विश्वनाथ यांना महादजींकडं पाठवलं. पण त्यांची भेट घेऊनही महादजींनी त्यांच्याकडे दुर्लक्ष केलं. जांभेच्या घाटातल्या हशिलाचं आणि सत्वास किल्ल्याच्या ठाणं उभारण्याच्या प्रकरणाचं हे प्रत्युत्तर आहे हे अहिल्येनं ओळखलं. पुण्याकडे जाताना मात्र महादजींनी आपल्या हत्ती-घोडे या सगळ्या लवाजम्यासकट जाऊन जांभेच्या घाटातलं होळकरांचं ठाणं खाली करायला लावलं आणि आपल्या ताब्यात घेतलं. पण लगेच त्या बदल्यात चांगला हशील मिळणारं दुसरं स्थळ होळकरांच्या नावे करून तसं पत्रही दिलं. महादजींनी होळकरांचं नुकसान होऊ दिलं नव्हतं, पण त्यांनी जे केलं त्यामुळं अहिल्येचा प्रचंड अपमान झाला होता. मनाच्या सलणाऱ्या अवस्थेत या अपमानाची भर पडली आणि अहिल्या प्रचंड संतापली.

महादजी पुण्यात पोहोचले. दिल्लीच्या पातशाहनं दिलेल्या सनदा पेशव्यांनी मोठ्या समारंभानं स्वीकाराव्यात (त्याला फर्मान बाडी असं म्हणतात) असं महादजींचं म्हणणं होतं. पण तसं स्वीकारणं म्हणजे पातशाहीची चाकरी स्वीकारली असं होईल, असं पेशव्यांना वाटू लागलं. अहिल्येचंही असंच मत होतं. तिनंही पत्र

पाठवून पेशवे दरबारी आपलं मत कळवलं. मनातलं दुःख बाजूला सारून आपलं लक्ष आणि आपण चौफेर पेरलेली माणसं यांच्या मदतीनं अहिल्येनं असं कामकाज पुन्हा सुरू केलंच. एकीकडं रयतेच्या कल्याणाची कामं सुरू होती. दुसरीकडं तुकोजी, मल्हारबा यांच्या उपद्रवाला तोंड देणं चालूच होतं. पेशवे दरबारालाही काहीकाही घटनांत ती पत्रव्यवहारांतून सल्ले देत होती. तरीही तुकोजींचा खर्च आणि मल्हारबांच्या कारवाया, त्यांचा पुंडावा, त्यांची गुंडगिरी, लुटालूट, त्यामुळं होळकरांची होणारी अप्रतिष्ठा याला कसा आळा घालावा हे मात्र तिला उमगत नव्हतं. अर्थात तुकोजीही मल्हारबांच्या या गुंडगिरीला वैतागले होते. ते सतत अहिल्येला पत्र पाठवून त्याबद्दल सांगत असत. त्यांना माहेश्वरी बोलावण्याबद्दल सांगत असे. अहिल्येपुढचा हा पेच सुटत नव्हता. एवढी दुःखं पचवून पुन्हा दौलतीच्या कारभाराकडं वळलेल्या अहिल्येला दिलासा मात्र कुठंच मिळत नव्हता. शिंद्यांची एकदा जिरवायची ही खुमखुमी, तुकोजी, मल्हारबा आणि यशवंतराव (तुकोजींचा दासीपुत्र) यांच्यात पेटत होती. तर पुणे दरबार कीर्तन, पूजा-अर्चा, नाच-गाणी, तमाशा, सण-समारंभ, उत्सव यांत मग्न होता. श्रीमंतीचा बहर सर्वत्र पसरला होता. पण कर्तृत्व, पराक्रम, विद्याव्यासंग, कर्तव्यं, जनकल्याण, राज्यविस्तार, शत्रूचे पारिपत्य हा विचार ना कुणाला सुचत होता, ना कुणी तो करताना दिसत होते. मराठेशाहीचे पराक्रमी बुरूज श्रीमंतीच्या चैन-विलासात ढासळताना बघून अहिल्येला मात्र अतीव दुःख होत होतं. तरीही अहिल्या मात्र होळकरांची जहागिरी अधिकाधिक सुरक्षित करण्याचाच विचार करत होती. एकीकडे मनात विरक्तीची भावना उद्भवत असतानाच दुसरीकडे नव्या शस्त्रास्त्रांची खरेदी करण्याचे मनसुबे रचत होती. मिस्टर वाईड या ब्रिटिश माणसाशी यासंबंधी तिनं पत्रव्यवहारही केला आहे आणि त्याला बंदुका खरेदीसाठी पैसेही दिले आहेत.

पण ज्या होळकरांच्या जहागिरीसाठी अहिल्या हे सगळं करत होती, ती जहागिरी मात्र विनाशाच्या वाटेनं जाताना तिला दिसत होती आणि 'राज्य कोणासाठी? धर्मासाठी - रयतेसाठी' हे समीकरण मनाशी पक्कं ठरवून आत्तापर्यंत राज्यकारभार करणाऱ्या अहिल्येला होळकरांच्या राज्याचं हे अधःपतन अत्यंत क्लेशदायी ठरत होतं. तुकोजी आणि त्यांची मुलं सगळी व्यसनी, बदफैली होती. त्यांना दूरदृष्टी तर नव्हतीच, पण सारासार विचारही नव्हता.

आणि याच अविचारानं शिंद्यांची मस्ती जिरवायची असा विचार करून या तिघांनी लाखेरीजवळ शिंद्यांशी उघड लढाई केली. ही वार्ता समजली आणि पेशवाईचा अंत जवळ आला या जाणिवेनं नाना फडणवीसांसारखा सूज्ञ माणूस

मटकन खालीच बसला. या लढाईत दोन्ही बाजूंचे सेनापती फ्रेंच होते. होळकरांचा सेनापती ड्यूड्रनेक होता तर शिंद्यांचा डी. बॉयन. या लढाईत होळकरांच्या सैन्याचा प्रचंड पराभव झाला. शिंदे विजयी झाले. महादजी पुण्यात होते. त्यांना या विजयाची वार्ता कळली. आपल्या अनुपस्थितीतही आपल्या सैन्यानं विजय मिळवला याचं त्यांना समाधान वाटलं, पण आनंद झाला नाही. विजयाच्या तोफा उडवू नयेत असा त्यांनी आदेश पाठवला. घरातच संघर्ष पेटला होता. त्यात आपण विजय मिळवला असला, तरी खूप काहीतरी अगदी काळजाजवळचं काहीतरी गमावलंय ही भावना महादजींची होती.

विजयाच्या तोफा उडाल्या नाहीत, त्या अर्थी हीच भावना महादजींची असणार हे अहिल्येलाही उमगलं; पण आपल्या हतबलतेचाही तिला राग आला. मनात असूनही हा संघर्ष ती थांबवू शकत नव्हती. पराभवाच्या रागात तुकोजींनी उज्जैन नगर जाळून टाकलं. शिंदे-होळकरांच्यात मध्यस्थी करणाऱ्या नारो गणेश यांना ठार मारलं. या प्रत्येक घटनेचे अहिल्येच्या मनावर, काळजावर खोल खोल ओरखडे उमटत गेले. यांतला प्रत्येक ओरखडा अहिल्येला जखमी करत होता, रक्तबंबाळ करत होता. 'केवळ रयतेच्या कल्याणाचा विचार करून आत्तापर्यंत आपण केलेलं राजकारण चुकीचं होतं का? आपण आपला स्वार्थ कधीच बघितला नाही, पेशवेंना धनी मानलं, त्यात आपलं काय चुकलं? आपण रयतेच्या कल्याणाची चिंता वाहत गेलो. लोकांची सोय करून त्यांचे आशीर्वाद घेत गेलो, गाठीशी पुण्य जमा करत गेलो यातच आपल्या आणि रयतेच्या कल्याणाचा विचार होता, ते आपलं चुकलं का?' घायाळ झालेली अहिल्या जखमी मनानं, चिंध्या झालेल्या हृदयानं विचार करत होती. 'आपली सगळी जवळची माणसं मृत्यूनं ओढून नेली. मग आपणच का मागे राहिलो? आपण पापी होतो म्हणून? आपल्याला न्यायला मृत्यूदेखील कचरला म्हणून? आपल्यालाच आपल्या सगळ्या माणसांचे मृत्यू दाखवायचे होते म्हणून? त्या सगळ्यांपेक्षा आपल्याला जास्त आयुष्य लाभलं; पण का? कशासाठी? नियतीनं असा कोणता डाव साधला आपल्याला मागं ठेवून?' विचार करून करून अहिल्येचा मेंदू फुटायची वेळ आली.

या आणि अशा अनेक प्रश्नांचं वादळ तिच्या मनात घोंघावत होतं! आणि ती अधिकच घायाळ होत होती. ना याची उत्तरं तिच्याकडं होती, ना ते प्रश्न विचारण्यासारखं कुणी उरलं होतं. सगळ्यात वाईट म्हणजे 'आपण जिवंत का राहिलो?' हा प्रश्न तिला जास्त छळत होता. सिद्धस्वामी विद्यार्णव सरस्वती यांनी केलेला उपदेश, दिलेली सांत्वना ही तात्पुरती ठरली होती. आपल्या या अशा जिवंत

राहण्याचं कारण काय या एका प्रश्नानं अहिल्येची झोप उडवली होती. रात्ररात्र तिचा डोळ्याला डोळा लागत नव्हता. दिवस कसातरी जात होता. अर्थात, तोही फारसा आनंद द्यायचा नाहीच. पण तरीही या ना त्या कारणानं, कोणी ना कोणी अवतीभवती असायचं, काहीतरी विचारायचं, तेवढा वेळ का होईना पण अहिल्येनं मन त्यात गुंतायचं. पण खरा प्रश्न होता रात्रीचा.

रात्र झाली की सगळा वाडा चिडीचूप व्हायचा. सेवक दालनातले पलिते, पणत्या लावून जायचे, पण तो प्रकाशही अहिल्येला भेसूर वाटायचा. त्या एवढ्या मोठ्या महालात ती मग भुतासारखी एकटीच वावरायची. कधीकधी आपल्या खोलीत घोंगडीवर पडून राहायची. कधीकधी सगळ्या दालनांतून भिरीभिरी फिरायची. कधी सेवकांना ओरडून हाका मारायची. कधी ते आसपास वावरत असले, तर त्यांना पिटाळून लावायची. मनातल्या या भळभळणाऱ्या जखमा घेऊन वावरणाऱ्या या अहिल्येला आधार कुणाचा? या प्रश्नाचं उत्तर त्या महालाच्या कोपऱ्याकोपऱ्यात शोधत असताना आपल्या खोलीच्या गवाक्षातून अहिल्येची नजर बाहेर पडली. आणि समोर दिसली अथांग नर्मदा. नर्मदेच्या नुसत्या दर्शनानंच अहिल्येच्या मनावरचं ओझं काहीसं कमी झालं आणि तिला वाटलं, 'मिळालं, आपल्या प्रश्नाचं उत्तर मिळालं.' अहिल्या समजली. आता ही नर्मदाच आपला आधार आहे, मनाचा आणि शरीराचासुद्धा. काहीतरी उत्तर गवसल्याच्या आनंदात अहिल्या झोपी गेली.

१६

दुसरे दिवसाच्या दुपारपर्यंत ती काही ना काही कामात होती. रेवाजीकडून काही पत्रं घेऊन जासूद आला होता. मुक्ताईच्या जहागिरीसंबंधात आणि तिला माहेरवसा म्हणून दिलेल्या गावांच्या संदर्भात रेवाजीला काहीतरी माहिती हवी होती. दफ्तरी जाऊन अहिल्येनं ते सगळे कागदपत्रं काढायला लावले. कारकुनांकडून त्यांच्या नीट नकला करवून घेतल्या. जासूदाचं जेवणखाण, त्याच्या घोड्याचं चंदापाणी झाल्यावर त्या नकला त्या जासूदाच्या हातात सोपवून, त्या रेवाजीकडे नीट देण्याची आणि त्याकडून परत पोच आणण्याची त्याला इशारावजा सूचना देऊन अहिल्या त्या कामातून रिकामी झाली, तेव्हा दुपारचे चार वाजले होते. सेविकेकडून दूध मागवून, ते पिऊन अहिल्या महालाच्या बाहेर पडली. तिच्या पाठोपाठ तिचे दोन सेवक - सूर्याजी आणि किसन धावले. माथ्यावर ऊन अजूनही तळपत होतं. सूर्याजीनं तिच्या माथ्यावर छत्री धरली. अहिल्येनं एकवार डोळे उचलून त्याच्याकडं पाहिलं. सूर्याजी खाली मान घालून उभा होता. ''फक्त घाटापर्यंत ये!'' अहिल्येनं त्याला सांगितलं. 'जी' म्हणत सूर्याजीनं मान तुकवली. शंभरएक पावलं चालून गेल्यावर घाट लागला. अहिल्या तिथं थांबली. मागं वळून तिनं सूर्याजीला आणि किसनला 'आता तुम्ही जा' असं सांगितलं. ते दोघे मुजरा करून परतले. त्यांच्याकडं एक कटाक्ष टाकून अहिल्या वळली. नर्मदेला सामोरी झाली आणि तिनं समोर नजर टाकली.

समोरच नर्मदेचं विस्तीर्ण पात्र पसरलेलं होतं. दोन्ही तीरांना स्पर्श करत दुथडी भरून नर्मदा वाहत होती. तिच्या वाहण्यातही एक प्रकारचा संथपणा होता, समजूतदारपणा होता. सामंजस्य होतं, समाधान होतं. काळसर रंगाचं नर्मदेचं पाणी श्रीकृष्णाची आठवण करून देत होतं. पलीकडच्या तीरावर दाट झाडी होती. त्या संथ पाण्यात मध्येच एखादी हालचाल होई. एखादी मासोळी सुळकन उडी मारत असावी. अहिल्या बांधीव घाटावरून चालत आली. तिनंच तर बांधला होता तो सुंदर

घाट. बांधीव पायऱ्यांनी देखणा झालेला. पायऱ्यांच्या वरच्या बाजूला गुळगुळीत फरशी होती. तिथंच एका बाजूला अहिल्येनं बांधलेली मल्हाररावांची छत्री होती. अहिल्या त्या छत्रीजवळ जाऊन उभी राहिली. तिला मल्हाररावांची आठवण झाली. तिच्या पित्यानं, माणकोजीनं तिला फक्त जन्म दिला होता; पण तिला पित्याच्या मायेनं आणि सजग शिक्षकाच्या वात्सल्यानं घडवलं होतं मल्हाररावांनीच. अहिल्या क्षणभर त्या छत्रीखाली विसावली. क्षणभर तिला भरूनही आलं. तिला वाटलं, अशा आपल्या आत्ताच्या मन:स्थितीत मल्हारराव पाठीशी हवे होते. मनानं कोसळलेली अहिल्या असा आधार शोधत होती.

सूर्य मावळतीला आला. नर्मदेच्या पाण्याचा रंग आता बदलला. हेच तर नर्मदेचं वैशिष्ट्य होतं. दिवसा नितळ दिसणारी नर्मदा, सूर्य मावळतीकडं सरकायला लागला की काळसर दिसायची आणि सूर्य मावळताना तिचं पाणी सोनेरी रंग धारण करायचं. मावळणाऱ्या सूर्याची केशरी किरणं नर्मदेच्या पाण्यावर पसरली आणि नर्मदा एखाद्या नववधूसारखी नटली. तिचं ते सोनेरी रूप बघून अहिल्येला आपलं लग्न आठवलं आणि त्याचबरोबर आठवलं नर्मदेचं झालेलं पहिलं दर्शन. नर्मदा पहिल्यांदा दिसली तो दिवस आजही अहिल्येच्या लक्षात होता. कारण तिच्या त्या पहिल्याच दर्शनानं अहिल्या मंत्रमुग्ध झाली होती. आणि त्या एका क्षणानं नर्मदा जणू तिची सखी बनली होती. अहिल्येला आठवलं.

तिचा साखरपुडा इंदूरला व्हायचा होता. त्यासाठी अहिल्या, तिच्या घरची आणि गावातली काही प्रतिष्ठित असे इंदूरला जायला निघाले. बीड, औरंगाबाद, धुळे मार्गे ते मध्य प्रदेशात पोहोचले, आणि माहेश्वरला भेटली नर्मदा. नर्मदेच्या त्या पहिल्या दर्शनानं अहिल्या स्तिमित झाली. दिङ्मूढ झाली. केवढं विशाल पात्र होतं नर्मदेचं! चौंढीजवळून वाहणाऱ्या सीना नदीच्या शंभर पट मोठं होतं. समुद्रासारखं तरी कसं म्हणावं? अहिल्येनं समुद्र तरी कुठं पाहिला होता तोपर्यंत! म्हणूनच नर्मदेचं ते विशाल पात्र बघून अहिल्या मंत्रमुग्ध झाली. तिची नजर हलेचना तिथून. माहेश्वर मागं पडलं तरी नर्मदेचं ते विशाल पात्र, ते संथ गतीनं पण गती दाखवत वाहणारं पाणी, नजरेनंच समजणारी त्या पाण्याची सखोलता, अथांगता हे सगळं अहिल्येच्या नजरेसमोरून जाईनाच. साखरपुडा झाल्यावर आपल्या सुनेला आपला वाडा दाखवणाऱ्या गौतमाबाईंनासुद्धा तिनं हळूच विचारलं होतं, ''हितनं नर्मदा नदी किती लांब हाये?'' आणि तिची उत्सुकता बघून गौतमाबाईंनी हसतच उत्तर दिलं होतं, ''असंल शंभर कोसांवर!'' मग अहिल्या थोडीशी हिरमुसली होती. नर्मदेनं पहिल्याच दर्शनात तिच्या मनात स्थान मिळवलं होतं, एखाद्या सखीसारखं! अशी

सखी की तिला आपलं मनीचं सगळं सांगावं. अशी सखी जिच्याजवळ मन मोकळं करावं. अशी सखी जिच्याशी हितगुज करावं.

मग अहिल्येला आठवला तो लग्नातला प्रसंग. चौंढी गावात अहिल्येचं लग्न लागलं. श्रीमंत बाजीराव पेशवे जातीनं उपस्थित होते. अहिल्या आणि खंडेराव पाया पडण्यासाठी त्यांच्यासमोर वाकले, तेव्हा दोघांना उठवून त्यांनी जवळ घेतलं. त्यांना आशीर्वाद दिला. खंडेरावांना तलवार आणि अहिल्येला रत्नजडित कट्यार दिली. कट्यार बघून छोट्या अहिल्येच्या चेहऱ्यावर किंचित नापसंती उमटली. श्रीमंतांनी ती अचूक ओळखली. म्हणाले, ''का हो सूनबाई? कट्यार आवडली नाही का? दुसरं काही हवंय का? काही हवं असेल तर निःसंकोच मागा!'' श्रीमंतांच्या स्वरातून माया ओसंडत होती. अहिल्या क्षणभर कावरीबावरी झाली. 'असं कसं आपन सांगायचं?' तिनं क्षणभर इकडंतिकडं बघितलं. आसपास उभ्या असलेल्या सगळ्यांच्या नजरेत कौतुक होतं आणि उत्सुकतासुद्धा. अहिल्येनं धाडस एकवटलं आणि म्हणाली, ''कट्यार आवडली, पन त्यापरीस मला नर्मदा आवडली. आम्ही इंदूरला आलो, की आमास्नी नर्मदा बघायची हाय! ती दाखवाल? साखरसाडीला जाताना आम्ही नर्मदा बघितली व्हती. तेव्हाच आमचं तिच्याशी मैत्र जडलं व्हतं!'' अहिल्येनं धाडस करून सांगितलं.

श्रीमंतांना फार कौतुक वाटलं. तिचं नर्मदेबद्दलचं प्रेम बघून तर वाटलंच, पण तिनं 'मैत्र' हा शब्द वापरला म्हणूनही वाटलं. त्यांनी ते बोलूनही दाखवलं. पण त्याआधी ते म्हणाले, ''वाह! सूनबाई, शाबासकी तुम्हाला. मल्हारराव, लग्नानंतर आमच्या सूनबाईंना 'नर्मदा' दाखवण्याची जबाबदारी आधी तुमची आणि मग खंडेरावांची. माणकोजी, तुमच्या लेकीनं 'मैत्र' शब्द वापरला. हुशार आहेत. पण हा शब्द त्यांना कसा ठावा?'' श्रीमंतांनी उत्सुकतेनं विचारलं. ''जी, रोज मंदिरात ज्ञानेश्वरी वाचली जातीय! अहिल्याबी ऐकायला बसतीया. त्यातला ऐकल्याला हाय!'' माणकोजींनी सविस्तर उत्तर दिलं. आणि अहिल्येला आठवलं, 'त्या वेळेपासून नर्मदेशी मैत्र जडलं, ते आजतागायत!' समोर नर्मदा संथ वाहत होती आणि अहिल्येच्या मनात मात्र आठवणींचं तुफान उठलं होतं.

लग्नानंतर अहिल्या इंदूरला आली आणि तिचं नर्मदाप्रेम लक्षात ठेवून प्रत्येक महिन्यातून एक दिवस मल्हारराव खंडेरावांसोबत तिला नर्मदादर्शनासाठी पाठवत असत. लहान असताना पालखीतून आणि जरा मोठी झाल्यावर अहिल्या आणि खंडेराव घोड्यावरून नर्मदेपर्यंत जाऊन येत. सोबत चाकर असतच. कधीकधी नसत. कधीकधी दोघंच आपापल्या घोड्यावर स्वार होऊन नर्मदादर्शन करून येत.

किती छान होते ते दिवस! नर्मदेच्या तीरावर उभं राहून अहिल्या तासन्तास नर्मदेकडं पाहत असे, तर तिच्या चेहऱ्यावरचे भाव वाचत खंडेराव अहिल्येकडं पाहत असत. कधीकधी ते तिला विचारत, ''काय बघता एवढं? काय बघता त्या पाण्यात इतकं टक लावून?'' त्यांना अहिल्या हसून उत्तर देई, ''मी निस्तं पान्यात बघत न्हाई. ही नर्मदा माझी मैत्रीन हाय! मी तिच्याशी बोलते, पर मनातल्या मनात! आनि ते पानी निस्तं पानी न्हाई; त्यातून तिची माज्यावरची माया वाहताना दिसती मला. मग मी तिच्याशी बोलत बसते. माज्या मनातलं तिला सांगत ऱ्हाते!'' अहिल्येच्या या उत्तरावर खंडेरावांचा चेहरा प्रश्नार्थक होई. पण अहिल्येचं तिकडं लक्षच नसायचं. नर्मदेच्या त्या संथ वाहणाऱ्या पाण्याकडं ती एकटक, अगदी जराही नजर न हटवता ती बघत असे. पुढे अहिल्येला दिवस राहिले आणि घोड्यावरची ही नर्मदासैर बंद झाली. पुढे मालेरावांचा जन्म, त्यांचं लालनपालन, मग मुक्ताईचा जन्म, तिचं लालनपालन आणि त्यानंतर अहिल्येवर होत गेलेले आघात.

पण नंतर मात्र देवदर्शनाच्या निमित्तानं, यात्रेच्या निमित्तानं, लोककल्याणाच्या कामाच्या देखरेखीच्या निमित्तानं, या ना त्या कारणानं अहिल्या नर्मदेला भेटायला येई. आली की अशीच तासन्तास तिच्या तीरावर बसून राही. तिच्याशी हितगुज करत राही. आपल्यावर झालेले आघात तिला सांगत राही. खंडेरावांच्या मृत्यूनंतर मल्हाररावांनी तिला सती जाण्यापासून थांबवलं; पण खंडेरावांसोबत इतर स्त्रिया सती गेल्याचा तिच्या मनावर झालेला आघात फार मोठा होता. फार खोल होता. त्यांचे दिवसकार्य संपल्यावर, युद्धाचा रागरंग ओसरल्यावर अहिल्येची मन:स्थिती ओळखून मल्हाररावांनी तिला दोन मुलांसह ओंकारेश्वरला पाठवलं होतं. आणि इतके दिवस सगळ्यांना आधार देताना स्वत:चा आवरून धरलेला हुंदका अहिल्येनं नर्मदेजवळ मोकळा केला होता. तिथं नर्मदेच्या तीरावर तिनं टाहो फोडला होता. धाय मोकलून ती तिथं रडली होती. सोबत असलेले सेवक दोन्ही मुलांना सांभाळत होते. आणि अहिल्या नर्मदेच्या काठावर बसून मोठ्यांदा रडत होती. इथं ती ना कुणाची सून होती, ना कुणाची आई, ना कुणा सुभेदाराची पत्नी होती, ना रयतेची राणी. इथं ती होती फक्त अहिल्या. आणि एखाद्या मैत्रिणीच्या गळ्यात पडून रडावं, तशी अहिल्या नर्मदेच्या काठावर बसून रडत होती. मोकळी होत होती. मनातले कढ रिते होत होते. त्यानंतर पाठोपाठ झालेल्या प्रत्येक आघातानंतर अहिल्या नर्मदेच्या तीरावर येत होती. मनातल्या आंदोलनाला वाट करून देत होती. आक्रंदत होती. भावनांचा कल्लोळ नर्मदेसमोर उलगडत होती. आणि सरतेशेवटी याच ओढीनं अहिल्येनं आपलं निवासाचं ठिकाण म्हणून, होळकरांच्या जहागिरीच्या राजधानीचं

ठिकाण म्हणून माहेश्वरची निवड केली. नर्मदातीरावरचा वाडा तिचं निवासस्थान बनला. आता गवाक्षातूनही नर्मदा दिसत होती. आपल्या दालनात बसून तिच्याशी संवाद साधता येत होता.

केवळ याच कारणानं प्रत्येक वेळी अहिल्या स्वत:ला सावरू शकत होती. मनावरचा प्रत्येक आघात ती नर्मदेजवळ बोलून दाखवायची. मग तो मालेरावांचा भयानक मृत्यू असू दे, त्यांच्या पत्नींचं, अहिल्येच्या सुनांचं सती जाणं असू दे, त्यानंतरचा धोंडिबांचा मृत्यू असू दे, त्यांच्या कोवळ्या वयाच्या पत्नींचं सती जाणं, त्यांच्या किंकाळ्या असू देत, पुत्रवियोगानं झालेला यशवंतरावांचा, अहिल्येच्या जावयांचा मृत्यू असू दे किंवा अहिल्येचं काळीज चिरत गेलेलं मुक्ताईचं, अहिल्येच्या लाडक्या लेकीचं यशवंतरावांसोबत सती जाणं असू दे, यांतल्या प्रत्येक आघाताला, मनावर झालेल्या प्रत्येक जखमेला ही नर्मदा साक्षीदार होती आणि अहिल्येच्या आक्रंदणाऱ्या मनाची, दु:खाच्या अतिरेकाची, अहिल्येच्या घायाळ अवस्थेची भागीदारही तीच तर होती. प्रत्येक आघातानंतरचे अहिल्येचे घळघळा वाहणारे अश्रू नर्मदेतच तर मिसळत होते. आणि ते अश्रू पोटात घेऊन, आपल्या वाहण्यातून अहिल्येवरची माया दाखवत नर्मदा संथ गतीनं वाहत होती, सर्वसाक्षीच होती ती. तिच्याच तर आधारावर, लोककल्याणाची चिंता वाहत, तिचाच आदर्श नजरेसमोर ठेवून अहिल्या पुन:पुन्हा प्रत्येक आघातानंतर उभी राहत होती. पुन्हा काम करायला सिद्ध होत होती. दोघी जणी सारख्याच होत्या. फरक फक्त एवढाच होता की, नर्मदा अमरकंटकवरून आली होती आणि अहिल्या चौंढीहून!

आताही नर्मदेजवळ मन मोकळं केल्यावर अहिल्येला बरं वाटलं. तिच्या मनात सतत उद्‌भवणाऱ्या प्रश्नाचं उत्तर तिला जणू नर्मदेकडून मिळालं होतं. आताही आपले डोळ्यांतून वाहणारे अश्रू न पुसता तिनं नर्मदेला विचारलं, ''सखे, सांग. माझ्या जगण्याला काही अर्थ आहे का गं? अगं, माझ्या चितेला ज्यांनी अग्नी द्यायचा, त्यांच्या चितेला अग्नी देण्याची वेळ माझ्यावर आली. नर्मदे, मला सांग, या परतं दुर्दैव काय असू शकेल? कशासाठी? कशासाठी परमेश्वरानं मला मागं ठेवलं?'' अहिल्या विदीर्ण हृदयानं बोलत होती. तिला दु:खावेग आवरत नव्हता. ''सांग, नर्मदे, माझ्या सखे, सांग! कशासाठी?''

'लोककल्याणासाठी, अहिल्ये, रयतेच्या सुखासाठी! मी लोककल्याणासाठी वाहते ना! लोकांच्या सुखासाठी अविरत वाहते ना! तसंच तुलाही लोककल्याणासाठीच नियतीनं जिवंत ठेवलंय. लोकांच्या कल्याणाचं

हे असिधाराव्रत तुला आयुष्यभर, अगदी शेवटच्या श्वासापर्यंत सांभाळायचंय. अहिल्ये, याचसाठी तर तुझा जन्म आहे आणि आपल्या दोघींत हेच साम्य आहे. म्हणून तर आपलं मैत्र जडलंय!' नर्मदेनं जणू अहिल्येला उत्तर दिलं आणि तडफडणारं अहिल्येचं मन शांतवलं.

आता सूर्य पुरता मावळला होता. नर्मदेचं पाणी पुन्हा काळंशार दिसायला लागलं होतं. ''बाईसाहेब!'' सभोवती दाटलेल्या अंधारातून हाक ऐकू आली. सूर्याजी लांब उभा राहून अदबीनं तिला हाक मारत होता. अहिल्येनं वळून पाहिलं. ती सूर्याजीला सामोरी होताच सूर्याजीनं मुजरा केला. त्याच्या हातातला पलिता अंधाराला छेद देण्याचं काम करत होता. ''बाईसाहेब, चलावं आता! मोप अंधार पडलाया. आनी वाड्यावर तुकोजीबाबा आले हायत! आपली भेट घ्यायची म्हनून थांबल्यालं हायत,'' सूर्याजीनं अदबीनं सांगितलं. तुकोजींचं नाव ऐकून अहिल्येच्या कपाळावर आठी उमटली. 'आपण वाड्यावर जाऊच नये. इथंच, असंच या नर्मदेजवळ बसून राहावं. नको ते राजकारण, नको ती जहागिरी आणि नको तो मानमरातब!' अहिल्येच्या मनात आलं. पण तसं चालणार नव्हतं. शरीरात प्राण असेपर्यंत, श्वास चालू असेपर्यंत ही जहागिरी सांभाळण्याचं वचन याच नर्मदेच्या साक्षीनं तिनं मल्हाररावांना दिलं होतं. तिला वाड्यावर जाणं भागच होतं. तिच्या मनात हा विचार आला आणि एक लाट नर्मदेच्या पात्रात उसळून आली. तिच्या मनातल्या या विचाराला नर्मदेनं जणू अनुमोदन दिलं आणि तिचं अनुमोदन प्रमाण मानून अहिल्या उठली. वाड्याकडं परतायला लागली. पलित्याच्या प्रकाशात तिची सावली तिच्यासोबत चालत होती. जणू अंधारातसुद्धा ती पाठ सोडत नव्हती. अहिल्येच्या दु:खासारखी.

दु:ख जणू तिच्या पाचवीलाच पुजलं गेलं होतं. तिचं खंडेरावांशी लग्न ठरलं. लग्नाचं पक्कं करून श्रीमंत पेशवे आणि मल्हारराव परतले आणि अहिल्येची अलाबला घेत आई म्हणाली होती, ''अहिल्ये, पोरी, नशीब काढलंस बघ! माझा जीव तुज्यासाठी लयी भ्याला हुता. अगं, तुझी पाचवी पुजताना मांडलेल्या पुजेत हळकुंडासोबत बिब्बा आला चुकून. ध्यानातच आलं न्हाई बघ. डब्यातली हळकुंडं पिवळ्या कापडावर ठिवली व्हती, त्यातनं एक बिब्बापन ठिवला गेला आनि पुजलाबी गेला. तवाधरनं माझा जीव थाऱ्यावर नव्हता बघ. तुझं काय हुनार? कसं हुनार? तुला सुख लाभंल का न्हाई? तुझ्या सुखात बिब्बा तर पडनार न्हाई? अशी लयी सावटं माझ्या मनात यायची बघ. पर पोरी, इतक्या चांगल्या घरात तुझं लगीन ठरलं आनि माझ्या मनातली सगळी सावटं गेली बघ!'' अहिल्येची दृष्ट

काढता काढता अहिल्येची आई म्हणाली होती. 'आई, माझ्या सुखात बिब्बाच टाकलाय नियतीनं!' तो प्रसंग आठवून अहिल्येनं सुस्कारा टाकला आणि ती वाड्याकडं चालू लागली.

वाड्यात तुकोजी तिची वाट बघत होते. तुकोजींनीही आता पन्नाशी पार केली होती. तेही आता थकले होते. तरीही त्यांचा दौलतीचा लोभ तसाच होता. त्यांची पत्नी रखमाबाई तर अतिशय स्वार्थी होती. अहिल्येला तर ती डोळ्यांसमोर नको असे. त्याची मुलंही दौलतीसाठी हपापलेलीच होती आणि ती मिळवण्यासाठी काय वाटेल ते करण्याची, कितीही खालच्या पातळीपर्यंत जाण्याची मल्हारबा आणि काशीराव यांची तयारी होती. यात गंमत अशी होती की, तुकोजी याबद्दल आणि या प्रकरणात आपल्या मुलांचीच बाजू घेत होते. खरं तर मल्हारबा मुजोर झाले होते. ते तुकोजींनासुद्धा जुमानत नसत. पण तरीही तुकोजींचं पुत्रप्रेम अतर्क्य होतं. विशेष म्हणजे, ते स्वत: तरुण असताना अहिल्येशी जसं वागायचे, तसाच त्यांचा मुलगा त्यांच्याशी आणि अहिल्येशीसुद्धा वागत होता. म्हणजे एकीकडे तोंडासमोर गोड बोलायचं, मानमरातब ठेवायचा, आदर दाखवायचा, मोठेपणा मान्य करायचा आणि माघारी जुमानायचं नाही. आपल्याला हवं तेच करायचं. पत्र, खलिता, आदेश मानायचा नाही. होता होईल तितकी परभारे दौलत गोळा करायची, त्याचा हिशेब द्यायचा नाही आणि ती जहागिरीत जमा न करता खासगीत जमा करायची. मल्हारबासुद्धा असंच वागत होते. दौलत जमा करण्यासाठी ते लुटालूट, जाळपोळ करायलाही मागंपुढं पाहत नसत. आताही तुकोजी त्यांची असलीच काहीतरी तक्रार घेऊन अहिल्येला भेटायला आले होते.

धोंडिबा तब्येतीनं नाजूक असल्यानं त्यांना जहागिरीचा कारभार पेलवेल की नाही या शंकेनं अहिल्येनं मल्हारबांना आपल्याजवळ आणून ठेवलं. रखमाबाई या गोष्टीला तयार नसतानाही, आपण त्यांना नीट वळण लावू शकू, ते आपलं ऐकतील आणि आपल्या तालमीत तयार झालेले मल्हारबा दौलत सांभाळायला एक चांगला पर्याय ठरू शकतील अशा आशेनं अहिल्येनं त्यांना आपल्याजवळ आणून ठेवलं खरं; पण तुकोजींचा पुंडावा बघून ते आता कोणालाच जुमानेनासे झाले. लोकही सुरुवातीला त्याच्या कारवायांकडं दुर्लक्ष करत होते. त्यामुळंच आणखी चढून जाऊन मल्हारबा अधिकच पुंडावा करू लागले. दौलतीसाठी लुटालूट करणं, जाळपोळ करणं हे त्यांचं सहज वागणं बनलं. आपल्याशिवाय होळकरांच्या दौलतीला कोणी वारस नाही ही भावना मालेरावांच्या मृत्यूनंतर तुकोजींच्या आणि धोंडिबांच्या मृत्यूनंतर मल्हारबांच्या मनांत होती. मल्हारबांनी तर आता दौलतीसाठी आपल्या

भावाशी, काशीरावांशीसुद्धा वैर धरलं. आणि आता काशीराव आणि मल्हारबा या भावाभावांच्यात दौलतीचा बखेडा उभा राहिला. मल्हारबांच्या गुंडगिरीला कंटाळलेल्या तुकोजींनी यासाठी अहिल्येला जबाबदार धरलं आणि हा बखेडा तिलाच सोडवायला सांगून मोकळा झाले.

होळकरांच्या वारसाचा प्रश्न आणि शिंदे-होळकर दिलजमाईचा प्रयत्न म्हणून पेशव्यांनी तुकोजींना पुण्याला बोलावलं. अहिल्येचीही तीच इच्छा होती. त्यातच दौलतराव शिंदे यांच्या नावानं जहागिरीची वस्त्रं द्यायची होती, ती होळकरांच्या उपस्थितीत द्यायची हा पूर्वापार रिवाज होता. पण तुकोजी पुण्याला जायची टाळाटाळ करू लागले. मल्हारबा तर सरळसरळ गुंडगिरी करायला लागले. त्यांना कुणाचाच धाक उरला नाही. याच दरम्यान पुण्यातच महादजींचा मृत्यू झाला. अहिल्येला फार मोठा धक्का बसला. तिला तिचे शब्द आठवले, 'हा मेला हिंदुस्थानात परत येणार नाही!' ती हे अनवधानानं बोलून गेली होती. हे असं खरं ठरेल असं तिला वाटलं नव्हतं. आता तिला आपल्या त्या बोलण्याबद्दल पश्चात्ताप झाला. पण वेळ निघून गेली होती. आणखी एक अपराधीपणाची भावना तिचं काळीज कुरतडायला लागली. शत्रुत्वातही मैत्र जपणारा, वैरत्वातही हित सांभाळणारा एक शेजारी गेला होता. मतभेद असले, तरी मनभेद नव्हते. महादजी अहिल्येचं मोठेपण जाणत होते, मानत होते, तर अहिल्या महादजींचं कर्तृत्व, पराक्रम. अहिल्येचा जणू मानसिक आधार हरपला होता. चांगल्या कार्यातलं पाठबळ गेलं होतं.

अहिल्येचं वयही आता सत्तरीला आलं होतं. तरीही मल्हारबांचा काहीतरी बंदोबस्त करायला हवा होता. हर तऱ्हेनं समजावून, धाक दाखवून ते बधत नव्हते. पश्चात्ताप झाल्याचं नाटक करून पुन्हा तसंच वागत होते. शेवटी अहिल्येनं ड्यूड्रनेकला सांगून त्यांना पकडलं. नजरकैदेत ठेवलं. ते सुटणार नाहीत अशी व्यवस्था केली. पण तुकोजींचं पुत्रप्रेम पुन्हा उफाळून आलं. मल्हारबांचीही तिकडे उपोषणाची, पश्चात्तापाची नाटकं सुरूच होती. तुकोजींनीही धरणं धरलं. 'लेकाला सोडा', असा लकडा लावला. अहिल्येनं 'तुमच्याकडं पाठवते' म्हटल्यावर त्यांचा विचार बदलला. 'त्याला इकडं न पाठवता कुशलगडच्या किल्ल्यात ठेवा' असा सूर त्यांनी लावला. कदाचित मल्हारबा आपल्याजवळ आले तर ते आपल्या जिवालाही धोका करतील, अशी भीती तुकोजींना वाटली असावी. मल्हारबांची कुशलगडच्या किल्ल्यात नीट व्यवस्था लावली. पण तिथेही त्यांची नाटकं चालूच होती. तुकोजींनाही कळवळा येतच होता. अहिल्येला काय करावं सुचत नव्हतं. पण रखमाबाईच्या मृत्यूनं हा पेच सोडवला.

तुकोजींच्या वागण्यानं ते वारंवार संकटात सापडत. लाजेकाजेस्तव त्यांना सोडवायला अहिल्येला माणसं पाठवावी लागत. महादजींचा मृत्यू आणि होळकरांची घरची भांडणं याचा फायदा घेण्याचं निजामानं ठरवलं. पण पेशव्यांची पत्रं सगळ्या मराठा सरदारांना गेली आणि आपसांतले मतभेद बाजूला सारून निजामाविरुद्ध सगळे सरदार अगदी दौलतराव शिंदे आणि तुकोजी होळकरसुद्धा एकत्र आले आणि खर्ड्याच्या त्या लढाईत मराठ्यांनी निजामाचा पराभव केला.

आयुष्याच्या संध्याकाळी ही एवढी एकच वार्ता अहिल्येला समाधान देणारी ठरली. निजामाला हरवल्यावर मराठ्यांनी पुन्हा आपसांतल्या मतभेदाला खतपाणी घालायला सुरुवात केली. तुकोजीही थकले असले, तरी त्यांचे उपद्व्याप चालूच होते. मल्हारबाही लुटालूट करण्यापर्यंतच्या पातळीला पोहोचले होतेच. आणि अहिल्या?

तिला या सगळ्या गोष्टींचा उबग आला होता. आयुष्यभर ज्या गोष्टीची राखण करण्यासाठी आपण धडपडतो, झिजलो, ती होळकरांची जहागीर, पत, प्रतिष्ठा लयाला जाताना, तिचा ऱ्हास होताना उघड्या डोळ्यांनी तिला पाहावा लागत होता. यापरतं आणखी दुर्दैव काय होतं? जवळच्या सगळ्या माणसांचे मृत्यू डोळ्यांदेखत झालेले, एके काळी माळवा प्रांतात आणि पेशवे दरबारातसुद्धा विलक्षण दबदबा असलेल्या होळकरांच्या इज्जतीचे धिंडवडे आणि जहागिरीचे, प्रतिष्ठेचे लचके निघत असताना बघावे लागत होते. इतक्या सगळ्या आपल्या माणसांच्या मृत्यूचं दुःख सोसून, ते मागं टाकून होळकरांच्या दौलतीच्या रक्षणासाठी आणि होळकरांच्या रयतेसाठी खंबीर मनानं उभी राहिलेली अहिल्या, आता सत्तरीला आल्यावर शरीरानं तर खचलीच होती, पण मनानंही खचली होती. नव्हे, मनानं जास्त खचली होती. नेपाळपासून रामेश्वरपर्यंत आणि द्वारकेपासून कलकत्त्यापर्यंत लोककल्याणाची कामं करून आपल्या अमर्याद कारकिर्दीची शाश्वत नाममुद्रा उठवणारी अहिल्या आपलं अस्तित्व आता पुसून टाक म्हणून खंडेरायाला साकडं घालत होती. मनानं खचलेल्या अहिल्येला तिचं शरीरही आता साथ देत नव्हतं. सतत ताप येऊ लागला होता. वैद्यांचं औषध चालू होतं, पण उतार पडत नव्हता. कधी तिला थोडं बरं वाटे, तर कधी जास्त होई. मग तापाच्या ग्लानीत ती मृत्यू पावलेल्या घरातल्या सगळ्या माणसांना हाका मारी. विशेष करून मल्हाररावांना आणि मुक्ताईला. मल्हाररावांना हाका मारून म्हणे, "मामंजी, मला कशाला थांबवलंत? जिवापाड मेहनत करून, काळीज फाटणारं दुःख सोसून मी ही दौलत सांभाळली. काय उपयोग झाला? त्याच दौलतीचा ऱ्हास उघड्या डोळ्यांनी बघायचं दुर्भाग्य हे माझ्या नशिबी आलं. मला थांबवून काय साधलंत तुम्ही?''

मग मल्हाररावांचं उत्तर येई, "लोककल्याणाचं कार्य, धर्मकार्य, देवकार्य!" हे उत्तर ऐकलं की अहिल्येच्या ग्लानीने म्लान झालेल्या चेहऱ्यावर किंचित प्रसन्नता उमटे. हे असं बरेच दिवस चाललं होतं. भानावर असली की अहिल्या तशाही परिस्थितीत काही निर्णय सांगायची, दौलतीचं कामकाज बघायची.

श्रावण महिना आला. श्रावणात होळकरांच्या वाड्यावर अनुष्ठानं, जप-जाप्य, यज्ञ-याग आणि जवळपास बारा हजार लोकांना अन्नदानाचा संकल्प असे. गेली कित्येक वर्षं अहिल्येनं हा संकल्प चालू ठेवला होता. श्रावणात सुरू झालेला हा संकल्प भाद्रपद महिन्यापर्यंत चालायचा. या वेळीही श्रावण महिना या अनुष्ठानात संपला. ती स्नान करून पहाटेच संकल्प सोडत असे. आताही, अंगात ताप असतानासुद्धा, तशा अवस्थेत स्नान करून अहिल्येनं या वेळचा संकल्प सोडला. तिनं आपला नेम चुकवला नव्हता. संकल्प सोडताना तिनं खंडेरायाला प्रार्थना केली, "शंभू देवा, मला जाणवतंय, हा संकल्प माझा, माझ्या आयुष्यातला शेवटचा संकल्प आहे. पण प्राण जाणारच असेल, तर तो तडफड न होता जाऊ दे. मला तडफडताना बघून कुणाला माझी कीव, दया वाटायला नको. असा प्राण जाऊ दे, की प्राणालाही समजलं नाही पाहिजे की आपण अहिल्येच्या शरीरातून बाहेर पडलोय. शंभू देवा, आत्तापर्यंतच्या आयुष्यात अहिल्येनं कुणाची दया घेतली नाही. आत्ता शेवटी ती वेळ आणू नको. माझी थोडीशी पुण्याई तुझ्या चरणापाशी जमा असेल, तर तू माझी ही प्रार्थना मान्य करशील!" असं देवाला विनवून अहिल्येनं श्रावणातल्या धर्मकार्याचा संकल्प सोडला.

अनुष्ठानांना सुरुवात झाली. ब्राह्मणांचे मंत्रघोषांचे आवाज वाडाभर घुमायला लागले. यज्ञातल्या सुगंधी आहुतींच्या सुगंधी धुरानं वाड्याचा कानाकोपरा भरून टाकला. एकीकडं मंत्रघोषांचा आवाज, तर एकीकडं पंगती उठू लागल्याचा गलका. या आवाजांनी अहिल्येचं मन शांत शांत होऊ लागलं. निजल्या जागेवरून नर्मदेचं विशाल पात्र दिसत होतं. नर्मदा - अहिल्येच्या सगळ्या सुखदु:खांची साक्षीदार, भागीदारसुद्धा. मध्येच मंत्रघोष ऐकू आला - 'नर्मदे हर हर!' त्या मंत्रघोषाचा आवाज तिच्या कानांत भरला आणि तिच्या खोल श्वासाला जाणवला चंदनाचा सुगंध. अहिल्येची ही शेवटची जाणीव होती. त्या गंधाला खोल जाणाऱ्या शेवटच्या श्वासात भरून अहिल्या सगळ्या जाणिवांच्या पार पोहोचली होती. मंत्रघोष घुमत होता, पण तो ऐकायला अहिल्या जिवंत नव्हती. तिथी होती भाद्रपद कृष्ण चतुर्दशी. आणि तारीख होती १३ ऑगस्ट १७९५! १३ मे १७२५ रोजी जन्मलेली, वयाच्या बेचाळिसाव्या वर्षी होळकरांच्या साम्राज्याची सर्वेसर्वा झालेली अहिल्या वयाच्या सत्तराव्या वर्षी अनंताच्या प्रवासाला निघून गेली.

अहिल्या, चौंढी गावच्या माणकोजी शिंदेंची कन्या आणि मल्हारराव होळकरांची सून अहिल्याबाई होळकर. याच नावानं तर तिची नाममुद्रा इतिहासाच्या पानांवर उमटली. मराठी राज्याचाच नव्हे, तर भारतवर्षाचा इतिहासही अहिल्याबाई होळकर यांच्या नावाशिवाय पूर्ण होत नाही. 'पुण्यश्लोक मातोश्री अहिल्याबाई होळकर' ही तिची बिरुदावली तिच्या पुण्यकार्यांमुळंच तर तिला लाभली आहे. पण पुण्यश्लोक ठरलेली ही अहिल्याबाई लोकांच्या हृदयसिंहासनाची अनभिषिक्त सम्राज्ञी असली, होळकरांचं राज्य सांभाळणारी कर्तृत्वशालिनी असली, तरीही वैयक्तिक आयुष्यात मात्र दुर्दैवी ठरली. घरातल्या सगळ्यांचे मृत्यू उघड्या डोळ्यांनी पाहावी लागणारी शापदग्ध आयुष्यमती ठरली. म्हणूनच तिच्याबद्दल आत्यंतिक आदराची भावना बाळगूनही म्हणावंसं वाटतं - 'अहिल्याबाई होळकर एक शापित स्वामिनी होती!' इतिहासकारांनी, चरित्रकारांनी, कथाकारांनी तिचं 'पुण्यश्लोक' असणं तेवढं बघितलं. काहींना भावला तिचा राजकीय धुरंधरपणा. सगळ्यांनीच बघितली एक कणखर अहिल्या. पण तिचं स्त्री असणं कुणाच्याच लक्षात आलं नाही. तिचं हे शापित स्त्रीत्व ना कुणी पाहिलं, ना कुणाच्या लक्षात आलं, ना कुणी त्याची दखल घेतली. खरं तर, सर्वांत आधी ती एक स्त्री होती. पुण्यश्लोक होतीच, राजकारणी धुरंधरही होती, पण सर्वांत आधी होती 'स्त्री अहिल्या'.

❀❀❀

रु. २८०/-

ज्ञानसूर्याचे आकाश... संत निवृत्तिनाथ

मंजुश्री गोखले

संत श्री निवृत्तिनाथांच्या जीवनकार्याचा वेध घेणारी ही कादंबरी. ज्ञानदेव, सोपानदेव व मुक्ताबाईंचे मोठे बंधू, गुरू, कोवळ्या वयात नाथ संप्रदायाची दीक्षा मिळालेले सिद्ध आणि त्र्यंबकेश्वरला त्यांनी घेतलेली समाधी या पलीकडेही निवृत्तिनाथांचे स्वतंत्र अस्तित्व आहे. एक ज्येष्ठ पुत्र, ज्येष्ठ बंधू, आईवडिलांच्या पश्चात कुटुंबाची जबाबदारी स्वीकारणारा कुटुंबप्रमुख, नाथसंप्रदायातील गहिनीनाथांचा प्रिय शिष्य, गुरू आणि सिद्ध योगी अशा विविध दृष्टिकोनांतून निवृत्तिनाथांच्या जीवनपटाकडे पाहत असताना लेखिकेला स्पर्शून गेले ते अखेरच्या टप्प्यातील त्यांचे एकटेपण... 'विश्वाचे आर्त माझ्या मनी प्रकाशले' ही स्थिती प्रत्यक्ष अनुभवणाऱ्या निवृत्तिनाथांच्या अलौकिक जीवनकार्याचा पट रेखणारी एक भावस्पर्शी कादंबरी.

रु. २९०/-

भक्तशिरोमणी नामदेव महाराज कृत

श्री ज्ञानदेव चरित्र
(आदि, तीर्थावळी, समाधी)

डॉ. सदानंद मोरे देहूकर

ज्ञानदेवांचे पहिले विश्वासार्ह चरित्र म्हणून ज्याकडे वारकरी संप्रदाय श्रद्धेने पाहतो, ते म्हणजे भक्तशिरोमणी नामदेव महाराजांनी लिहिलेले श्री ज्ञानदेव चरित्र. ज्ञानदेवांचे संपूर्ण चरित्र नामदेवांनी आदि, तीर्थावळी आणि समाधी या प्रकरणांतून सिद्ध केले आहे. जातिधर्माच्या जोखडातून समाजाला मुक्त करून भागवत धर्माच्या छत्राखाली साऱ्या संतमेळ्याला व सर्वसामान्य समाजाला एकत्र करण्याचे काम ज्ञानदेवांनी केले, तर नामदेवांनी भागवत धर्माची पताका पंजाबपर्यंत नेली. या दोन महान संतांची तीर्थयात्रा म्हणजे भक्ती आणि ज्ञानाचा संगमच. वारकरी संप्रदायात या चरित्राला नित्यपठणाचे स्थान आहे. या चरित्रकाराबद्दल अभ्यासकांमध्ये जे वाद आहेत, त्याविषयी अभ्यासपूर्ण चर्चा करून चरित्राचे थोरपण ठसवणारे विवेचक पुस्तक.

रु. २८०/-

नाथ संप्रदायाचा इतिहास व परंपरा

डॉ. वा.ल. मंजूळ

महाराष्ट्राच्या जडणघडणीत ज्या पंथांनी महत्त्वपूर्ण योगदान दिले, त्यामध्ये नाथपंथ हा अग्रस्थानी होता. ज्ञानेश्वरादि भावंडे नाथसंप्रदायी असल्याने महाराष्ट्रातील जनतेला नाथ संप्रदायाविषयी जाणून घेण्याची उत्सुकता आहे. नाथ संप्रदायाचा उगम, पंथाचे संस्थापक, तत्त्वज्ञान, नवनाथांचे चरित्र इत्यादींविषयी तपशीलवार, तज्ज्ञ माहिती देणारे पुस्तक. सांस्कृतिक व भाषिक परंपरांचे अभ्यासक, विद्यार्थी आणि सजग वाचकांना वाचनीय ठरणारा संदर्भ ग्रंथ.

रु. २४०/-

समाजसुधारक

डॉ. सदानंद मोरे

बाळशास्त्री जांभेकर, लोकहितवादी, महात्मा फुले, सावित्रीबाई फुले, ताराबाई शिंदे, न्यायमूर्ती रानडे, गोपाळ गणेश आगरकर इत्यादी अनेक समाजसुधारकांचा थोडक्यात परिचय. अनेक परिचित व अपरिचित समाजसुधारकांच्या कार्याची ओळख करून देणारे पुस्तक. समाजसुधारकांच्या कार्यपरिचयाची परिशिष्टात स्वतंत्र मांडणी.

www.ingramcontent.com/pod-product-compliance
Lightning Source LLC
LaVergne TN
LVHW090054230825
819400LV00032B/728
* 9 7 8 9 3 8 9 8 3 4 5 3 6 *